ஆதிதி

கட்டமைதத
அறிவுத்தளம்

பேராசிரியர் கேப்டன்
செ. கலியபெருமாள்

அறம்
பதிப்பகம்

ஆதிதிராவிடர் கட்டமைத்த அறிவுத்தளம் *(கட்டுரைகள்)*
பேராசிரியர் கேப்டன் செ. கலியபெருமாள்

முதல் பதிப்பு: ஜனவரி 2021

வெளியீடு:
அறம் பதிப்பகம்,
3/582, முல்லைத் தெரு,
கஸ்தூரிபாய் நகர், TNHB எதிரில்,
முள்ளிப்பட்டு கிராமம் & அஞ்சல்
ஆரணி வட்டம்,
திருவண்ணாமலை மாவட்டம் – 632316
தொடர்புக்கு: 9150724997
மின்னஞ்சல்: arampublication50@gmail.com

பக்கங்கள்: 212

ISBN: 978-81-950502-6-0

Aathithiravidar kattamaitha arivuthalam (Esseys)
Professor Captain S. Kaliaperumal ©

First Edition: January, 2021

Published by: Aram Publication
Address:
No. 3/582, Mullai street,
Kasthuribai nagar,
Mullipattu village & post
Arani Taluk - 632 316
Tiruvannamalai Dt, Tamil nadu

Contact Cell No: 9150724997
e-mail: arampublication50@gmail.com

Pages: 212

பேராசிரியர் கேப்டன் செ. கலியபெருமாள்

பேராசிரியர். கேப்டன். செ. கலியபெருமாள் தற்போ தைய நாகப்பட்டினம் மாவட்டம், திருப்புகலூர் கிராமத்தில் 15 மார்ச்சு 1942ல் பிறந்தவர். அண்ணாமலை பல்கலைகழகத்தில ஆய்வியல் அறிஞர் பட்டம் பெற்றவர். திண்டுக்கல், சேலம், ராசிபுரம், திருவாரூர் கலைக்கல்லுரிகளில் 33 ஆண்டுகள் பேராசிரியராக பணியாற்றியவர். 2000 ஆண்டில் பணி ஓய்வுக்குப்பின், பௌத்தம், அம்பேத்கரியம், தலித்தியம் ஆகிய தளங்களில் தொடர்ந்து ஆய்வும், புத்தகங்களையும் வெளியிட்டு வருகின்றார்.

பேராசிரியரின் எழுத்துப் பணியை பாராட்டி கீழ்கண்ட விருதுகள் அவருக்கு வழங்கி சிறப்பிக்கப்பட்டுள்ளது.

1. Ambedkar International Mission (AIM) Canada –2003 ஆம் ஆண்டிற்கான “இலக்கிய விருது.”

2. தலித் ஆதார மையம் – மதுரை – 2011 ஆண்டிற்கான “விடுதலை வேர்” விருது.

3. அண்ணல் அம்பேத்கர் இலக்கிய சங்கம் – சென்னை 2017 – ல் “ எழுத்துச் செம்மல்” விருது.

4. பாரி பவுண்டேசன் – அமெரிக்கா 2019– ல் “ வாழ்நாள் கல்வியாளர்” விருது.

ஆசிரியரின் பிற நூல்கள்:

1. தமிழர் உண்மை வரலாறு – 2002
2. The Untold History of the Tamils – 2007
3. சுயம்பு – 2011
4. தமிழர் பண்பாடு படும் பாடு – 2013
5. தலித் சுதந்திர போராட்டம் – 2015
6. புத்தநெறி – 2016
7. Bhimayana – 2017
8. வன்கொடுமை வாழும் பூமி – 2019

வாழ்த்துரை

பேராசிரியர் க. ஜெயபாலன்
அரசினர் ஆடவர் கலைக் கல்லூரி
நந்தனம் சென்னை– 600035
பேரவை குழு உறுப்பினர் தமிழ் பல்கலைக்கழகம்,
தஞ்சாவூர்.

கடந்த இரண்டு நூற்றாண்டுகளாகக் குறிப்பாக பத்தொன்பது இருபதாம் நூற்றாண்டுகளில் இந்தியாவில் இருக்கிற அடித்தள மக்கள் குறித்து ஏராளமான ஆய்வுகளை ஐரோப்பிய அறிஞர்கள் செய்தார்கள்.குறிப்பாக எட்கர் தர்ஸ்டன் அட்வைஸ் கனல் மெக்கன்சி ராபர்ட் கால்டுவெல் உள்ளிட்ட பல்வேறு அறிஞர்கள் மொழி குறித்தும் இலக்கியம் குறித்தும் பண்பாடு பழக்கவழக்கங்கள் குறித்தும் ஆய்வுகளைச் செய்யும்பொழுது இங்கே இருக்கிற பெரும்பான்மையான மக்கள் திரள் ஏன் இப்படி அடி நிலையில் இருக்கிறார்கள் என்பதைக் குறித்தும் விரிவாக ஆய்வு செய்து அந்த மக்களின் பொதுக் கூறுகளைப் பண்பாடுகளை விளக்க முயன்றனர்.பெரும்பான்மையும் கிறிஸ்தவ ஐரோப்பியப் பின்புலத்தில் விளக்கப்பட்ட இந்த ஆய்வுகளுக்குப் பின்னர் சுதேசிய அறிஞர்கள் இந்தியாவின் பல்வேறு தளங்களில் இருந்தும் பண்டித அயோத்திதாசர் போல மகாத்மா ஜோதிராவ் புலே போல உருவாகி வந்த பல்வேறு அறிஞர்கள் இந்த நாட்டின் பூர்வ குடிகளின் மற்றும் இந்த மண்ணின் மைந்தர்களாக இருக்கிற அடித்தள மக்களைப் பற்றிய வரலாறுகளை விரிவாக எடுத்துரைத்தனர்.

இத்தகு ஆய்வுகளுக்குப் பிறகு தான் குறிப்பாக ஐரோப்பிய ஆய்வுகளுக்கும் சுதேசிய அறிஞர்களின் ஆய்வுகளுக்கும் பிறகுதான் இந்தியாவில் கல்வி உலகத்தவர்கள் இந்த நாட்டின் அடித்தள மக்களாக இருக்கிற ஒடுக்கப்பட்ட சமூகங்கள் பற்றி ஆய்வுகளை மேற்கொள்ளத் தொடங்கினார்கள். இத்தகைய பின்புலத்தில் கல்வி பின்புலத்தில் ஏறத்தாழ 30 ஆண்டுகளுக்கு மேலாகப் பேராசிரியராக பணியாற்றிப் புகழ்பெற்ற பல்வேறு வரலாற்று நூல்களை ஏற்கனவே எழுதி தமிழிலும் ஆங்கிலத்திலும் வெளியிட்டிருக்கிறார் கேப்டன் எஸ் கலியபெருமாள் ஐயா அவர்கள் ஆதிதிராவிடர் அறிவுத் தளம் என்று இப்போது எழுதி இருக்கின்ற இந்த நூல் இந்திய மண்ணின் குறிப்பாகத் தென்னிந்தியாவின் பூர்வகுடிகளான ஆதி திராவிட மக்களின் அறிவு சிறப்பினை வரலாறு கல்வெட்டுகள் செப்பேடுகள் இலக்கியங்கள் அகழ்வாராய்ச்சிகள் என்று பல்வேறு பின்புலங்களில் இருந்து கொண்டுவரப்பட்ட தரவுகளிலிருந்து விரிவான வரலாற்று ஆய்வைச் செய்திருக்கின்றார்.

நூறாண்டுகளுக்கு முன்னர் எழுதப்பட்ட திரிபுரம் பெருமாள் பிள்ளை அவர்களுடைய ஆதிதிராவிடர் சரித்திரம் மற்றும் கோபால் செட்டியார் எழுதிய ஆதிதிராவிடர் வரலாறு உள்ளிட்ட பல்வேறு நூல்கள் ஆதிதிராவிடர் உடைய பூர்வீக பெருமைகளைப் பறை சாற்றுகின்றன அதிலிருந்து இன்னும் சற்று வேறுபட்டு வரலாற்றுக் கண்ணோட்டங்கள் ஒரு சாதி பேதமற்ற சிந்தனையைக் கொண்ட இந்த மக்கள் எந்த அளவுக்கு இந்தியச் சமூக மறுமலர்ச்சியின் அடித்தளமாக விளங்குகிறனர் என்பதை மிக நுட்பமாகப் பேராசிரியர் எஸ் கலியபெருமாள் அவர்கள் இந்த நூலின் ஒவ்வொரு இயலிலும் விளக்கிச் செல்கிறார்.

இந்த நூலின் வரலாற்று எழுதும் முறையில் பண்டைய கால செய்திகளோடு நடைமுறை கால செய்திகளையும் இணைத்து இந்தியாவை மேல்நோக்கி செலுத்துகின்ற சமத்துவ சிந்தனைகளும் கீழ்நோக்கி விடுகின்ற அசமத்துவ சிந்தனைகளும் எவ்வாறு இன்றைக்கும் தொடர்ந்து நடந்து கொண்டிருக்கின்றன என்பதை பல்வேறு சான்றுகளுடன்

பேராசிரியர் அவர்கள் விளக்கியுள்ள அவரின் பன்முக அறிவாற்றலையும் தொடர் வாசிப்பையும் உணர்த்துகின்றன.

இந்த நூல் மட்டுமன்றி இன்னும் பல்வேறு நூல்களையும் எழுதி பேராசிரியர் எஸ் கலியபெருமாள் அவர்கள் இன்னும் பேரும் புகழும் அடைய வேண்டும் என்று அன்போடு வாழ்த்துகின்றோம்.

நன்றி

ஆதிதிராவிடர் அறிவுத்தளம் என்ற இந்த புத்தகத்துக்கு அணிந்துரை வழங்கியுள்ள பேரா. முனைவர். ஜெயபாலன், இந்த புத்தகம் வெளிவர பெரிதும் முயன்று உழைத்த பேரா. முனைவர். விஜயகுமார், இந்நூலை வெளியிடும் அறம் பதிப்பகம் மற்றும் உரிமையாளர் திரு. மா. அமரேசன் ஆகியோர் என் நன்றிக்கு உரியவர்கள்.

திருவாரூர் **செ. கலியபெருமாள்**

02.11.2020

பதிப்புரை

பேராசிரியர் செ. கலியபெருமாள் அவர்கள் பட்டியலின சமூக மேம்பாடு என்னும் தளத்தில் தொடர்ந்து பயணித்துக்கொண்டிருக்கும் முன்னோடி எழுத்தாளராக பலராலும் அறியப்பட்டவர். அவரின் ஆதிதிராவிடர்களின் அறிவாயும் என்னும் புத்தகத்தை அறம் பதிப்பகம் வெளியிடுவதில் பெருமை கொள்கின்றது. பேராசிரியரின் எழுத்துக்கள் எப்போதும் வரலாற்றை விளிம்பு நிலை மக்களின் பார்வையிலிருந்து மீளுருவாக்கம் செய்யும் வல்லமை கொண்டது.

இந்த புத்தகத்தை அறம் பதிப்பகம் வெளியி காரணமாக இருந்த பேரா. விஜயகுமார், அவர்களுக்கும், பேரா. செ. கலியபெருமாள் அவர்களுக்கும், அவரின் மகள்கள். பேரா. செல்வராணி, மற்றும் செல்வக்குமாரி ஆகியோர்களுக்கும், இந்த புத்தகத்தை தட்டச்சு செய்த அறிவழகன் அவர்களுக்கும், பிழைத்திருத்தி உதவிய பேரா. அன்பு அவர்களுக்கும், வடிவமைத்து அழகான அட்டைப்படம் தந்த தோழர். கோ. முருகனுக்கும், அறம் பதிப்பகத்தின் பணியையும் தன் தோளில் சுமக்கும் அன்புமகன் அ.கௌ. கதிரேசனுக்கும். நெஞ்சார்ந்த நன்றி.

உள்ளே

ஆசிரியர் பேசுகிறார்

தமிழனைத் தேடுவோம்

தமிழர் என்போர் யார்? என்ற தேடுதலை 1982ம் ஆண்டு முதலே நான் நடத்தி வருகிறேன். தமிழர், தமிழர் நாகரீகம், தமிழர் பண்பாடு, தமிழர் கலாச்சாரம், தமிழர் மொழி, தமிழர் கலைகள் எனப் பலவாறான சொற்றொடர்கள் இன்று பயன்படுத்தப்படுகின்றன. என்றாலும் எவர் தமிழர் என்பதில் இன்றும் தெளிவான விடை கிடைக்கப்பெறவில்லை. இதே கால கட்டத்தில் திராவிடர் என்ற சொல்லும் பயன்பாட்டில் உள்ளது. தமிழர், திராவிடர் என்ற இரு சொற்களும் மிகத்தாராளமாகத் தமிழக சமூக, அரசியல் தளங்களில் பயன்படுத்தப்படுகின்றன. தமிழ்மொழியைத் தாய்மொழியாகக் கொண்டவர் தமிழரா? தமிழ்நாட்டில் வாழ்பவர்கள் தமிழரா? என்ற வினாக்களும் எழுகின்றன. எனக்கு விடை தருவது போல, சென்னைப் பல்கலைக்கழக "அகர முதலி" எனும் தமிழ் அகராதி (Tamil Lexicon), "தமிழன் என்பவன், பறையனொழிந்த தமிழ்ச்சாதியான்" என விளக்கம் கொடுத்துள்ளது.[1] பறையனைத் தவிர்த்த பிறத் தமிழ்ச்சாதியினர் தமிழர் ஆவார்கள் என அந்த அகராதி விளக்கம் கொடுத்துள்ளது.

நவீனக் காலத்தில், கல்வியைப் போதிப்பதில், ஆராய்வதில், அறிவெனப்படுவது இதுவே என முடிவெடுப்பதில், உச்சநிலை அமைப்புகளாகக் கருதப்படுபவை பல்கலைக்கழகங்களாகும். தமிழகப் பல்கலைக்கழகம் ஒன்று, தமிழறிஞர்களால்

அமைக்கப்பட்ட ஒரு அகராதி ஆய்வு அமைப்பு "எவர் தமிழர்" என்பதற்கு இப்படியொரு விளக்கத்தைக் கொடுத்து மனிதநேய சிந்தனையாளர்களை அதிர்ச்சியடைய வைத்துள்ளது. கடந்த ஐயாயிரம் ஆண்டு இலக்கிய மொழி வரலாற்றுத் தொடர்புடையப் பறையர்கள் தமிழரில்லையா? என்ற பெருங்கேள்வியையும் எழுப்பியுள்ளது. பறையனொழிந்த "தமிழ்ச்சாதியான்" எனக் கூறியிருப்பதால் "தமிழ் சாதி" என்ற தனிச்சாதி ஒன்று உள்ளதா? எனத் தேடத்துவங்கினேன்.

அதற்கான நல்வாய்ப்பொன்று எனக்குக் கிடைத்தது. மதுரைக் காமராசர் பல்கலைக்கழக கருத்தரங்கு ஒன்றில் கலந்து கொண்ட பேராசிரியர்களுடன் தேநீர் அருந்திய மாலைப் பொழுதின் போது அவ்வாய்ப்பு கிடைத்தது. என்னோடு ஏழுபேர்கள் அமர்ந்திருந்தனர். அருகிலிருந்த நண்பரிடம், "ஐயா நீங்கள் தமிழரா?" என்றேன். "ஆமாம்" என்றவர் அத்துடன் நிறுத்திக் கொள்ளாமல் தொடர்ந்தார். "ஆனால், "நான் வைசியச் செட்டியார்" என்றார். அவரை அடுத்து அமர்ந்திருந்தவரிடம் கேட்டேன். ஐயா, நீங்கள் தமிழரா? ஆமாம், தமிழர்தான், ஆனால் செங்குந்த முதலியார் என்றார். மூன்றாமவரிடம் இதே வினாவை வைத்தபோது, "தமிழர்தான், கார்காத்த வேளாளர்" என்றார். நான்காமவர், சிரித்துக்கொண்டே சொன்னார். இதிலென்ன உங்களுக்குச் சந்தேகம், நான் "வன்னியர்குல சத்திரியத் தமிழர்" என்றார். சற்றும் தளராமல் எஞ்சியிருந் தோரிடமும் அதே வினாவை எழுப்பினேன். திருநெல்வேலி சைவப்பிள்ளை என்று ஒருவரும், பிரான்மலைக் கள்ளர் என்று ஒருவரும், கொங்கு கவுண்டர் என்று ஒருவரும் கூறினர். இப்படி ஒரு கேள்வியைத் தொடர்ந்து கேட்கும் நான் என்ன சாதி என்பதைத் தெரிந்து கொள்ளும் ஆவல் அவர்கள் முகத்தில் வெளிப்படையாகத் தெரிந்தது. தாமதிக்காமல், நான் "பழந்தமிழன்–பறையன்" எனப் பளிச்சென்று கூறியபோது அவர்கள் முகத்தில் சிறு அதிர்ச்சி தெரிந்தது.

கல்லூரி, பல்கலைக்கழக அளவில் மாணவர்களுக்குக் கல்வி புகட்டும் பேராசிரியர்கள் கூட தமிழ்ச்சாதியாராகவோ, தமிழராகவோ இல்லை யென்பதையறிந்து என்னால்

வருந்தத்தான் முடிந்தது. அப்போது, மற்றொரு வினாவையும் என்மனம் எழுப்பியது. அப்படியானால் தமிழர் என்பவர் யார்? என்பதுதான் அந்த வினா? அடுத்த வினா. பறையன் தமிழனில்லையா? முதலியார்களாக, பிள்ளைமார்களாக, கவுண்டர்களாக, வன்னியர்களாக, கள்ளர்களாக, செட்டியார்களாக, நாடார்களாக, பள்ளர்களாக, ரெட்டியார்களாக, நாயுடுகளாக உள்ள தமிழ்பேசுபவர்கள், தமிழ்மொழியை, இலக்கியத்தைக் காப்பாற்றவும், வளர்க்கவும் காரணமாயிருந்த பறையர்களை ஒதுக்குவதற்கும், புறக்கணிப்பதற்கும் காரணம் என்ன? “பிறமொழிக் கலப்பற்ற தூயத்தமிழ் பழங்குடியினரான பறையர்களிடமே உள்ளது” எனக்கூறியுள்ள அறிஞர்கள் பலரின் கருத்தையும் (கால்டுவெல், கமில் சுவலபில், மொழிஞாயிறு தேவநேயப் பாவாணர், மு.ராகவ அய்யங்கார், P.T.சீனிவாச அய்யங்கார் இன்னும் பலர்) இக்காலத் தமிழ் உலகம் கருத்தில் கொள்ளவில்லை. தமிழ்மொழியை வளர்த்ததும், பாது காத்ததும் பழங்குடிப்பறையர்களா? உண்மையா? ஆம், இது உண்மை என்பதைப் பின்வரும் பகுதி ஒன்றில் விரிவாக விளக்குவோம்.

வாருங்கள், மீண்டும் என் நண்பர்களைச் சந்திப்போம். அவர்கள், வரலாறு, தமிழ் இலக்கியம் மற்றும் சமூகவியல் (Sociology) துறைகளில் பணியாற்றியவர்கள். சென்னைப்பல்கலைக்கழக “அகரமுதலி” கொடுத்துள்ள தமிழன் பற்றிய விளக்கம், எந்த அளவிற்குச் சரியானது என அவர்களிடம் கேட்டபோது, சிலர் அதைப் பார்க்கவில்லை என்றனர். சிலர், எந்த சூழ்நிலையில் அக்கருத்து கூறப்பட்டது எனத் தெரியவில்லை என்றனர். தமிழ்ச்சமூகத்திற்கு இது ஊறு விளைவிக்குமல்லவா? என்றபோது, ஆம் என்று சற்று அலட்சியமாகவும், மழுப்பலாகவும் பதில் அளித்தனர். “பிறப்பொக்கும் எல்லா உயிர்க்கும் என்பது தானே தமிழர் பண்பாடு; யாதும் ஊரே, யாவரும் கேளிர் என்பதுதானே அவர்தம் வாழ்வியல் கோட்பாடு இதை நாம் தொடர்ந்து வளர்க்க வேண்டாமா? என நான் தொடர்ந்தபோது,” நாளைத் தொடரலாமே; நேரமாகிறது எனக் கூறி எழுந்து சென்றனர். அடுத்த நாள் அவர்கள் என்னைச் சந்திப்பதையும் என்னிடம்

பேசுவதையும் தவிர்த்தனர். தமிழனைத்தேடிய எனக்குத் தோல்வியே கிடைத்தது.

திராவிடனைத் தேடுவோம்

திராவிடர்கள் என்ற ஒரு தனிப்பிரிவினர் இருக்கிறார்களா? அப்படி ஒரு பிரிவினர் இருப்பதாகவும் தெரியவில்லை. "நாட்டால் இந்தியன்; இனத்தால் திராவிடன்; மொழியால் தமிழன்"– இப்படி ஒரு விளக்கம் சொல்லப்படுகிறது. திராவிடர்களாவது பழந்தமிழனை–பறையர்களை தங்கள் திராவிடச்சாதிக்குள் சேர்த்துக் கொள்கிறார்களா? தமிழ் நாடு என்பதைப்போல, *1930, 1940* களில் திராவிட நாடு எனப் பேசப்பட்டது. எது திராவிடநாடு? என்ற கேள்வி எழுந்தபோது, ஆதிஆந்திரம், ஆதிகர்நாடகம், ஆதிகேரளம் ஆகியவை (ஆதி) தமிழகத்துடன் இணைந்து திராவிட நாடாகியுள்ளது என்று விளக்கப்பட்டது. கேரளாவிற்கோ, ஆந்திரத்திற்கோ, கர்நாடகத்திற்கோ சென்று "நீங்கள் திராவிடர்களா?" எனக் கேட்டால், அப்படி எல்லாம் யாரும் இங்கு இல்லை என்றே தெளிவாகப் பதில் வருகிறது. விஜயநகரப் பேரரசு காலத்திலும் அதற்கு பின்னரும் தெலுங்கு பேசுபவர்களும் தொடர்ந்து கன்னட நாட்டவரும் மலையாளிகளும் தமிழ்நாட்டிற்கு

வந்து நிரந்தரமாகத்தங்கி தொழில் செய்து வாழ்கின்றனர். தமிழகத்தில் நாயக்கர்களின் ஆட்சி வேலூர், திருச்சி, செஞ்சி, மதுரை, தஞ்சாவூர் ஆகிய பகுதிகளில் நடந்தன. மராட்டியச் சிவாஜி பரம்பரையினரின் ஆட்சி தஞ்சாவூரில் நடைபெற்றபோது மராத்தியர்களும் சௌராட்டிரர்களும் தமிழகத்தில் குடியேறினர். அவர்களின் சந்ததியினர் இன்றும் வாழ்கின்றனர்.

அவர்களின் சிலரைச் சந்தித்து நீங்கள் தமிழரா? அல்லது திராவிடரா? எனக் கேட்டபோது ஒரு மெல்லிய சிரிப்புடன் பதில் வந்தது. நாங்கள் தமிழ்நாட்டில் வசிக்கிறோம்; தமிழையும் பேசுகிறோம். ஆனால், நான் ஒரு சௌராட்டிரன் என்றோ, நாங்கள் கஞ்சம் ரெட்டிகள் என்றோ, கம்மா நாயுடு என்றோதான் பதில் வந்தது. தமிழ்நாட்டில் வாழும் ஒரு முதலியாரிடமோ, செட்டியாரிடமோ, வன்னியரிடமோ,

சோழிய வேளாளரிடமோ, இதே கேள்வியை எழுப்பினாலும், அவரவர்சாதிகளைத்தான் சொன்னார்கள். தங்களைத் திராவிடச் சாதியினர் என்று அவர்களில் எவரும் சொன்னதில்லை. ஆனால் தமிழகத்தில் கடந்த ஒரு நூற்றாண்டாகத் திராவிட அரசியல் நடந்து கொண்டுள்ளது. திராவிட ஆட்சியும் அரை நூற்றாண்டிற்கு மேலாக நடந்து கொண்டுள்ளது. "திராவிட" என்ற முன்னொட்டுகளோடு சில கட்சிகளும் இயங்கி வருகின்றன. உங்களுக்கு முந்தியவர்கள் என்ற பொருளில் "ஆதிதிராவிடர்கள்" என்ற பிரிவினர் தமிழகத்தில் பெரும்பான்மையினராக வாழ்கிறார்களே; அவர்களை உங்களின் முன்னோடிகளாக, மூதாதையர்களாக ஏற்றுக் கொள்கிறீர்களா? என்று திராவிடக்கட்சி தலைவர் ஒருவரிடம் கேட்கப்பட்டது. அவருக்குச் சிறு அதிர்ச்சி அதாவது, இந்த கேள்வியை அவர் எதிர்பார்த்திருக்கவில்லை. சிறிது தாமதத்திற்குப் பின் பதில் சொன்னார். "அப்படியெல்லாம் ஒன்றுமில்லை. நாங்கள் வேறுபாடெல்லாம் பார்ப்பதில்லை. அவர்களும் எங்கள் கட்சிகளில் தொண்டர்களாகவும், கட்சி பதவிகளிலும் இருக்கிறார்கள்." தமிழகத்தில் வாழ்பவர்கள் தனித்தனிச் சாதியினராக வாழ்கிறார்களே தவிர, அனைவரும் இணைந்த தமிழ்ச் சாதியினராகவோ, திராவிடச் சாதியினராகவோ இல்லை என்பது தான் நிரந்தர உண்மையாக இருக்கிறது.

உண்மை நிலை

தமிழகத்தில் தமிழ்ச்சாதியினர் என எவருமில்லை; தமிழர்கள் என்ற பெயரில் பல சாதியினர்களே உள்ளனர். "யாதும் ஊரே யாவரும் கேளிர்" என உலகிற்கு அறிவித்து, மாந்தருக்குள் சாதியில்லை பேதமில்லை என்ற சமூக வாழ்வில் ஈடுபட்டிருந்த தமிழர்களைப் பேதத்தோடு கூடிய சாதிக் கூண்டுகளில் அடைத்தது ஆரியத்தின் மிகப்பெரிய வெற்றி. கடந்த 2500 ஆண்டுகளாக (புத்தர் காலத்திலிருந்து) புத்தர் முதல் தமிழ் சித்தர்கள் வரையிலும் சாதி அமைப்பென்பது ஒரு "சதி" என விவரித்தும் அதைக் கண்டு கொள்ளாமலும், காது கொடுத்துக் கேட்டுக் கொள்ளாமலும் தமிழர்களில் ஒரு பகுதியினர் வாழ்ந்து வருகின்றனர். இன்றைய தமிழகத்தில்

அரசியல் நடத்திவரும் கட்சித்தலைவர்கள், மக்களின் வாக்குகளைப் பெறும் நோக்கத்தில், அவ்வப்போது பழந்தமிழர்களின் வாழ்வியல் கோட்பாடுகளை மேற்கோள் காட்டிப் பேசுவதுண்டு. தமிழ்ச்சான்றோர், தமிழ் அறிஞர் என தங்களை அடையாளப்படுத்திக் கொள்பவர்களும் இதைச் செய்கின்றனர். "பிறப்பொக்கும் எல்லா உயிர்க்கும்" என எங்கள் வள்ளுவன் உலகிற்கே அறிவுரைக்கூறினான் என முழங்கும் அரசியல் தலைவர்களும் தமிழ் அறிஞர்களும் தங்கள், தங்கள் சாதிகளை விட்டு இன்னும் வெளிவரவில்லை என்பதை நினைப்பதில்லை. சாதி அரசியல் நடத்துபவர்கள் தான் "யாதும் ஊரே, யாவரும் கேளிர்" என்ற கோட்பாட்டை வீர வசனமாக சொல்லி வருகின்றனர்.

எனவே, இன்றைய தமிழர் பண்பாடு என்பது பண்டைய தமிழர் பண்பாடல்ல. சாதிகளில்லாத சமத்துவ பண்பாடு பழந்தமிழருடையது. இன்றைய தமிழர்கள், சாமியைக்கூடக் கைவிட்டாலும் விடுவார்களே தவிர, ஒருபோதும் சாதியைக் கைவிடமாட்டார்கள். அந்த அளவிற்கு சாதிப்பித்து தலைக்கேறி சதுராடிக் கொண்டிருக்கிறது. கி.பி. 5,6 ஆம் நூற்றாண்டுகளில் தமிழகமும், இந்தியாவும் ஆரியப்பண்பாட்டுக்கு அடிபணிந்ததை வரலாற்று ஏடுகள் தெரிவிக்கின்றன. அன்று முதல் இன்று வரை இந்தியாவும், தமிழகமும் சாதிப்பண்பாட்டையே அடித்தளமாகக் கொண்டு இயங்கி வருகிறது என்பதை உணர வேண்டும்.

ஆதிதிராவிடர் கட்டமைத்த அறிவுத்தளம் என்ற தலைப்பில் இந்நூல் வெளிவருகின்றபோது, இந்த அறிவு ஆதிதிராவிடர்களாலேயே கட்டமைக்கப்பட்டு, ஆதிதிராவிடர்களால் மட்டுமே வளர்க்கப்பட்டு வந்துள்ளது என்பது சரியான வாதமாகுமா? இந்திய–இந்து சமூகத்தில் உள்ள மற்ற பிரிவினரும் இத்தகைய அறிவார்ந்த கருத்துக்களைக் கொண்டுள்ளன இன்றைய காலத்திலும், ஆதிதிராவிடர்களைத் தவிர்த்த மற்ற பிரிவினரும் இந்துத்துவா கருத்துக்களை எதிர்ப்பதிலும், ஏற்க மறுப்பதிலும் தீவிரமாக உள்ளனர் இத்தகைய இடது சாரி கருத்துக்களை ஏற்பதில் பொதுவுடைமை வாதிகளும், திராவிட அரசியல் வாதிகளும்

முன்னிற்கிறார்களே; பழமை விரும்பிகள் என நம்பப்படும் காங்கிரஸ் அரசியல் வாதிகளும் மதச் சார்பின்மை, மத நல்லிணக்கம் போன்ற நடுநிலை கருத்துக்களை முன்னெடுக்கின்றனரே. இந்த சூழலில் ஆதிதிராவிடர்கள் மட்டுமே அறிவுத் தளத்திற்குச் சொந்தமானவர்கள் என்ற வாதம் சரியானதா? போன்ற கேள்விகள் எழலாம்.

கீழ்க்கண்ட விளக்கம் வினாக்களுக்கு விடையாக அமையும். ஆதிதிராவிடர்கள் என்போர் இந்தியா எனப்படும் பரதகண்டத்தின் மூலக்குடியினர். இந்தியாவில் குடியேறிய ஆரியருக்கும், அவர்கட்குமுன் குடியேறிய திராவிடர்களுக்கும் முந்தியவர்கள். இம் மண்ணின் மைந்தர்கள். "மனிதர்கள் சமமானவர்கள் அல்ல சமஉரிமை அனுபவிக்கத் தகுதியுடைய வர்கள் அல்ல பூர்வகுடியினர் கீழானவர்கள்; புதிதாக வந்த நாங்களே மிக உயர்ந்தவர்கள்" எனக்கூறும் ஆரியக் கருத்தை எதிர்த்தவர்கள்; எதிர்ப்பவர்கள். வேத மோதி மனிதர்களிடையே பேதம் வளர்க்கும் கருத்துக்களையும், அவற்றை நியாயப்படுத்தியும் நிலைநிறுத்தியும் வரும் வேதம், ஆரண்யம், உபநிஷத்துக்கள், புராணங்கள், இதிகாசங்கள், ஸ்ருதிகள், ஸ்மிருதிகள், தத்துவங்கள், சித்தாந்தங்கள், சமயங்கள்– என்ற அனைத்தையும் ஏற்க மறுத்து எதிர்த்தவர்கள், எதிர்ப்பவர்கள். இவ்வுலகை (பிரபஞ் சத்தையும் சேர்த்து) படைத்த ஒருவர் உண்டு என்றும், அவர் பெயர் கடவுள் என்றும், அவரின் விருப்பப்படியே இவ்வுலகும் உயிர்களும் இயங்கிக் கொண்டிருக்கிறது என்றும் சொல்லப்படும், நம்பப்படும் கருத்தை எதிர்த்தவர்கள்; இன்றும் எதிர்ப்பவர்கள்.

மனிதர்களை வகைப்படுத்தியும் (Classify) வரிசைப் படுத்தியும் (மேல் கீழ் என்று – grading) பிரித்த நால்வருண சாதிக் கோட்பாட்டை வலியுறுத்திக் கூறி நிலைநாட்ட முயன்றது மட்டுமல்லாமல், தமிழன் இதுநாள் வரை அறிந்திராத அவனுக்குப் பழக்கமில்லாத சொர்க்கம், நரகம், மோட்சம் போன்ற கருத்தியல்களை இடைச் சங்க காலத்தில் புதிதாக ஆரியப்பண்பாடு புகுத்தியது. இதன்விளைவாகத் தொல் தமிழர்களிடையில் பிளவுகள் ஏற்பட்டன.

மோட்சம் கிடைக்கும் எனவும், அதன் வழியே சொர்க்க லோகம் (இறந்த பிறகான வாழ்வு) போகலாம் எனவும் விரும்பிய மன்னர்களும் மக்களில் ஒரு பகுதியினரும், சனாதனம் (ஆரிய மேலாதிக்கம்) வர்ணாஸ்ரம தர்மம் (நால் வருண சாதிக்கோட்பாடு) ஆகிய இரு பெரும் ஆரியப் பண்பாட்டுக் கூறுகளை ஏற்றுக் கொண்டனர். இவர்கள் முதல்பிரிவினர்.

இவ்வாரியக் கோட்பாடுகளைத் துவக்கத்தில் ஏற்க மறுத்து, எதிர்த்த ஒரு பகுதித்தமிழர்கள் சிறிது காலத்தில் தோல்வியுற்று, ஆரியரிடம் சரணடைந்தனர். இவர்கள் இரண்டாம் பிரிவினர்.

மனிதக் குலத்தைச் சீர்குலைக்கும் இவ்வாரியக் கோட்பாடு களைத் துவக்கம் முதல் இன்று வரை ஏற்க மறுத்து எதிர்த்து வருபவர்கள் மூன்றாவது பிரிவினர், மட்டுமே.

முதலிரு பிரிவினரும் ஆரியப் பண்பாட்டுக்கு அடிமையாகி தங்களின் மூதாதையரின் பண்பாட்டைக் கைவிட்டனர். ஆரியர் கூறிய சமூகச்சாதிப் பிரிவுகளையும், சாதி ஏற்றத்தாழ்வுகளையும், சமன் பாடற்ற சாதிக்கொரு நீதி முறைகளையும், சாதி பழக்க வழக்கங்களையும் ஏற்று, ஆரிய எதிர்ப்பை முற்றிலும் கைவிட்டனர். அதாவது, ஆரியப் பண்பாட்டு எதிர்ப்பு என்ற ஆதிதிராவிடர் அறிவு தனத்திலிருந்து இவர்கள் விலகிச் சென்று விட்டனர். ஆரியப் பண்பாட்டைத் தீவிரமாக எதிர்த்துவந்த சமண, பௌத்த நெறிகளின் துணையோடு, பூர்வக்குடி ஆதிதிராவிடர்கள் (மூன்றாம் பிரிவினர்) ஆரிய எதிர்ப்பை பின்வந்த காலங்களிலும் தொடர்ந்தனர்.

முதலிரு தமிழ்ப்பிரிவினரும் அரசியல் காரணங்களுக்காகத் தற்காலத்தில், சாதி ஒழிப்பு, ஆரிய எதிர்ப்பு பற்றிப் பேசி வந்தாலும், சாதி பழக்க வழக்கங்களில் (குறிப்பாகத் திருமண உறவுகளில்) ஆரியச் சாதி பழக்கத்தையே இன்றும் பின்பற்றி வருகின்றனர். மேலும், கடவுள் வழிபாடுகளிலும், குடும்ப, பிறப்பு, இறப்பு, திருமணச் சடங்குகளிலும் ஆரியப் பண்பாட்டின் கீழ், சாதி வழக்கங்களையே பின்பற்றுகின்றனர். ஆகவே, ஒட்டுமொத்த ஆரியப் பண்பாட்டு எதிர்ப்பை முழுமையாகக் கை கொண்டிருப்பவர்கள் ஆதிதிராவிடர்களே

என்பதை இன்றைய வரலாறும், அரசியல், சமூக நடைமுறைகளும் நமக்குக் காட்டுகின்றன. இந் நூலின் தலைப்பு பற்றிய ஒரு விளக்கம் இங்குத் தேவைப்படலாம். தலைப்பில் உள்ள "ஆதிதிராவிடர்" என்ற வார்த்தை ஆரியருக்கும், திராவிடருக்கும் முந்தையர்கள், இந்திய மூலக்குடியினர், பூர்வக்குடியினர் என்பதையே குறிக்கிறது. தற்போது வழக்கத்தில் உள்ள எந்த ஒரு சாதியையோ அல்லது அதன் உட்பிரிவு சாதியையோ குறிக்காது என்பதை வாசகர்கள் மனதில் கொண்டு இந்நூலைப்படிப்பது நலம் பயக்கும். ஆதிதிராவிடர்களின் மூலப்பண்பாடு, பின்னர், திராவிட, ஆரியர்களின் தாக்கத்தால் சீர்குலைந்து ஒரு மாரி உள்ளது என்பதையும் மனதில் கொள்ள வேண்டும். இருபதாம் நூற்றாண்டின் முற்பகுதியில் தமிழகத்தில் துவக்கப்பட்ட திராவிட அரசியலுக்கும், ஆட்சி கொள்கைகளுக்கும் ஆதிதிராவிடர்களின் அறிவுத்தளமே அடிப்படையானது. நூலாசிரியரின் இந்த முன்னுரையோடு அடுத்து வரும் அத்தியாயங்களைப் புரட்டலாம்.

1. முற்காலத் தமிழர்கள் யார்?

சென்ற அத்தியாயத்தில் குறிப்பிட்டதைப் போல, கி.பி. ஐந்தாம் நூற்றாண்டிற்கு முந்திய காலத்தில், சாதிகளற்ற சமூகத்தில் தமிழ்மொழிப்பேசி வாழ்ந்தவர்களையே தமிழர்கள் என்கிறோம். தமிழ்ச்சாதியினர் என்று கூட இல்லாமல் தமிழ்ச்சமூகத்தினராகவே அவர்கள் வாழ்ந்தார்கள்.

"கல் தோன்றி மண்தோன்றா காலத்தே
வாளொடு முன்தோன்றி மூத்தகுடி"

என்ற பழம்பெருமைக்கு உரியவர்கள் தமிழர்கள். இது மிகைப்படச் சொல்லப்படுவதல்ல, உண்மையானது. சில பத்தாண்டுகளுக்கு முன்னர் திருநெல்வேலி ஆதிச்ச நல்லூரிலும், புதுச்சேரி அரிக்கமேட்டிலும் தொடர்ந்து கரூர், கொடுமுடிப்பகுதிகளிலும் மேற்கொள்ளப்பட்ட அகழாய்வுகள் தமிழ் நாகரீகம் கிறிஸ்து காலத்திற்கு முற்பட்டது என்பதை நிறுவியுள்ளது. தற்சமயம் (2017ல்) சிவகங்கை மாவட்டம் கீழடிப்பகுதியில் மேற்கொள்ளப்படும் அகழாய்வில் கண்டெடுக்கப்பட்ட பொருள்கள் தமிழர்களின் பழமையை இன்னும் பின்னோக்கியதாக (கி.மு.800–900) தெரிவிக்கிறது. தோண்டியெடுக்கப்பட்டுள்ள 6000த்திற்கும் மேற்பட்ட பொருட்கள் மதமற்ற, (சமயமற்ற) தமிழர்கள் வாழ்க்கையைக் காட்டுவது மிக முக்கிய சான்றாகும். இவ்வகழாய்வு தொடர்ந்து நடத்தப்படுமானால், கீழடி நாகரீகம் சிந்து நதி நாகரீகத்து (ஹரப்பா–மொகன்ஜதாரோ) சமகாலத்தைச் சேர்ந்தது என நிறுவமுடியும் என வரலாற்றறிஞர்கள் கூறி வருகின்றனர்.

கடல் கொண்ட தென்னாடு:

வட வேங்கடம் தென்குமரி ஆயிடை
தமிழ்கூறும் நல்லுலகம்

எனப் பண்டைய தமிழகத்தின் எல்லைகளைப் பனம்பாரனார் என்ற தமிழறிஞர் கூறியுள்ளார். தெற்கேயுள்ள கன்னியாகுமரியும், வடக்கேயுள்ள வேங்கடமலை (திருப்பதி)யும் தமிழகத்தின் தென்வட எல்லைகளாகக் குறிப்பிடப்பட்டுள்ளது என இன்றைய தமிழர்கள் புரிந்து கொள்கின்றனர். ஆனால், தென்குமரி என்பது இன்றைய கன்னியாகுமரி அல்ல, அதற்கு தெற்கே பல ஆயிரம் கல் தொலைவில் இருந்த குமரி கண்டம் என்றும், வடவேங்கடம் என்பது திருப்பதி மலையல்ல; மாறாக இமயப்பெருங்கல் எனப்படும் இமயமலையை (வேங்கடம் –மலை) குறித்ததாகும் என்றும் வரலாற்றாய்வாளர்களும் தமிழறிஞர்களும் கருதுகின்றனர். ஐம்பதினாயிரம் சதுர மைல் பரப்புள்ள ஒரு பெரிய நிலப்பகுதி கடற்கோளால் தற்போதைய கன்னியாகுமரிக்கு தெற்கே மறைந்து போனதாக அறிஞர்கள் கருதுகின்றனர். குமரிகண்டம் அல்லது லெமூரிய கண்டம் என அழைக்கப்பட்ட அப்பகுதியில் குமரி, பஃருளி போன்ற பேராறுகளும் பல மலைத் தொடர்களும் இருந்தன. ஏழ் தெங்க நாடு, ஏழ் மதுரை நாடு, ஏழ் முன் பாலை நாடு, ஏழ் பின்பாலை நாடு, ஏழ் குணகரை நாடு, ஏழ் கொல்லம் நாடு முதலான நாற்பத்தொன்பது நாடுகள் இக்கண்டத்திலிருந்தன. தென்தமிழகப் பகுதிகள் மூன்று கடற்கோள்களால் அழிந்து போனதையும் முதலிரு தமிழ் சங்கங்கள் அதில் மறைந்ததையும் பழந்தமிழ் இலக்கியங்கள் கூறுகின்றன.

பஃறுளியாற்றுடன் பன்மலையடுக்கத்துக்
குமரிக் கோடும் கொடுங்கடல் கொள்ள
வடதிசை கங்கையும் இமயமும் கொண்டு
தென்றிசை யாண்ட மன்னவன் வாழி

(சிலப்பதிகாரம்)

என்ற பாடலில் கூறப்படும் செய்திகள் கட்டுக்கதையாக இருக்க முடியாது என மொழிஞாயிறு தேவநேயப்பாவாணர் கூறுகிறார்.[3]

சர்.வால்ட்டர் ராலே, பேராசிரியர் ஹெக்கல், சர்.ஜான்ஸ் இவான்ஸ், ஸ்காட் எலியட், சர்.ஜெ.டபிள்யூ ஹோல்டர்னஸ் போன்ற மேனாட்டு ஆய்வாளர்கள் லெமூரியா எனப்பட்ட அந்த கண்டம் நீரில் மூழ்கிப் போனதை ஒப்புக்கொள்வது மட்டுமன்றி, உலகில் தோன்றிய முதல் மனிதனும் (லெமுர்) அங்கு வாழ்ந்தான் என்றும் கருதுகின்றனர்.

இவ்வாறு லெமூரியா எனப்பட்ட குமரிக்கண்டம் துவங்கி இமயமலை வரை பழந்தமிழர்கள் வாழ்ந்து ஆட்சியும் நடத்தியுள்ளனர். வடமேற்கிந்தியா, வடகிழக்கிந்தியா, மத்திய இந்தியா, மற்றும் தென்னிந்தியப் பகுதிகளில் நாகர்கள் (லெமூரியர்கள்) ஆட்சி செய்தனர்.[4] லெமூரியா கண்டத்தில் வாழ்ந்த தமிழர்கள் நாகர், இயக்கர் ஆகிய இருபெரும் பிரிவுகளைச் சேர்ந்திருந்தனர். சிலப்பதிகாரம், மணிமேகலை முதலான சங்க இலக்கியங்கள் பலவும் நாகர்கள் நாடாண்டதையும் சங்கம் வைத்து மொழி மற்றும் இலக்கியங்கள் வளர்த்ததையும் எடுத்துக் கூறுகின்றன. நாகர்களின் தாக்கத்தை இந்திய வரலாறு. கலை, பண்பாடு, மருத்துவம், இசை, அறிவியல், கட்டிடக்கலை, கல்விமுறை என்ற அனைத்து துறைகளிலும் காணலாம். கி.பி.5,6 ஆம் நூற்றாண்டிற்குப் பின் தோற்றுவிக்கப்பட்ட வட இந்தியப் பிராமண, வைதீக மதங்களிலும் தென்னிந்தியாவில் தோற்றுவிக்கப் பட்ட சைவ, வைணவ, மதங்களிலும் நாகர் சமய செல்வாக்கைக் காணலாம். சிவன், திருமால், பிரம்மா மற்றும் பல சிறு, பெரு கடவுள்கள் அவர்களின் மனைவிமார்கள் (அம்மன்கள்) என்று அனைத்து இந்துமத கடவுள்களும் இன்றும் நாகத்தின் பாதுகாப்புடனும், ஆதரவுடனும் இருப்பதைக் காணலாம். நாகர்கள் வாழ்ந்த ஊர்களும், பட்டினங்களும், பாக்கங்களும், நகரங்களும், கிராமங்களும் இன்றும் இந்தியாவில் உள்ளன. நாகாலாந்து ஒரு தனி மாநிலமாகவே உள்ளது.

நாகர்கள், பல்வேறு புதிய பெயர்களுடன் கி.பி.12ம் நூற்றாண்டு வரை இந்தியாவின் பல பகுதிகளில் ஆட்சி செலுத்தியுள்ளனர். தமிழகத்தை ஆட்சி செய்த சேர, சோழ, பாண்டியர்களும், காஞ்சியை ஆண்ட பல்லவர்களும், ஆந்திர சதகர்ணிகளும், மகாராட்டிர சாளுக்கியர்களும், தலக்காட்டு கடம்பர்களும், வனவாசிகளும், பாணர்களும் (வாணர்,வாணகோவரையர்கள்) சம்புவராயர்களும் நாகர் வழி வந்தோராவர்.[5]

பழங்குடி இனக் குழுக்களும் அரசுகளின் துவக்கமும்

இந்திய மற்றும் தமிழகப் பூர்வகுடியினராகக் காடுகளில் (குறிஞ்சி) வாழ்ந்த வேடர்களையும், மலைகளில் (முல்லை) வாழ்ந்த குறவர்களையும், சமவெளிகளில் (மருதம்) வாழ்ந்த உழவர்களையும், கடற்கரை பகுதிகளில் (நெய்தல்) வாழ்ந்த மீனவர்களையும் நாம் காணமுடிகிறது. இவர்கள் முறையே வேட்டையாடுதலையும், கால்நடை வளர்த்தலையும், விவசாயத்தையும், மீன் பிடித்தலையும் தொழில்களாகக் கொண்டிருந்தனர். இனக்குழுக்களாக வாழ்ந்த இவர்கள் சிறிய மிகச்சிறிய அரசுகளைத் தோற்றுவித்தனர். சங்க இலக்கியங்கள் குறிப்பிடும் இனக்குழுவைச் சேர்ந்த குடி தலைவர்களே இலக்கியங்களில் "பாட்டுடைத் தலைவன்" எனக் குறிக்கப்படுகிறார்கள். ஆய்குடி, எவ்விகுடி, வள்ளுவகுடி, காப்பியகுடி போன்றவை சில. இவர்கள் அனைவரும் நாகப்பறையர், எயினப்பறையர் பிரிவிலிருந்து தோன்றியவர்.[6] (இதைப் பற்றி விரிவாகவும் விளக்கமாகவும் அறிய (1) ஆ.சீனிவாச அய்யங்கார் எழுதியுள்ள தமிழர் ஆய்வுகள், (2) K.K. பிள்ளை எழுதியுள்ள இந்திய வரலாற்று ஆய்வுகள்–தமிழக வரலாற்றில் தனிக்கவனம் (3) ப. கனகசபை எழுதியுள்ள 1800 ஆண்டுகட்கு முற்பட்ட தமிழர்கள் ஆகிய நூல்களைப் படிக்கலாம்).

பண்டைய தமிழ்க்குடிகளுள் சிறப்பானதாகக் குறிப்பிட்டுச் சொல்லும் அளவிற்கு சிறந்த குடிகளாக நான்கைப் புறநானூறு அடையாளப்படுத்துகிறது.

துடியன், பாணன், பறையன், கடம்பன் என இந்நான்கல்லாது குடியுமில்லை. (புறநானூறு) இவர்களில் துடியரும் பாணரும் இசைத்துறையில் ஈடுபட்டனர். மன்னர்களையும் மக்களையும் மகிழவைத்தனர். இவர்களில் கூத்தரும், விரலியரும் அடங்குவர், மலை மற்றும் காடுகளில் கடின உழைப்பில் ஈடுபட்டவராகக் கடம்பர்கள் இருந்திருக்கலாம். சங்க காலத்தில் உழவுத்தொழிலே முதன்மையாக இருந்துள்ளது. மன்னர் முதல் மக்கள் வரையுள்ளோர்க்கு உணவளிக்கும் பொறுப்பில் இவ்வுழவுப் பறையர்கள் இருந்தனர். சங்க இலக்கியங்கள் பலவும் உழவுத் தொழிலுக்கே முதலிடத்தையும் சிறப்பையும் அளிப்பதைக் காணலாம். நாட்டின் செல்வச் செழிப்பிற்கும் வளமைக்கும் காரணமான உழவுப்பறையர்கள் வாரி வழங்கும் கொடை வள்ளல்களாகவும் நாடாளும் வேந்தர்களாகவும் விளங்கினர். நாடாண்ட உழவர்கள் வேளீர்குடியினர் எனப்பட்டனர். சங்க காலத்தமிழர்கள் குடியினராகக் குறிப்பிடப்பட்டுள்ளார்கள்; சாதியினராக அல்ல என்பதை மனதில் கொள்ள வேண்டும்.

பறையர்களின் ஆட்சி

எடுத்துக்காட்டாக ஒருசில சான்றுகள். எயினப் பறையர் பிரிவைச் சேர்ந்த சேரமன்னன் எழினி (எயினன்) ஆதன் பறையன். இவர் திருவாங்கூரை ஆண்டிருப்பது வரலாற்று முக்கியத்தும் வாய்ந்தது என டாக்டர் K.K.பிள்ளை கூறியுள்ளார்.[7] பறையர்களுக்கும் அவர்களின் மன்னர்களுக்கும் குருவாக விளங்கிய வள்ளுவ (பறைய) ரினைத்தைச் சேர்ந்த நாஞ்சில் வள்ளுவன் என்ற மன்னரை K.K. பிள்ளை மீண்டும் சுட்டிக் காட்டுகிறார். தொல்காப்பியம் சுட்டிக்காட்டும் வேணாட்டின் அரசன் ஆய்–அன்டிரனையும் பிள்ளையவர்கள் அடையாளம் காட்டி பறையர்கள் நாடாண்ட நிகழ்வை உறுதி படுத்துகிறார்.[8] ஆதியமான் நெடுமான் அஞ்சி, மலையமான் திருமுடிக்காரி போன்ற மன்னர்களும் பறையர் இனத்தவர் என்பதை பல வரலாற்றறிஞர்களும் உறுதி படுத்துகின்றனர்.[9] (விரிவாக தெரிந்துகொள்ள பேராசிரியர் S. கலியபெருமாள் எழுதியுள்ள "தமிழர் பண்பாடு படும்பாடு" என்ற நூலை படிக்கலாம்) நூற்றுக் கணக்கில் குறுநிலமன்னர்களாகவும்

இளவல்களாகவும் பறையர்கள் இருந்துள்ளனர். பாரி, காரி, ஓரி, உப்பை, உழவை, குமணன், இளங்கோவேள் எனப்படும் கடை ஏழு வள்ளல்களும் (சங்க காலத்தில்) உழவர்களான பறையர் ஆவர்.

புராணங்கள் குறிப்பிடும் சோழ மன்னர்களான காந்தமன், முசுகுந்த சக்கரவர்த்தி, மாவலி சக்ரவர்த்தி, மனுநீதிச் சோழன் ஆகியோர் பறையர்களாவர். கரிகாலச் சோழனுக்கு முந்தியவர்களான சோழர் – கிள்ளி மரபினரும், சென்னி மரபினரும், காந்தமன், முசுகுந்தன், மாவலி ஆகியோரைத் தங்கள் மூதாதையர் எனக்குறிப்பிடுவதால், சோழபரம்பரையினரும் பறையர்கள் என உறுதியாகிறது.[10] மீன்பிடித்தொழிலையும், முத்துக்குளித்தலையும் மேற்கொண் டிருந்த நெய்தல் நில மீனவர்கள் பாண்டிய (பண்டைய தொன்மையான) அரசை தோற்றுவித்தனர். இவ்வாறு, நாகர்–எயினர் பிரிவினரான பாணரும், பறையரும் மல்லரும் (பிற்கால பள்ளர்) சக்ரவர்த்திகளாகவும் விளங்கி யதைச் சங்க இலக்கியங்களும் சங்கம் மருவியகால (களப்பிரர்) இலக்கியங்களும் தெளிவாக தெரிவிக்கின்றன. இத்தகைய ஆட்சியில் அமைச்சர்களாகவும், போர்படைத் தளபதிகளாகவும், அரசனுக்கு உதவிய ஐம்பெருங்குழு, எண்பேராயம் போன்ற ஆலோசனைக்குழு உறுப்பினர் களாகவும் பறையரும், பாணரும் விளங்கினர் என்பதை சொல்ல தேவையில்லை.

வள்ளுவர் சாக்கையரெனும் பெயர் மன்னர்க்கு
உள்படுகருமத்தலைவர்க் கொக்கும்

(முன்கலை திவாகரம்)

தரும வினைஞரும், தந்திரவினைஞரும்

(சிலப்பதிகாரம்)

போன்ற வரிகள் பறையரும், வள்ளுவர்களும், சாக்கை யரும் (சாக்கையர்–பௌத்தர்கள்) மன்னர்களுக்குப்பல வகையிலும் ஆலோசனையும் உதவியும் செய்துள்ளனர் என்பதைத் தெரிவிக்கின்றன. உழவர்களாகவும் வேடர்களாகவும், மீனவர் களாகவும் விளங்கிய பறையர்கள்

ஆட்சி எகிப்து, ரோம், கிரேக்கம், சீனம் ஆகிய நாடுகளுடன் கடல் வணிகத்தில் ஈடுபட்டிருந்தது.

திராவிடர்கள் வருகை

பூர்வகுடியினரானபறையர், பாணர் (நாகர்கள்) இந்தியாவின் ஆதிமக்களாவர். நாகர், இயக்கர், எயினர் லெமூரியா கண்டத்திலிருந்து இந்தியா முழுதும் பரவி வாழ்ந்து ஆட்சி செய்தனர். வரலாறு அறிந்த முதல் இந்திய அரச வம்சம் நாகர்களுடையது. நாகர்கள் – சிசு–நாகர்கள் என்ற பெயரில் வட இந்தியாவில் முதல் அரச வம்சம் துவங்கினர். பாரசிவ நாகர்கள், கார்கோடக நாகர்கள் ஆட்சியும் நடந்துள்ளன. தொடர்ந்து நந்தர்களும், மௌரியர்களும் (நாகர்களின் வழித்தோன்றல்கள்) அரச வம்சங்களைத் தொடர்ந்தனர். ஆரியர்களின் வேதங்களும் இலக்கியங்களும் இவர்களை நீசர்கள், (கீழ்மக்கள்) தாசர்கள் (அடிமைகள்) மிலேச்சர்கள் (அந்நியர்கள்) என இழிவுபடுத்தி குறிப்பிடுகினறன. இவர்களை, இந்திய மண்ணின் மைந்தர்கள், (Sons of the soil) மூலக் குடியினர் என வரலாற்றறிஞர் குஸ்தாவஸ் ஒப்பர்ட் தமது "பாரத நாட்டின் மூலக்குடியினர் (Original inhabitants of Bharat Varsha)என்ற ஆய்வு நூலில் குறிப்பிடுகிறார்.[11]

இத்தகைய மூலக்குடியினருடன் கலந்த முதல் வெளிநாட்டவர் திராவிடராவர். மத்திய தரைக்கடற் பகுதிகளைச் சேர்ந்த இத்திராவிடர்கள் தமிழகத்திலும் வட இந்திய பகுதிகளிலும் வந்து குடியேறினார்கள்.[12] நாகப்பறையருக்கும் திராவிடர்களுக்கும் வேற்றுமைகள் அதிகமில்லை எனத் தெரிகிறது. எந்த மோதலும் போர்களும் இல்லாமல் எளிதில் ஒன்று கலந்தனர்.[13] இந்திய பூர்வகுடியினரை இழிவு படுத்துவதிலேயே முனைப்பாக விளங்கிய பிராமண இலக்கியங்கள் தமிழர்களை மக்கள் (திராவிடர்கள்), தேவர்கள் (பிராமணர்கள்), நரகர் (நாகப்பறையர், பாணர் ஆகியோர்) என வகைப்படுத்தியுள்ளன. தற்கால மக்கள் தொகை கணக்கின் படி (1) மூலக்குடியினரும் மண்ணின்மைந்தரும், நாகர்வழிவந்தோரான, பறையர், பள்ளர், பாணர் முதலானவர்கள் 80.0 சதவீதத்தினராகவும்

(பெரும்பான்மையோர்) (2) வெளியிலிருந்து வந்து குடியேறிய திராவிடர் – வேளாளர்கள் 17.0 சதவீதத்தினராகவும் (சிறுபான்மையோர்) (3) மற்றுமொரு வந்தேறி குடியினரான ஆரிய பிராமணர்கள் 3.0 சதவீதத்தினராகவும் (மிகச் சிறுபான்மையோர்) உள்ளதை 1891–1901 மக்கள் தொகை கணக்கு கூறுகிறது. இந்த 100 ஆண்டுகளில் (2001 வரை) இந்த எண்ணிக்கை விகிதாச்சார அடிப்படையில் இதே நிலையில் தொடர வாய்ப்பு அதிகம் என்பதை நாம் நினைவில் கொள்ள வேண்டும்.

இரண்டாயிரமாண்டுகளுக்கு முன்பும் இதே விகிதாச்சாரத்தில் (ஏறக்குறைய) தான் மக்கள் தொகையும் இருந்திருக்க வேண்டும். ஆரசியல் துறையிலும், அறிவுத் துறையிலும், சமத்துவ சமூக வாழ்விலும் சிறந்தும் உயர்ந்தும் விளங்கிய நாகர் பெருங்கூட்டம் (பெரும்பான்மை 80%) கருத்து சிறுபான்மையினரான ஆரியர்களுக்கும் அவரை ஆதரித்த திராவிடர் 17+3% (20) களுக்கும் அடங்கி, ஒடுங்கி, அடிமையாகிப்போன நிகழ்வு உலகபெரும் வியப்புகளில் முதன்மையானதாகும்.

தமிழகம் ஆரியமயமாக்கப்படுதல்

கி.மு.1600 வாக்கில் இந்தியாவுக்கும், தமிழகத்துக்கும் வந்து குடியேறிய ஆரியரால், தெளிந்த நீரோடையாக தடங்கல் ஏதுமின்றி ஓடிக்கொண்டிருந்த தமிழ்ச் சமுதாயத்தில் மாசுகள் கலக்கத் துவங்கின. திராவிடருக்கு அடுத்து நாகர்பறையருடன் கலந்தவர்கள் ஆரியர்களாவர். இவர்கள் வேதமோதி பேதம் கற்பித்தவர்கள். மன்னர்களைத் தங்கள் மாய வலையில் வீழ்த்தியவர்கள். மனிதர்கள் சமமானவர்கள் என்ற நாகர் கருத்துக்கு மாறாக, எதிராக அவர்களில் உயர்ந்தவர், தாழ்ந்தவர் உண்டென்று ஆரியர்கள் கூறினர். அவர்கள் செய்த தொழில்களாலும் உயர்வுதாழ்வு கற்பிக்கப்பட்டது. அறம், பொருள், இன்பம் என்ற மூன்று விழுமியங்களுடன் தன் வாழ்வியலை வகுத்து வாழ்ந்து கொண்டிருந்த தமிழனுக்குப் புதிதாக மோட்சம் (வீடுபேறு) என்கிற ஒன்று கற்பிக்கப்பட்டது. “சாவுக்கு பிறகும் சொகுசு வாழ்க்கை

வாழலாம்; அதற்கு பிராமணப்பூசாரிகள் வழி காட்டுவார்கள்; கடவுளிடம் நேரில் பேசி அதற்கு அவர்கள் ஏற்பாடு செய்வார்கள்'' என்றும் புதிதாகக் கற்பிக்கப்பட்டது. இதுவரை இல்லாத, சொர்க்கலோக வாழ்வை மன்னர்களுக்கும் மக்களுக்கும் ஆரியப்பூசாரிகள் காட்டத்துவங்கினர். "தமிழர் பண்பாடுத் தரம்தாழ்ந்தது; ஆரியப்பண்பாடே மிக உயர்ந்தது, சிறந்தது '' என்றும் போதிக்கப்பட்டது. சுயநலப் போக்குடனிருந்த மன்னர்களும் மக்களும் சொர்க்கலோக சொகுசு வாழ்க்கைக்கு ஆசைபட்டு, ஆரியப் பூசாரிகள் பின் அலையத்துவங்கினர். தமிழ்மொழி தாழ்ந்ததென்றும் தேவ பாஷையான சமஸ்கிருதமே உயர்ந்ததென்றும் கூறப்பட்டது. தமிழைப் படைத்த சிவபெருமானுக்கே தமிழ் தெரியாது எனக்கூறி புதிதாக வடமொழியில் பூசைகளும் ஆராதனைகளும் புகுத்தப்பட்டன. தமிழர்களின் சிறு தெய்வங்கள் (இனக்குழு தலைவர்கள்) பனைமரக்காடுகளுக்கும், வயல்வெளிகளுக்கும் விரட்டப்பட்டனர். இவை, துஷ்டதேவதைகள் எனப் பெயரிடப்பட்டன. ஆரியர்களின் கடவுள்களுக்கு ஊர்நடு விலும், அக்ரகாரங்களின் (பிராமணர் குடியிருப்பு) நடு விலும், வானுயர்ந்த கோபுரங்களுடன் மாடக் கோவில்கள் கட்டப்பட்டன. இக்கோவில்களுக்கு நிலதானம், பொன்தானம், பொருள் தானங்கள் மன்னர்களால் வழங்கப்பட்டன. சமண, பௌத்தர்களான நாகர்களின் விளைநிலங்கள் பிடுங்கப்பட்டு பிராமணர்களுக்கும் கோவில்களுக்கும் வழங்கப்பட்டன. இவற்றை பிரம்மதேயம் எனவும், தேவதானம் எனவும், சதுர்வேதி மங்கலம் எனவும் வரலாறு பதிவு செய்துள்ளது. அரச சபைகளிலும், ஆலோசனைக்குழுக்களிலும் அமர்ந் திருந்த வள்ளுவ (பறைய) அறிஞர்கள் நீக்கப்பட்டு ஆரியப் பூசாரிகள் நிரப்பப்பட்டனர். இங்ஙனம் அரசியல், சமூக, பொருளாதார புலங்கள் ஆரிய மயமாக்கப்பட்டன. (விரிவாக தெரிந்துகொள்ள தமிழர் உண்மை வரலாறு என்ற நூலைபடிக்கலாம்.)

நாகப்பறையர்களின் ஆரிய எதிர்ப்பு

நாம் மேலே குறிப்பிட்ட "ஆரியமயமாக்கல்" என்ற நிகழ்வு நாகப் பழந்தமிழர் பண்பாட்டைத் தலைகீழாகப்

புரட்டிப்போட்டது. இதனை Aryanisation of Tamil Country என ந.மு. வேங்கடசாமி நாட்டார், பேராசிரியர் R. சத்தியநாத அய்யர், பேராசிரியர் N. சுப்பிரமணியன் போன்றோர் பதிவு செய்துள்ளனர்.[14] நாகப்பறையர்களில் ஒரு பகுதியினர் இப்பாதிப்புகளால் வெகுண்டெழுந்தனர். ஆரிய மயக்கத்திற்கு அடிமையாகிவிட்ட தன் இன மன்னர்களை எதிர்த்தும், ஆரியவழி ஆட்சியை ஒழித்தும், தமிழ்ப் பண்பாட்டு வழியில் புதிய அரசைத் தோற்றுவித்தனர். இவர்களே களப்பறையர் ஆவர். போர்க்களம் கண்ட பறையர் எனக் கூறலாம். களப் பறையர் என்பதைக் "களப்ரா" (Kalaprah) எனச் சமஸ்கிருதத்தில் அழைத்தனர். தமிழில் களப்பிரர், களப்பாளர் எனவும் அழைக்கப்பட்டனர். இவர்கள் கால (கி.பி. 250–கி.பி.600) ஆட்சியில் ஆரிய வழி நின்ற சேர, சோழ, பாண்டிய மன்னர்கள் முழுவதுமாகத் தோற்கடிக்கப்பட்டனர். பல்லவ நாட்டைத் தவிர்த்த தமிழகம் இவர்கள் கட்டுப்பாட்டில் வந்தது. பிராமண நில மற்றும் ஊர் தானங்கள் ரத்து செய்யப்பட்டன.[15] பிராமண தானங்களை ரத்து செய்த விபரத்தை வேள்விகுடி செப்பேடும் கூறுகிறது. ஆரிய சமயச் சடங்குகளை மக்கள் கைவிட வலியுறுத்தப்பட்டது. மனிதர்களின் ஒற்றுமையைக் குலைத்து, அவர்களைச்சாதி அடிப்படையில் பிரிக்கும் முயற்சிக்கு எதிராக இலக்கியங்கள் கொள்கை பரப்பின. பிரம்ம, சத்திரிய, வைசிய, சூத்திரன் எனப்படும் நான்கு சாதிக்கோட்பாட்டை (வர்ணாஸ்ரம தர்மம்) எதிர்த்து "பிறப்பொக்கும் எல்லா உயிர்க்கும்" என வள்ளுவம் குரலெழுப்பியது. சமய சடங்குகளுக்கு எதிராக நீதி. நெறி, ஒழுக்கம், அன்பு, ஒற்றுமை குறித்த கருத்துக்களைக் களப்பறையர் கால இலக்கியங்களான, குறள், அறநெறிச்சாரம், ஆசாரக் கோவை, சிறுபஞ்சமூலம், ஏலாதி, கைநிலை போன்றவை வலியுறுத்தின. "சாதி இரண்டொழிய வேறில்லை" எனக் கூறி ஆரிய வர்ண சாதி முறையை எதிர்த்தனர், நாகப்பறையர்கள்.

ஆரியப் பண்பாட்டையும் சாதிவழி மேலாதிக்கத்தையும் எதிர்த்து எழுந்த இக்களப்பறையர் புரட்சியும், ஆட்சியும் தமிழகத்தில் 400 ஆண்டுகாலம் தொடர்ந்தது, கி.பி. 150 துவங்கி கி.பி.550 வரை தொடர்ந்த இவ்வாட்சி பற்றிய விவரங்கள்

தெரியவில்லை. இவை வரலாற்றில் ஏன் பதிவாகவில்லை என்பது புரியவில்லை. இவ்வாட்சியின் விவரங்கள் மறைக்கப்பட்டனவா? அல்லது அழிக்கப்பட்டனவா? என்ற ஐயம் நீடிக்கிறது. பிராமண ஆதிக்கத்திற்கு எதிராக நடந்த இந்த ஆட்சி காலத்தைத் "தமிழகத்தின் இருண்ட காலம்" எனச் சில வரலாற்றாசிரியர்கள் கூறிவந்தனர். ஆனால், அண்மைகால ஆய்வு, அதை "இருட்டடிக்கப்பட்ட காலம்" எனத் தெரிவிக்கிறது. பிராமண பண்பாட்டிற்கும் மேலாதிக்கத்திற்கும் எதிராக பெரியபுரட்சியும் ஆட்சியும் நடந்தது என்ற பதிவு வரலாற்றில் இடம் பெற்றுவிடக்கூடாது என்பதற்காகவே திட்டமிட்டு இதை இருண்டகாலம் Dark Age எனப் பதிவு செய்துள்ளனர். ஏனெனில், பிராமணர்களுக்கு எல்லா வகையிலும் ஆதரவுடன் வட இந்தியாவில் நடந்த இதே கால *(கி.பி.200–600)* குப்தர்கள் ஆட்சியைப் "பொற்காலம்" Golden Age எனப் பிராமண மற்றும் பிராமண சார்பு வரலாற்றாசிரியர்கள் பதிவு செய்துள்ளதை நாம் கூர்ந்து கவனிக்கவேண்டும்.[16]

மேலும், அசோகர் காலம் முதல் அப்பர் காலம் வரை தமிழகத்தில் பௌத்தம் கோலோச்சியது. தமிழகம் மட்டுமல்லாது, முழு இந்தியாவும் பௌத்த பூமியாகவே விளங்கியது என்பதை T.W. RhysDavids என்பவர் தமது Buddhist India என்ற நூலில் குறிப்பிடுகிறார்.

பௌத்த நாகர்களுக்கும் ஆரியர்களுக்கும் நடந்த நீண்ட நெடிய போர்களை, ஆரிய இலக்கியங்களான வேதங்களும் மகாபாரதம், இராமாயணம் மற்றும் புராணங்களும் குறிப்பிடுகின்றன. சர்ப்ப (பாம்பு) யாகம் என்ற பெயரில் காடுகளைத் தீக்கிரையாக்கி அங்கு வாழ்ந்த நாகர்களை அழித்துள்ள நிகழ்வுகள் பற்றி பிராமண இலக்கியங்கள் சான்று கூறுகின்றன. கி.மு.500 முதல் கி.பி.500 வரை (ஆயிரமாண்டுகள்) இப்போராட்டம் தொடர்ந்தது. இது வெரும் ஆயுதப்போராக மட்டுமல்லாமல், பண்பாட்டு கலாச்சாரப் போராகவும் நடந்தது. இதற்கு இரு பெரும் காரணங்களிருந்தன. 1. ஆரியர்களின் கடவுள் மற்றும் அவரின் உலக உயிர்களின் (மனிதர்களையும் சேர்த்து) பராமரிப்பு

தத்துவத்தையும், ஆரிய மேலாதிக்கத்தையும் (Brahmin supremacy) நாக எயின–பறையர்கள் ஏற்க மறுத்தது, தொடர்ந்து எதிர்ப்பது. 2. மேலும், அவர்கள் ஆரிய சமூக அமைப்பை (வர்ணாஸ்ரம தர்மம்) ஏற்க மறுத்து, ஆரியர்களின் எதிரி சமயங்களான சமண பௌத்த மதங்களைத்தழுவி வாழ்ந்து வந்தது, வருவது.

நாக–எயின–பறையர்களின் வீழ்ச்சி

பண்டைய தமிழகத்தில் துடியன், பாணன், பறையன், கடம்பன் வழிவந்த நாக–எயின–பறையர்களும் அவர்களின் வழித்தோன்றல்களும் பெருங் கூட்டமாக வாழ்ந்தனர். மீன்பிடித்தல், வேட்டையாடுதல், வேளாண்மை செய்தல், கால்நடைகளைப் பராமரித்தல் போன்ற தொழில்களைத் தவிர, இவர்கள் இரும்பு தொழில், மரச்சாமான்கள் தயாரித்தல், உலோக பாத்திரங்கள், அணிமணிகள் செய்தல், வீடுகட்டுதல், மண்பாண்டங்கள் செய்தல், துணி வெளுக்கும் தொழில், போன்ற தொழில்களிலும் ஈடுபட்டனர். பஞ்ச கம்மாளர் எனப்பட்ட கைவினைஞர்களும் நாகப்பறையராகவே இருந்தனர். தங்களைத்தவிர எஞ்சிய மக்கள் கூட்டத்தை தாழ்ந்தவர்களாகவும், தீண்டத் தகாதார்களாகவுமே ஆரியப்பூசாரிகள் கருதி நடத்தினர்.[17] இக்கால கட்டத்தில் பல்வேறு சிறு தொழில்கள் செய்தோர் தனித்தனி சாதியினராகக் கருதப்படவில்லை. ஒரு குடும்பத்தில் ஒருவர், உழவராகவும், இரண்டாமவர் ஆசிரியராகவும், மூன்றாமவர் வழக்கறிஞராகவும், அடுத்தவர் மருத்துவராகவும், அடுத்தவர் பொறியாளராகவும் (தற்காலத்தில்) பணி செய்வது போலவே பண்டைய நாகரிகத்தினர் தொழில் செய்து வாழ்ந்தனர்.

பிற்காலச் சோழர்கள் எனப்படும் தஞ்சை சோழர்கள் காலத்தில் தான் ஒவ்வொரு சிறு தொழிலும் தனிச் சாதியாக்கப்பட்டது. சாதிகளின் எண்ணிக்கை மளமளவென்று பெருகி சதுராட்டம் ஆடியது சோழர் காலத்தில்தான். ஆரியர், திராவிட (வேளாளர்) ரைத் தவிர்த்த தற்கால தமிழ்ச்சாதியினர் அனைவரும் நாகர்களின் வழிவந்தவர்களே18, என ஆ. சீனிவாச அய்யங்கார் கூறுகிறார். பட்டிக்காட்டான் பட்டின

வாசியாவதும், பனைமட்டை குடிசையில் வாழ்ந்தவன் பங்களாக்களில் வாழ்வதும் காலப்போக்கில் கிடைக்கும் வாழ்க்கை வசதிகளாலும் பொருளாதார வாய்ப்புகளாலும் தான் என்பதை விளக்கி கூற வேண்டியதில்லை. சுயநல போக்குடன் வாழ்ந்த மனிதன் வசதியும் வாய்ப்பும் கிடைக்கப் பெறும் போது தன்னை உயர்ந்தவனாகவும், அவை கிடைக்கப் பெறாதவர்களைத் தங்களைவிடத் தாழ்ந்தவர்களாகவும் நினைப்பதும், நடத்து வதும் இயல்பானதுதானே.

ஆரியத்தை வீழ்த்தி ஆட்சி நடத்திய களப்பறையர்களை வீழ்த்த ஆரியப்பூசாரிகள் முயன்றனர். மண்ணாளும் ஆசை யில் சொந்த சகோதரர்களையே மாய்க்க தருணம் பார்த்து கொண்டிருந்த நாக மன்னர்களிடம் ஆரியப்பூசாரிகள் தூபம் போட்டனர். சாவுக்குப்பின் வரும் சொர்க்கலோக ஆசை யைத் தூண்டிவிட்டனர். தெற்கே பாண்டியர்களையும் வடக்கே பல்லவர்களையும், களப்பறையர்களை ஒழிக்க, தூண்டிவிட்டனர். கி.பி.5ம் நூற்றாண்டின் இறுதியில் களப் பறையர் ஆட்சி வீழ்ந்தது. நாகப்பறையர், பள்ளர் ஆட்சி வீழ்ச்சியடைந்ததை ராகுல சாங்கிருத்தியாயனும், டாக்டர். கதிர் மகாதேவனும் உறுதி செய்கின்றனர்.[19] இங்ஙனம், ஆரிய மேலாதிக்கத்தையும், நால்வருணச் சாதிபாகுபாட்டையும், ஆரியர்களின் கடவுள் தத்துவத்தையும் எதிர்த்தவர்களில் முதன்மையானவர்கள் பறையர், பள்ளர்களே.[20] இக்களப் பறையர்களின் வீழ்ச்சி வெரும் வீரத்தின் வீழ்ச்சியல்ல போர்க்கள தோல்வியல்ல. தமிழர் பண்பாட்டின் வீழ்ச்சி இது. "மனிதர்கள் குணத்தாலும், திறமையாலும் மாறுபட்டவர்களே; எனவே உயர்ந்தவர்களாகவும் தாழ்ந்தவர்களாகவும் இருக் கிறார்கள், பிராமணன் உயர்ந்தவனே; தமிழன் தாழ்ந்தவனே" என்ற ஆரிய நிலைபாட்டை பறையர்களின் இந்த வீழ்ச்சி உறுதி படுத்த துவங்கியது. ஏனெனில், தொடர்ந்த கி.பி. 6,7,8ம் நூற்றாண்டுகளில் ஆரியம் மீண்டும் வீரியத்துடன் எழத்துவங்கியது. சைவம், வைணவம் என்ற பெயரில் பிராமண கருத்துக்களும் சித்தாந்தங்களும் வளரத் துவங்கின. மனிதர்கள் 4 சாதிகளுக்கு பதில் 400–க்கும் மேற்பட்ட சாதிக் கூண்டுகளில் அடைக்கப்பட்டனர்.

மனிதர்களைச் சாதிகளாக வகைபடுத்தியும், வரிசை படுத்தியும் உயர்வு, தாழ்வுடனான உரிமைகளையும் கொண்டு அமைக்கப்பட்ட ஒரு சமுதாயம் அமைதியாகவும், அன்பு பாராட்டியும் வாழ முடியாது. உரிமை வேறுபாடுகளால் ஒருவருக்கொருவர் மோதிக் கொண்டும் சண்டையிட்டுக் கொண்டும் செத்து அழிவார்கள். இது நாகர்களின் சமத்துவ, சகோதரத்துவ சமூக அமைப்பிற்கு எதிரானதால், அதை நாகர்களான ஆதிதிராவிடர்கள் எதிர்த்தனர். எனவே, ஆரிய சாதிகோட்பாட்டையும், ஆரிய மேலாதிக்க கோட்பாட்டையும் எதிர்ப்பதுவே ஆதிதிராவிடர் அறிவுத்தளத்தின் அடிப்படை யாகிப் போனது.

திராவிடர்களும், நாக ஆதிதிராவிடர்களில் ஒரு பகுதியினரும், ஆரிய வலையில் வீழ்ந்து ஆரிய வழியில் தங்கள் பயணத்தைத் தொடர்ந்து விட்டதால் எஞ்சிய ஆதிதிராவிடர்கள் (பூர்வ பௌத்த குடியினர்) மட்டும் ஆரிய எதிர்ப்பை தொடர்ந்தனர். இவ்வாறு, ஆரிய வேத, சாதி பாகுபாடு பண்பாடு என்பதை எதிர்ப்பதே ஆதிதிராவிடர்களின் அறிவு தளமாகியது. அது அவர்களுக்கு மட்டுமே இன்றுவரையில் சொந்தமாகி நிலைத்து நிற்கிறது.

ஆதிதிராவிடர்கள் யார் என்பதையும் அவர்தம் அறிவுத்தளம் எவ்வாறு செயல்பட்டது என்பதையும் பின்வரும் அத்தியாயங் களில் காண்போம்.

2. பறையர்கள் ஆதிதிராவிடர்களா?

நாம் இதுவரை பார்த்த நாகப்பறையர்களும் தொடர்ந்து களப்பறையர்களும் சங்க இலக்கிய பாடல்களில் பாட்டுடைத் தலைவர்களாகவும் வலம் வந்தவர்கள். அகநானூற்றிலும் புறநானூற்றிலும் அங்கம் வகித்தவர்கள். நற்றிணையிலும், குறுந்தொகையிலும், பத்துப்பாட்டிலும் பங்குபெற்றவர்கள். வரலாற்று நாயகர், நாயகிகளாக வாழ்ந்தவர்கள். திடிரென்று வரலாற்றிலிருந்து மறைக்கப்பட்ட அல்லது மறுக்கப்பட்டவர்களாக ஆனார்கள். களப்பறையர் காலத்து க்குப்பிறகு அல்லது சங்கம் மருவிய காலத்துக்குப் பிறகு வந்த சைவ, வைணவ சமய, பக்தி இலக்கியங்களில் மறைந்து போனார்கள். ஆங்கிலேயர் வருகைக்கு முந்திய காலம் வரையில் வாழ்ந்த புலவர்களும், கவிஞர்களும்,தங்கள் படைப்புகளில் இப்பறையர் பற்றிய எந்த குறிப்பையும் எழுதவில்லை. இக்கால வரலாறும் இவர்களைக் கைவிட்டு விட்டது. இப்படி ஒரு இனத்தவர் தமிழ்நாட்டில் ஆட்சியையும் அறிவு தளத்தையும் தங்கள் கையில் வைத்து கோலோச்சினர் என்பதையே மறைக்கும் நோக்குடன் சைவ, வைணவ புராண, இலக்கியங்களும் வெளிவந்தன.

கி.பி.6ம் நூற்றாண்டில் தெற்கில் நின்றசீர் நெடுமாறனும், (பாண்டியமன்னன்) வடக்கில் மகேந்திரவர்மனும் (பல்லவமன்னன்) தங்களின் பூர்வீக மதமான சமண–பௌத்த மதங்களைக் கைவிட்டு சைவ மதத்தை ஏற்று கொண்டனர். இது சமண, பௌத்த மதங்களின் அழிவிற்கு வழி வகுத்தது. ஆரிய மேலாதிக்கத்தையும், சாதி பாகுபாட்டுச் சமூக

அமைப்பையும் ஏற்க மறுத்த மக்களை எல்லா வழிகளிலும் ஆரியப்பூசாரிகள் ஒடுக்க முனைந்தனர். இம் மக்கள் சைவ சமயத்தை ஏற்க கட்டாயப்படுத்தப்பட்டனர். ஏற்க மறுத்த சமண–பௌத்தர்களானப் பறையர்களின் நிலங்கள் பறிக்கப்பட்டு கோவில்களுக்கும், பிராமணர்களுக்கும் அளிக்கப்பட்டன. அவர்களின் நிலங்களிலேயே நில அடிமைகளாகவும், விவசாயக் கூலிகளாகவும் அவர்கள் மாற்றப்பட்டனர். பிழைக்க வேறு வழியில்லாத நிலையில், பறையர்கள் அடிமை வாழ்வை அமைதியாக ஏற்றனர். ஆயுதம் ஏந்தும் உரிமையும், கல்விகற்கும் உரிமையும் இவர்களுக்கு மறுக்கப்பட்டது. (விரிவாக தெரிந்துகொள்ள "தமிழர் பண்பாடு படும்பாடு" என்ற நூலை படிக்கலாம்). இம்மக்களின் சமண மடாலயங்களும் பௌத்த விகாரங்களும் இடிக்கப்பட்டு சிவக் கோவில்களாக மாற்றப்பட்டன. இவர்களின் மூளை (சிந்தனை) முடக்கப்பட்டு, தாங்கள் யார் என்பதையே மறக்கும் அளவிற்கு மாற்றப்பட்டனர். அவர்களால் மட்டுமல்ல வேறு எவராலும் இம்மக்கள் யார் என அடையாளப்படுத்த இயலாத நிலை ஆங்கில ஆட்சி வரை நீடித்தது.

ஆரியத்தை எதிர்த்ததோடல்லாமல், இவ்வாரிய கருத்தியல்களை, வடஇந்தியாவில், முன்பே எதிர்த்துவரும் சமண, பௌத்த சமயங்களைத்தழுவி வாழ்ந்தும் வந்த தமிழக பூர்வகுடியினரை ஆரியர்கள் பல வழிகளிலும் தண்டித்து வந்தனர். இப்பறையர்களைச், சமூக விரோதிகளாகச் சித்தரித்து மன்னர்களையும் அவர்களின் ஆட்சிமுறைகளையும் எதிர்ப்பதாக மன்னர்களுக்கு அடையாளப்படுத்தினர். இம்மக்களை நெருங்குவது, தொடுவது, இவர்களுடன் பேசுவது கூட தீங்கை விளைவிக்கும் என்ற கருத்து பரப்பப்பட்டது. ஆரியர், ஆரியச் சார்பானவர் வீடுகளுக்கு வெளியிலும், வயல் வெளிகளிலும் அடிமை வேலை செய்வதற்கு மட்டுமே லாயக்கானவர்கள் என்றெல்லாம் பௌத்த பறையர்கள் பற்றி கருத்துக்கள் பரப்பப்பட்டன.

கி.பி.1911ல் ஆங்கில நிர்வாகத்தினர் இந்திய மக்கள் தொகை கணக்கெடுப்பு நடத்தியபோது, இப்பிரிவினர் யார் என்பதை

கண்டுபிடிக்க முடியாமல் திணறிப் போயினர். என்றாலும் இவர்கள் இந்துக்கள் அல்ல என்பதை மட்டும் தெளிவாகக் கண்டனர்.[21] தாங்கள் பயன்படுத்திய அளவு கோளின்படி,

1. இம்மக்கள் பிராமணர்களின் வேதங்களையும், மேலாதிக்கத்தையும் எதிர்த்தவர்கள், ஏற்க மறுத்தவர்கள்,

2. பிராமணர்களைக் குருவாக ஏற்காதவர்கள்,

3. இந்து தெய்வங்களை ஏற்று வணங்காதவர்கள்,

4. இந்து கோவில்களுக்குள் செல்ல அனுமதிக்கப் படாதவர்கள்.

என்பதை ஆங்கிலேயர் கண்டறிந்தனர். நிர்வாக வசதிக்காக மேற்கொள்ளப்பட்ட இக்கணக்கெடுப்பின்படி இவர்களை (பறையர்களை) எந்த பிரிவில் சேர்ப்பது? எவ்வாறு வகைப்படுத்துவது எனத் திணறினர். ஆயிரமாண்டுகளுக்கு மேலாக ஆட்சியிலும் அறிவுதுறையிலும் கோலோச்சிய பழந்தமிழ் நாகப்பறையர்களின் அடையாளத்தை அழித்தது யார்? "ஆன்மீகத்தில் ஆழ்ந்து போகிறோம், கருணை மிகுந்த இறைவனைத் தேடுகிறோம். அனைத்துயிர்களும் ஆண்டவனின் அம்சங்களே" எனத் தம்பட்டம் அடித்துக் கொண்டிருந்த சைவமும், வைணவமும் இம்மக்களின் அடையாளத்தைக் காப்பாற்றாமல் போனதேன்? இங்கனம் சொந்த அடையாளம் அழிக்கப்பட்டு, ஆதரவற்றநிலையில் சமூகத்திலிருந்து ஒதுக்கப்பட்ட (Socially excluded) நிலை யிலிருந்த இவர்களுக்கு, எவர் வேண்டுமானாலும், எந்த பெயரையும் வைக்கலாம் என்ற நிலை இருந்தது.

பெயர் சூட்டல்

தாங்கள் யார் என்பதையே மறந்து போகும் அளவுக்கு மூளையை (சிந்தனையை) முடக்கி மனம் மழுங்கிப்போகும் அளவிற்கு ஆளாக்கப்பட்டிருந்த இவர்களை டிப்ரஸ்டு கிளாஸ் (mentally depressed) என அழைக்க சில ஆங்கிலேய நிர்வாகிகள் ஆலோசனைக் கூறினர்.

மதம், சாஸ்திரம், சாதி, சம்பிரதாயம் ஆகியவற்றால் பல நூற்றாண்டுகளாக அடக்கி, ஒடுக்கி, அடிமையாக்கி, சுரண்டலுக்கும் ஆளாக்கப்பட்டிருந்த இம்மக்களை ஒடுக்கப்பட்டவர் (suppressed class) என அழைக்கலாம் என்று சிலர் ஆலோசனைக் கூறினர்.

சொல்லொணாதுயரத்துக்கும், துன்பத்திற்கும் வறுமைக்கும் ஆளாக்கப்பட்டிருந்த இம்மக்களை அடக்கப்பட்டவர்கள் (oppressed class) என அழைக்க சிலரும் கருத்துக் கூறினர்.

கடவுளோடும், சாஸ்திர சம்பிரதாயங்களுடனும் நெருக்கத்திலிருந்த மகாத்மா காந்தியும் இவர்களுக்கு புதிய பெயரிட்டார். இவர்கள் கடவுளின் குழந்தைகள் (ஹரி+ஜன்) என்பதுதான் அந்த பெயர். இந்திய மூலக்குடியினர், பலநூறு ஆண்டுகளாக சாதி இந்துக்களின் அடக்குமுறைக்கு ஆளாகி துன்பமும், அவமானமும் அடைந்து வருவதை மௌனமாகப் பார்த்து கொணடிருந்தவர்தான் இந்த கடவுள். இதை நன்கு அறிந்திருந்த காந்தியார் எந்த நோக்கத்தில் இந்தப் பெயரை இட்டார் என்பது தெரியவில்லை.

கி.பி. *1970* வாக்கில் மகாராட்டிரத்தில் பூர்வக்குடியினர் மத்தியில் பெரும் சமூக புரட்சியும், எழுச்சியும் எழுந்தது. "அடித்து நொறுக்கப்பட்ட," "காலடியின்கீழ் மிதித்து நசுக்கப்பட்ட" – என்ற பொருள்படும் "தலித்" என்ற பெயரைப் பூர்வக்குடியினர் தாங்களாகவே விரும்பி ஏற்றனர். பகுஜன் சமாஜ் கட்சியின் நிறுவனரான கன்ஷிராமும், தொடர்ந்து உத்தரபிரதேச முன்னாள் முதலமைச்சர் மாயாவதியும் இப்பெயரை பெரிய அளவில் புழக்கத்திற்கு கொண்டு வந்தனர். இன்றைய காலகட்டத்தில் சமூக, அரசியல் தளங்களில் இந்திய அளவிலும், உலக அரங்கிலும் அனைவரும் அறிந்த புழங்குப் பெயராக இது உள்ளது.

இம்மக்கள் இந்துக்கள் அல்லாதார் என்பது உறுதி செய்யப்பட்டபின், இவர்களின் சமூக அந்தஸ்தையோ, சாதி உயர்வு தாழ்வையோ சுட்டிக்காட்டாத நிலையில் இம்மக்கள் அழைக்கப்பட வேண்டும் எனக்கருதிய வங்காள மாகாண அரசின்சட்டமன்ற உறுப்பினர்கள். திரு.நரேந்திரநாராயணராய்,

பஞ்சனன்பர்மன் ஆகியோர் "பட்டியல் இனத்தவர்" (Scheduled caste) என்ற பெயரை இவர்களுக்கு பரிந்துரைத்தனர். Castes put under a Schedule என்பது சாதியின் உயர்வு தாழ்வையோ, சமூக அந்தஸ்தையோ, மதத்தின் அடையாளத்தையோ காட்டவில்லை. இந்த பெயரை இந்திய செயலர் சர்.சாமுவேல் ஹொரேவுக்கு செப்டம்பர் 24, 1932–ல் இந்திய அரசு அனுப்பியது. இப்பெயர் ("பட்டியலினத்தவர்") 1935ம் ஆண்டு, இந்திய அரசு சட்டத்திலும், 1947, இந்திய அரசமைப்புச் சட்டத்திலும் (341வது விதி) சேர்க்கப்பட்டது.[22]

இந்திய பூவக்குடியினரை எந்த பெயரிட்டழைத்தாலும் (காந்தியின் கடவுளின் குழந்தைகள் உட்பட) சாதி இழிவு, வெறுப்பு, அருவறுப்பு, அடிமைத்தன்மை என்ற அத்தனை உணர்வுடன் இணைத்துத் தான் இந்த மக்களை சாதி இந்துக்கள் என்போர் அடையாளம் காண்கின்றனர். அந்த அளவிற்கு அவர்களுக்கு பயிற்சி அளிக்கப்பட்டுள்ளது. இம்மக்கள், ஆரம்ப காலத்திலிருந்தே. ஆரிய அறிவு தளத்தை வெறுத்து, எதிர்த்து வந்தவர்கள் என்பது தெளிவாகிறது. வரலாற்றாய்வானர்கள் P.T. சீனிவாச அய்யங்கார், M. சீனிவாச அய்யங்கார், கருவூர் ஈழத்தடிகள் போன்றோர் இதை உறுதி செய்துள்ளனர்.

> **" இப்போது, தீண்டத்தகாதாரக ஒதுக்கப்பட்டுச் சேரிகளிலும், மலைப்புறங்களிலும் வாழ்ந்து வரும் ஏழைத்தமிழ் மக்கள் எல்லோரும், இந்து மதக்கோட்பாட்டிற்கு மாறாகக் கல்வி கற்க முயன்றவர்களும், வேதங்களை படிக்கவும் கேட்கவும் முயன்றவர்களும், இந்து மதக்கட வுளர்களை வணங்கவும் மறுத்தவர்களுமான வீரத்தமிழ் பெருமக்களே ஆவர்."[23]**

என ஈழத்தடிகள் அடையாளம் காட்டுகிறார்.

ஆதிதிராவிடர் என்ற பெயர்

டிப்ரஸ்டு கிளாஸ், (மனம் முடக்கப்பட்டவர்கள்) சப்ரஸ்டு

கிளாஸ், (அடக்கி, ஒடுக்கப்பட்டவர்கள்) oppressed class, (ஒதுக்கப்பட்டு சுரண்டலுக் குள்ளாக்கப்பட்டவர்கள்) ஹரிஜன், தலித், பட்டியலினத்தவர் எனப் பலப் பெயர்களில் இவர்கள் அழைக்கப்பட்டபோதெல்லாம், எவ்வித எதிர்ப்போ அல்லது ஒப்புதலோ அளிக்காதது மட்டுமல்ல எங்களை இந்த பெயரில் அழையுங்கள் என்று எந்தப்பெயரையும் இம்மக்களால் சொல்ல முடியவில்லை. அந்த அளவிற்கு அவர்கள் சிந்திக்க இயலாதவர்களாக இருந்தனர். காந்தி இம்மக்களை ஹரிஜன் என அழைக்க முற்பட்டபோது டாக்டர் அம்பேத்கரும் அவரது கட்சியினரும் எதிர்ப்பு தெரிவித்து அப்பெயரை ஏற்க மறுத்தனர்.

இந்நிலையில் 1917–ல் ஆங்கிலேய வைஸ்ராய் செம்ஸ் போர்டுவும், அதிகாரி மான்டேகுவும் சென்னைக்கு வந்தபோது, தமிழகப் பறையர்கள், தங்களை "ஆதிதிராவிடர்" என அழைக்க வேண்டும் எனக் கோரிக்கை வைத்தனர். இதை தொடர்ந்து சென்னை மாகாண சட்டமன்ற உறுப்பினராக பணியாற்றிய திரு. வி.சி. இராஜா, இதற்கான மசோதாவை, ஜனவரி 20, 1922–ல் சட்டமன்றத்தில் தாக்கல் செய்தார். சிலர் எதிர்ப்புடனும் பலர் ஆதரவுடனும் இம்மசோதா சட்டமாகியது. (G.O.No.817,Law General, dated March 25,1922) இம்மக்கள், பூர்வ தமிழர்தான்; பூர்வ மூலக்குடியினர்தான்; பூர்வ சமண –பௌத்தர்கள்தான்; நாக–எயின–பறையர்கள் தான். என்றாலும் "ஆதிதிராவிடர்" எனத் தங்களை அழைத்து கொள்வதில் இம்மக்கள் மிகவும் மகிழ்ந்தனர் ; பெருமை கொண்டனர். கி.மு.1600 வாக்கில் இந்தியாவில் நுழைந்த ஆரியர்களுக்கும், ஏறக்குறைய கி.மு.3000 வாக்கில் இந்தியாவிலும் தமிழகத்திலும் நுழைந்த திராவிட வேளாள ருக்கும் முந்திய மூலக்குடியினர் எனத் தங்களை அழைத்துக் கொள்வதில், இம்மக்கள் விருப்பம் கொண்டதில் வியப்பேதுமில்லை. "நாகர்களே பழங்கால ஆதிதிராவிடர்கள். திராவிடர்களுக்கு முந்தியவர்கள், திராவிட மொழியான தமிழைப் பேசியவர்கள் என்பதால் ஆதிதிராவிடர்கள் எனப்பட்டனர். (டாக்டர் சிவ. விவேகானந்தன் நாகர்

வரலாறு.பக்.41). ஏனெனில், வரலாற்று அடிப்படையில் அம்மக்களின் தொன்மையும், மண்ணின் மைந்தர்கள் என்ற பெருமையும் அவர்களைத் தலைநிமிரச் செய்கிறதல்லவா?

ஆரியர்களையும், திராவிட வேளாளர்களையும் தவிர்த்த பிற (இன்றைய) இடைநிலைச் சாதியினர் அனைவரும் நாகர், நாகப்பறையர்பிரிவிலிருந்தேதோன்றியவர்கள்என்றவரலாற்று உண்மைகளை இங்கு நாம் நினைவில் கொள்ளவேண்டும். ஆரியப் பண்பாட்டையும், ஆரிய மேலாதிக்கத்தையும் ஏற்ற நாகர் பிரிவினரை இடைநிலை சாதிகளாக்கி சாதிப் படிகளில் கொஞ்சம் உயரத்தில் வைத்தும், சிறிது காலம் ஏற்க மறுத்து பின் சரணடைந்தவர்களை மேலும் கீழ்ச்சாதிகளாக்கி சாதிப் படிகளில் கொஞ்சம் உயரத்தில் வைத்தும், இறுதிவரை ஏற்க மறுத்து எதிர்த்தவர்களை இன்னும் கீழ்ச்சாதிகளாக்கி சூத்திர, பஞ்சம, பாமர, சண்டாளப் பிரிவிலும் வைத்து தங்களின் நால் வருணக்கோட்பாட்டை (வர்ணாஸ்ரம சாதிமுறை) ஆரியர்கள் நிலை நிறுத்தினர். பல நூற்றாண்டுகளாக, அடிமைதனத்திலும், அறியாமையிலும் மூழ்கடிக்கப்பட்டாலும், வறுமையிலும், ஏழ்மையிலும், சுரண்டலிலும் உள்ளாக்கப்பட்டாலும், சொத்துரிமை, கல்வியுரிமை, ஆயுதமேந்தும் உரிமை மறுக்கப்பட்டாலும், தாங்கள் எல்லோருக்கும் முன்னவர்கள், முன்னோடிகள், மூத்தவர்கள் என்பதை நிலைநிறுத்துவதில் ஆதிதிராவிடர்கள் இன்று வரை முனைப்புடன் உள்ளனர். இதைத்தான் "ஆதிதிராவிடர்" என்ற அவர்களின் பெயர் நிலைநிறுத்தியுள்ளது. முன்னவர்கள், முன்னோடிகள், மூத்த வர்கள் என்பதனால் நாகப்பறையர் வழிவந்துள்ள இன்றைய தமிழர்களுக்கு அறிவுத்தளத்தின் முன்னோடிகளாவும் இவர்கள் அமைந்துள்ளார்கள். மனிதனுக்குத் தேவையான அறிவுத்தளத்தைக் கட்டமைத்து, வளர்த்து, பாதுகாத்த பெருமைக்கும் இவர்கள் சொந்தக்காரர்கள் ஆகின்றனர்.

கல்வியுரிமை மறுக்கப்பட்டவர்களும், கல்வியே இவர்கள் தலையில் ஏறாது என ஒதுக்கப்பட்டவர்களுமான இவ்வாதித்திராவிடர்கள் (நாக பறையர்கள்) தமிழர்களின் அறிவு தளத்தை கட்டியமைத்தும், பாதுகாத்தும் இன்று வரை வளர்த்தும் வந்திருப்பது வரலாறே எதிர்பார்க்காத (Historical irony)ஒன்றாகும்.

அறிவுத்தளம் என்பதென்ன?

அறியப்படுதலை அறிவு எனலாம். ஒன்றை பற்றிய விவரங்களை தெரிந்து கொள்ளுதலை அறிவு எனலாம். அனுபவ அறிவு, அனுமான அறிவு, பட்டறிவு, கல்வியறிவு என இதில் பலவகை உண்டு. பொறிவழி அறிதல், மனம் (மூளை) வழி அறிதல் என்ற இருவகைகளைத் தொல்காப்பியம் கூறுகிறது.

" ஒன்றறிவது உற்றறிவதுவே
இரண்டறிவதுவே அதோடு நாவே
மூன்றறிவதுவே அவற்றொடு மூக்கே
நான்கறிவதுவே அவற்றொடு கண்ணே
ஐந்தறிவதுவே அவற்றொடு செவியே
ஆறறிவதுவே அவற்றொடு மனனே
நேரிதின் உணர்ந்தோர் நெறிபடுத்தினரே"

(தொல்காப்பியம் மரபியல்–27)

என்ற பாடலில், புலன்கள் மூலம் அறியும் அறிவோடு அறிவாராய்ச்சி கொண்டு மனதால் அறியும் அறிவை ஆறாவது அறிவாகத் தொல்காப்பியர் விளக்குகிறார்.

எந்த ஒரு பொருள் அல்லது கருத்து பற்றிய விவரங்களைப் புலன் மூலமோ அல்லது மனம் (சிந்திக்கும் திறனுடைய மூளை) மூலமோ அறிந்து கொள்ளுதலே அறிவாகும்.

அறிவெனப் படுவது யாது? என்ற வினாவிற்கு நமது வள்ளுவரின் குறள் விளக்கமளிக்கிறது.

எப்பொருள் எத்தன்மைத்தாயினும் அப்பொருள்
மெய்ப் பொருள் காண்பதறிவு

எனவும்

எப்பொருள் யார் யார் வாய் கேட்பினும் அப்பொருள்
மெய்ப்பொருள் காண்பதறிவு

எனவும் விளக்களிக்கிறது. எந்த பொருள், எந்த வகைப்பட்டது என்பதைவிட, அதன் உண்மை தன்மையை

அறிவது முக்கியம். எவர் சொன்னார் என்பதை விட என்ன சொன்னார் என்பதுவே முக்கியம். பண்டைய தமிழர்கள் நம்பிக்கையைவிட அறிவாராய்ச்சிக்கே முக்கியத்துவம் அளித்தனர்.

குறுந்தொகை பாடல் ஒன்று "நீ விரும்பியதை சொல் லாதே, நீ அறிந்ததைக் கூறு" என்று மலர்களில் தேன்குடிக்கும் வண்டிடம் வேண்டுகிறது.

கொங்குதேர் வாழ்க்கை அஞ்சிறை தும்பி
காமம் செப்பாது கண்டது மொழிமோ

என்ற பாடல் மூலம் "அறிந்ததை தெரிந்து கொள்வதே அறிவு" என்பதை தமிழர்கள் முன் வைத்தனர். நம்பியதைவிட, விரும்பியதைவிட, அறிந்ததுவே அறிவாராய்ச்சிக்கு மிகவும் அடிப்படையானது. ஆறிவெனப்படுவதில் காரண, காரியங்கள் அடங்கும். ஏன்? எப்படி? எங்கு? யார்? போன்ற வினாக்களுக்கு அறிவு இடமளிக்கிறது. நம்பிக்கை வழியில் இதற்கெல்லாம் இடமில்லை. எந்த வினாவும் எழுப்பாமல் நம்பி மட்டுமே ஒரு கருத்தை ஏற்க சொல்வது நம்பிக்கையாகும்.

மனிதனுக்கு வெளியே உள்ள இயற்கை பொருள்களை, அவற்றின் இயல்புகளை, வளர்ச்சிகளை அல்லது மாற்றங்களை, மறைவை எவ்வாறு புரிந்து கொள்வது? மனிதனின் பிறப்பையும் இறப்பையும் எவ்வாறு புரிந்து கொள்வது? மனிதனுக்கும் இயற்கை பொருள்களுக்கும் இடையில் உள்ள உறவை எவ்வாறு புரிந்து கொள்வது? காரண காரியங்களுடனான அறிவு அடிப்படையிலா? அல்லது "இது இப்படித்தான், அது அப்படித்தான்" என்கிற நம்பிக்கை அடிப்படையிலா? எந்த அடிப்படையில் என்பதில் பழங்கால நாக–எயினப் பறையர்களுக்கும் ஆரிய அடிப்படைவாதிகளுக்கும் எதிர்மாறான நிலைப்பாடு உண்டு. கபிலர் குறிஞ்சிப்பாட்டு எழுதிய காலத்திலேயே பிராமண சாதி முறைகளும் பண்பாட்டு தடுமாற்றங்களும் தமிழர் வாழ்வில் புகத் துவங்கி விட்டதாக P.T. சீனிவாச அய்யங்கார் கருதுகிறார்.[24] நாகர் கலாச்சார அடிப்படையில் எழுதப்பட்ட

கலித்தொகைக்கு பிறகு வந்த இலக்கியங்களில் ஆரிய சாதி, சமய பழக்கவழக்கங்கள் மிகுந்துவிட்டன.

உலகியல் வாழ்வைத், தமிழன், மிக இயல்பாக எடுத்துக் கொண்டதையும் இயற்கையின் சட்டங்களை (Law of nature)எளிதாக புரிந்து கொண்டான் என்பதையும் அக்கால இலக்கியங்கள் தெரிவிக்கின்றன. மனிதனும் பிற உயிரினங்களும் பிறப்பதும் இறப்பதும் இயற்கையானது. தோன்றுவதனைத்தும் மறையும்; தடுத்து நிறுத்தமுடியாது, என்பதை அவன் அறிந்திருந்தான்.

"ஊரெல்லாம் கூடி ஒலிக்க அழுதிட்டு
பெயரினைமாற்றி பிணம் என்று பெயரிட்டு
சூரையாம் காட்டிடை கொண்டு சுட்டிட்டு
நீரினில் மூழ்கி நினைவொழிந்தனரே"

சகமனிதனின் சாவை தமிழன் எவ்வாறு எடுத்து கொண்டான் என்பதை இப்பாடல் கூறுகிறது.

கபிலர் காலம் வரை இறந்தவன் நினைவை நீரில் மூழ்கி மறந்துவந்த பழந்தமிழனை உசுப்பிவிட்டு, "நீ இன்னும் சாகவில்லை. சொர்க்கலோகத்தில் உன்னை வாழ வைக்கிறேன்; என்னை நம்பு" என்ற வெற்று நம்பிக்கையை ஆரியப்பூசாரிகள் வளர்த்தனர். இதில் மக்களைவிட மண் ஆண்ட மன்னர்களுக்குப் பேராசை தொற்றிக் கொண்டது. புது உலகிற்கு வழிகாட்டிகளான பூசாரிகளைத் தேடியலையத் துவங்கினர். இதுவரையில் நாகர்–ஆதிதிராவிடர் இலக்கியங்களில் பேசப்படாத சுவர்க்கம், தேவர்கள், கர்மம், மோட்சம் மற்றும் யாகங்கள் பற்றிய கருத்துகள் முதன் முதலாக கடைச் சங்க காலத்திலேயே இவர்களின் இலக்கியங்களில் புகத் துவங்கின. இவை, ஆதிதிராவிடர் வாழ்வின் ஒவ்வொரு அம்சங்களிலும் தலைகீழ் மாற்றங்களை ஏற்படுத்தியது எனச் சீனிவாச அய்யங்கார் தெளிவாகக் கூறுகிறார்.[25]

ஆரியப் பண்பாட்டு கலப்பினால் நாக ஆதிதிராவிடர்கள் வாழ்விலும், அறிவுத்தளத்திலும் ஏற்பட்ட தாக்கங்கள் இன்றுவரையிலும் நீடிக்கின்றன. இதனை, "The secular min ded, Commercial, worldly Tamils of the Sangam age is transformed into one, given to devotion and other worldliness. The robust optimism of the Sangam Tamil and the heroic urges in him fade away yielding place to a philosophical pessimism. Temples came to be preferred to harbours and markets. Religious architecture takes the place of secular structures. Arts and letters devoted themselves to the service of Lord (Aryan god) rather than to that of fellowmen" எனப் பேராசிரியர். N. சுப்பிரமணியன் விவரிக்கிறார்.[26]

அறிவுத்தளம் அமைத்தவர்கள் ஆதிதிராவிடர்களா?

ஆம், என்று சொல்வதற்குத்தான் அதிக வாய்ப்பும் சான்றுகளும் உள்ளன. குமரிக்கண்டத்தில் வாழ்ந்த நாகர்களும், எயினர்களும் பின்னர், தற்போதைய தமிழகத்தில் (கடல் கோள்களுக்குப்பிறகு) குடியேறி வாழ்ந்தனர் என்றும், இவர்களின் வழித்தோன்றல்களே துடியர், பாணர், பறையர், கடம்பர் என்றும், துடியரும், கடம்பரும் காலப்போக்கில் சிறுபான்மையோராக ஒதுங்கி மறைந்துவிட, பாணரும் பறையரும் ஓங்கி வளர்ந்து மொழி வளர்த்தனர்; நாடாண்டனர் நாகரீக வாழ்வு வாழ்ந்தனர் என்றும் வரலாற்றில் காண்கிறோம். இவர்களில் பாணர் தற்போதைய திருநெல்வேலி, கன்னியாகுமரி, நாகர்கோவில், திருவனந்தபுரம் பகுதிகளில் மிகச்சிறுபான்மையோராக சிறு தொழில் புரிந்து வாழ்கின்றனர். பண்டைய இசைக் கருவிகளில் முதன்மையானதான யாழை இசைத்து "யாழ்ப்பாணர்" என்ற பெருமைக்கு ஆளானவர்கள். இவர்களின் பெருங்கூட்டம் முற்காலத்தில் இலங்கையின் வடபகுதியைத் தாயகமாகக் கொண்டு வாழ்ந்தது. அப்பகுதி தற்போதும் யாழ்ப்பாணம் எனப்படுகிறது.

மற்றொரு பெருங்கூட்டத்தினரான பறையர்கள் தமிழகத்திலும் வட இந்தியாவிலும் பரவி வாழ்ந்தனர். இவர்களில் பீல், கோந்த் இனமக்கள் கி.மு.2000 ஆண்டு வாக்கில் கோசலம், மகதம், குரு நாடுகளில் ஆட்சி செய்தனர். வரலாறு குறிப்பிடும் ஏழுக்கும் மேற்பட்ட "ஜனபதங்கள்" (Janapadas) ஆரியர் கூற்றுபடி தாழ்ந்தகுடியினராவர். இவர்களில் நிஷதர்களின்

ஆட்சி புகழ் பெற்றதாகும். இந்த நிஷத கோத்திரம் பிராமண கோத்திரத்துக்குச் சமமானது எனப் பாணினி கூறுகிறார்.

இராமாயணம், மகாபாரதம், ஹரிவம்சம், விஷ்ணு புராணம் போன்ற இலக்கியங்கள் "பரதர்கள்" பற்றி அதிகம் குறிப்பிடுகின்றன. இவர்கள், பரதர், பரவர், பரவாரி போன்றவர்களுடன் இணைத்து பேசப்படுகின்றனர். இந்த மராத்திய சொற்கள் "பறையன்" எனப் பொருள் தருகிறது. அயோத்தியில் ஆட்சி செய்த "பார்" (Bhar) மக்கள் பெகர், பகரெய்ச், பாரா, பாராகான், பாராபங்கி, பார்பாரா, பரீலி, பர்ஹஜ், பராகி, பர்ஹியா போன்ற வார்த்தைகளுடன் தொடர்புடையவர்கள் என ஒப்பர்ட் கருதுகிறார். இவ்வார்த்தைகள், பறையருடன் தொடர்புள்ளவை. இவர்கள் அனைவரும் வட இந்தியாவில் ஆட்சி நடத்தியவர்கள்.[27] கி.மு.மூன்றாம் நூற்றாண்டுவாக்கில் சிசுநாகர்கள், பாரசிவ நாகர்கள், நந்தர்கள், மௌரியர்கள் என்ற பெயர்களில் வட இந்தியாவை ஆண்டதும் இந்த நாகப்பறையர்களே. (விரிவாக தெரிந்து கொள்ள தமிழர் உண்மை வரலாறு என்ற நூலை (பக். 75–80) படிக்கலாம்.

இவ்வாறு இந்தியா முழுதும் ஆளும் வர்க்கமாக விளங்கிய (பறையர்) ஆதித்திராவிடரினம் அறிவுத்துறையில் எவ்வாறு விளங்கியிருக்கும் என்பதை வாசகர்கள் யூகித்தே அறிந்துகொள்ளலாம். அறிவுத்துறையில் நாகப்பறையரான ஆதித்திராவிடருக்கும் ஆரியருக்கும் பெருத்த வேறுபாடு இருந்தது. ஆதிதிராவிடர்கள் இயற்கையைப் புரிந்துகொண்டு அதன் இயல்புக்கு ஏற்ப வாழ்வை அமைத்து கொண்டனர். உலகியல் நடைமுறையும் உயிர்களின் வாழ்க்கை முறையும் இயற்கையைச் சார்ந்தது. இயற்கையைத்தாண்டி எதுவும் இவ்வுலகையும் உயிர்களையும் இயக்கவில்லை என்ற புரிதலுடன் வாழ்ந்தனர். ஆனால், ஆரியர்கள் இயற்கையைத்தாண்டிய சக்தி ஒன்று இவ்வுலகையும் உயிர்களையும் படைத்து இயக்குகிறது என்ற தத்துவ அடிப்படையிலான (metaphysical) நம்பிக்கையில் வாழ்ந்தனர். இந்த நம்பிக்கையின்படி உலக நடப்பிற்கும், உயிர்களின் வாழ்க்கை நடப்பிற்கும் அந்த சக்தி காரணமாகிறது. ஆரிய

ருக்வேதம் கூறும் "புருஷ–சுக்த" கோட்பாடும், பகவத் கீதை கூறும் "சதுர்வர்ணம் மாயா சிருஷ்ட" கோட்பாடும் "மனிதர்கள் உயர்வு தாழ்வுடனும், உரிமை வேறுபாடுகளுடனும் படைக்கப்படுகின்றனர்; எனவே அவர்கள் சமமானவர்கள் அல்ல" என்பதை இன்று வரை எடுத்துரைக்கின்றன. இதை ஆரியரும், திராவிடர்களும், ஆரியப்பண்பாட்டுக் கூறுகளையும் பழக்க வழக்கங்களையும் ஏற்று வாழ்கின்ற இடைநிலைச் சாதியினரான நாக–திராவிடரில் ஒரு பிரிவினரும் நம்பி ஏற்றுள்ளனர்.

"ஆரிய தத்துவமும், நம்பிக்கையும் தவறானது. மனிதர்களின் வாழ்க்கைக்கும், வளர்ச்சிக்கும் முட்டுக்கட்டை போடுவது; மனிதர்களிடையில் உயர்வுதாழ்வைக் கற்பித்து வாழ்நாள் முழுதும் மோதிக் கொண்டு அழிய வழி கூறுவது. எனவே கைவிடப்பட வேண்டியது; எதிர்க்கப்படவேண்டியது" என்ற தெளிவில், துவக்க காலம் முதலே, வாழ்ந்து வருபவர்கள் நாக–ஆதிதிராவிடர். இவ்வாறு, ஆரிய கருத்துக்களை ஏற்காதவர்களை "நாத்தீகர்கள்" என்ற ஒற்றை சொல்மூலம் ஆரியர்கள் அடையாளப்படுத்தியுள்ளனர். இவர்களில் உயர் தத்துவவாதிகளான கௌதமபுத்தரும், மகாவீரரும் அடங்குவர். ஆரியர்கள் தங்கள் தத்துவத்தை "ஆன்மீகம்" என்ற போர்வையில் மறைத்து மறைபொருளாகக் கூறிவருகின்றனர். இங்கு, நாத்தீகர்கள் எனப்படுவோர், ஆன்மீக வாதத்தை மட்டுமே எதிர்ப்பவர்கள்; தவிர, இயற்கையைப், பிரபஞ்சத்தை எதிர்ப்பவர்களல்ல என்பதை புரிந்துக் கொள்ளவேண்டும். ஆரிய ஆன்மீக தத்துவம், மனிதர்களுக்கிடையேயான உயர்வு, தாழ்வு, அதனால் விளையும் இன்பதுன்பங்களுக்குக் கடவுளே காரணம் நாங்கள் அல்ல எனக்கூறி தப்பித்துக் கொண்டிருக்கிறது. இதனை ஏற்பதும், எதிர்ப்பதுமான இருபெரும் பிரிவுகளாக மக்கள் இன்றுவரை இயங்கிவருகின்றனர்.

அறிவுத்தளம் சமூகத்திற்கானது

சாதிப்பாகுபாடுகளை உயர்த்திப் பிடித்துக் கொண்டிருக்கும் இந்தியாவில், ஆரிய ஆன்மீக தத்துவத்திற்கும் ஆதிதிராவிட

அறிவுதளத்திற்கும் இடையிலான ஒரு நீண்ட போராட்டம் இன்றுவரை நடந்து கொண்டிருக்கிறது. இப்போராட்டத்தில் மூன்று வகையானவர்களை நாம் பார்க்கலாம்.

1. ஆரிய சாதிபாகுபாட்டுடனான சமூக அமைப்பையும் ஆரியர்களின் மேலாதிக்கத்தையும் துவக்க காலம் முதலே எதிர்ப்பின்றி ஏற்றவர்கள் திராவிடர்களாவர். ஆதிதிராவிடர்கள் (பறையர்) தங்களுக்குச் சமமானவர்களல்லர்; ஈனப் பிறவிகள் என ஆரியர்கள் நினைத்ததைப் போலவே, திராவிடர்களும் ஆதிதிராவிடர்களை நடத்தினர். மேலும், ஆரியர்களின் துணையுடன் ஆதிதிராவிடர்களை அடக்கியும் ஒடுக்கியும் தங்கள் கீழ் அடிமைகளாக வைத்து கொள்ளவும் விரும்பினர். தங்கள் மேலாதிக்கத்தை உடனடியாக ஏற்றுகொண்ட திராவிடர்களை, ஆரியர்கள், தங்கள் சாதி அடுக்கில் சத்திரியர்களாகவும், வைசியர்களாகவும் இருக்க அனுமதித்தனர்.

2. துவக்கத்தில் தங்கள் ஆதிக்கத்தை எதிர்த்து நின்றாலும், காலப்போக்கில் தங்களிடம் சரணடைந்து, சாதி சட்டங்களை ஏற்று, சாதி அடுக்கில் அடுத்தடுத்த நிலைகளில் இருக்க சம்மதித்தவர்களைச் சூத்திரப்பிரிவில், ஆரியர்கள், அனுமதித்தனர். ஆரியப்பூசாரிகளை மதிப்பதிலும், அவர்களின் சாதிச்சமய பழக்க வழக்கங்களை ஏற்பதிலும் தயக்கம் காட்டாமல் இன்று வரை, இவர்கள், வாழ்கின்றனர்.

3. ஆரிய ஆதிக்கத்தையும், வர்ணாஸ்ரம தர்மத்தையும் (சாதி பாகுபாடு) அன்று முதல் இன்றுவரை தொடர்ந்து எதிர்த்து நிற்பவர்கள் மூன்றாம் வகையினர். இவர்களைப், பஞ்சமர் என்றும் பாமரர் என்றும், சண்டாளர் என்றும் தீண்டத்தகாதவர் என்றும், பேசத்தகாதவர் என்றும், நெருங்கத்தகாதவர் என்றும், பார்க்கத்தகாதவர்கள் என்றும் எண்ணற்ற வசை சொற்களால் அடையாளப்படுத்தியுள்ளனர் ஆரியர்கள்.

நான்கு ஆரியப் பொய்கள்

ஆதிதிராவிடர்களின் அறிவுத்தள கட்டுமானம் என்பது வெறும் ஆரிய ஆதிக்க எதிர்ப்பு மட்டுமல்ல. மனித சமூகம்

ஒன்றுபட்டும், சமத்துவத்துடனும், சகிப்பு தன்மையுடனும், சகோதரத்துவத்துடனும், சுதந்திர வாழ்வை மேற்கொள்ள வகை செய்வதற்காக கட்டப்பட்டதே ஆதிதிராவிடர்களின் அறிவுதளம். இந்த அறிவுதளம் நான்கு ஆரியப் பொய்களை ஏற்க மறுத்தும் எதிர்த்தும் கட்டப்பட்டது. அவை சாதி, சமயம், கடவுள், பிராமணன் என்பனவாகும். தமிழர் (ஆதிதிராவிடர்) வாழ்வில் இவை பொய்களே என்பதை ஒவ்வொன்றாகப் பார்ப்போம்.

1. சாதி (ஜாதி) என்ற சொல் தமிழ் சொல் அல்ல. அது தமிழுக்கு அந்நியமானது; பூர்வ தமிழர்கள் அறியாதது. ஆரிய பூசாரிகள் தமிழகத்திற்கு வந்த பிறகுதான் இந்த சொல் அறிமுகமாகிறது. இது, ஆரிய வேதமான ருக் வேதத்தில் கூறப்படும் புருஷ சுக்த கோட்பாட்டில் பிறந்தது. பிரம்ம, சத்திரிய, வைசிய சூத்திர சாதிகளைப் புருஷன் (ஆரியக்கடவுள்) படைத்ததாக அது கூறுகிறது. ஆரிய சமூக அமைப்பு மனிதர்களைச் சாதி (வர்ணம்)களாகப் பிரித்தது. இதனை ஏற்காதவர்களை அவர்ணர்கள் (சாதிகளற்றவர்கள்) என வேதங்கள் கூறின. ஆரிய கருத்தை ஏற்றவர்கள் சாதியர்களாகவும் ஏற்காதவர்கள் சாதிகளற்றவர்களாகவும் வேத காலத்திலேயே கருதப்பட்டது எனவே, மனிதர்களை வகைபடுத்தி மோதிக் கொள்ள செய்யும் "சாதி" என்ற சொல் கடைச் சங்க காலத்திற்கு முன்பு வரை ஆதிதிராவிடர்கள் அறியாதது. காதலை மட்டுமே முன் வைத்து பழங்கால ஆதிதிராவிடர்கள் தங்கள் மண வாழ்வை அமைத்து கொண்டனர். குறிஞ்சி, முல்லை, மருதம், நெய்தல், பாலை என்ற ஐவகை நில மக்களும் ஒருவரை ஒருவர் விரும்பி இணை சேர்ந்தனர்.

ஞாயும் யாயும் யாராகியரோ
எந்தையும் நுந்தையும் எம்முறைகேளிர்
யானும் நீயும் எவ்வழி அறிதும்
செம்புலப் பெயல்நீர் போல
அன்புடை நெஞ்சம் தான் கலந்தனவே

(குறுந்தொகை)

என்ற சங்ககாலப்பாடல் சாதியற்ற மண வாழ்வைத் தெரிவிக்கிறது. நெய்தல் நிலப் பெண்ணை (மீனவர்) மருதநிலத்தலைவன் (உழவர்) மணம் கொண்டதை ஐங்குறுநூறு (பாடல் 314) கூறுகிறது. முல்லைநிலப் பெண்ணை (இடையர்) குறிஞ்சிநில ஆண் (வேடர்) மணம் செய்து கொண்டதை அகநானூறு (பாடல் 118) கூறுகிறது. சாதி என்ற சொல் அறியாத திணை ஒழுக்கத்தை மேற்கொண்டவர்கள் ஆதிதிராவிடர்கள். ஆரியர்கள் வந்தபிறகுதான் சாதிமுறைகள் தமிழகத்தில் வேர்பிடித்தன என்பதை.

முற்படைப் பதனில் வேறாகிய முறைமை போல்
நால்வகைச் சாதியிந் நாட்டில் நீர் நாட்டினீர்

என்ற கபிலர் அகவற் பாடல் கூறுவதைக் கவனிக்க வேண்டும்.

2. சமயம் அல்லது மதம். இது இரண்டாவது ஆரியப் பொய். ஆதிதிராவிடர்கள் (நாக–எயினர்) வாழ்வியலில் மதம் என்ற அமைப்பு இடம் பெறவில்லை. முதல், இடைச் சங்க இலக்கியங்களும் இதைக் குறிப்பிடவில்லை. தொன்மையான தொல்காப்பியமும் எந்த ஒரு மதகோட்பாட்டையும் சொல்லவில்லை. எந்த ஒரு இறை (தெய்வம்) கோட் பாட்டையும் தொல்காப்பியம் கூறவில்லையென்பதால் மதம் தொடர்பான குறிப்பும் இல்லை என்பது தெளிவாகும். தற்சமயம் மதுரைக்கருகில் கீழடி அகழாய்வில் கண்டெடுக்கப் பட்டுள்ள 6000க்கும் மேற்பட்ட பொருள்கள் மதங்கள் எதையும் குறிப்பிடவில்லை என்பது நல்ல சான்றாகும் (2017–18) சைவம் தலையெடுக்கத் துவங்கிய 6, 7 ஆம் நூற்றாண்டு வரையில் தமிழகத்தில் சமணமும் பௌத்தமுமே தழைத்திருந்தன என்பதை இலக்கியங்கள் கூறுகின்றன. சமணத்தைக் கைவிட்ட நின்றசீர் நெடுமாறனும் (பாண்டிய மன்னன்) மகேந்திரவர்மனும் (பல்லவ மன்னன்) தமிழ கத்தின் முதலிரு சைவர்களாகின்றனர். பல்வேறு தத்துவ கருத்துக்கள் நிலைபெற்றிருந்ததையும் தத்துவ விவாதங்கள் நடைபெற்றதையும் மணிமேகலை, நீலகேசி போன்ற நூல்கள் குறிப்பிட்டாலும் சமண, பௌத்தத்தைத் தவிர்த்த ஒரு சமயம் சுட்டிக்காட்டப்படவில்லை. எனவே, ஆதிதிராவிடர்கள்

சமணத்தையும் பௌத்தத்தையும் வாழ்வியல் நெறிகளாக (வழிகாட்டிகளாக) மட்டுமே பின்பற்றினர். ஆரியர்கள் கூறிய கடவுள், மதம், தத்துவம் சார்ந்த நிலையில் அல்ல என்பதை உணர வேண்டும்.

3. மூன்றாவது பொய்யான கடவுள்பற்றி இனி காண்போம். தமிழக பூர்வ ஆதிதிராவிடர்களுக்கு ஆரியர்கள் காட்டும் கடவுள் அல்லது தெய்வம் பற்றி எதுவும் தெரியாது.

மாயோன் மேயக் காடுறை உலகமும்
சேயோன் மேய மைவரை உலகமும்
வேந்தன் மேயத்தீம்புனல் உலகமும்
வருணன் மேய பெருமணல் உலகமும்
முல்லைக்குறிஞ்சி மருதம் நெய்தலெனச்
சொல்லிய முறையாற் சொல்லவும் படுமே

என்ற தொல்காப்பிய வரிகளைக் கொண்டு சிலர், ஆதிதிராவிடர்கள் தெய்வ வழிபாடு நடத்தினர் எனக் கூறுவதுண்டு. இதில் வரும் மாயோன், சேயோன், வேந்தன், வருணன் ஆகியோர் தெய்வங்கள் என எங்கும் சொல்லப்படவில்லை. இவர்கள் முல்லை, குறிஞ்சி, மருதம், நெய்தல் நிலத்தலைவர்கள் என்றே இப்பாடல் கூறுகிறது. இவ்வாறே தமிழறிஞர் சாமி.சிதம்பரனாரும் கருதுகிறார்.28 தொன்மை தமிழ் நூல் தொல்காப்பியம், எங்கும் கடவுள் அல்லது தெய்வம் என்ற கருத்தைக் கூறவில்லை.

திணை ஒழுக்கத்துடன் வாழ்ந்த ஐவகை நிலத்தலைவர்களை இலக்கியங்கள் பாட்டுடைத் தலைவர்களாகக் கொண்டிருப் பதை பார்க்கிறோம்.

ஆதிதிராவிடர்களின் வீரத்தை புறநானூறு புகழ்ந் துரைக்கிறது. புறமுதுகிடாத புற நானூற்று வீரர்கள் வீரமரணமடையும் போது அவர்தம் நினைவாக "நினைவுக்கல்" ஒன்றை நட்டு வழிபட்டதை இலக்கியங்கள் கூறுகின்றன. இதை "வீரக்கல்" (Hero stone) என்றும் அழைப்பர். இதன் தொடர்ச்சியை இன்றும் ஆதிதிராவிடர்கள் இல்ல ஈமச்சடங்குகளில் காணலாம். இறந்தவரின் நினைவாக கல் நாட்டுதல்–அதைத்தொடர்ந்து கருமாதி சடங்கு செய்தல்

இன்றும் நடக்கிறது. இலக்கியங்கள் இதை "நடுகல்" என்றும் கூறுகின்றன. கற்புடை மங்கை கண்ணகியின் நினைவாக "பத்தினிக்கல்" வழிபாடும் தமிழகத்தில் நடந்தது. இத்தகைய வீரக்கல் வழிபாட்டை தவிர்த்து வேறு (தெய்வ) வழிபாடு தமிழருக்கில்லை என்பதை,

ஒன்னா தெவ்வர் முன்னின்று விலங்கி
ஒளிறு ஏந்து மருப்பின் களிறு எறிந்து
வீழ்ந்தெனக் கல்லே பரவினல்லது
நெல் உகுத்து பரவும் கடவுளும் இலவே

என்ற புறநானூறுப்பாடல் தெளிவு படுத்துகிறது. யானை கொன்ற வீரர்களின் நினைவாக நடந்த வீரக்கல் வழிபாட்டைத் தவிர வேறு கடவுள் வழிபாடு இல்லை. அரிதாக சில இலக்கியங்களில் காணப்படும் "கடவுள்" என்ற சொல்லுக்கு "சமண, பௌத்த துறவிகள்" எனப் பொருள் கூறுகிறார் மொழிஞாயிறுப் பாவாணர்.[29]

தென்னவற் பெயரிய துன்னருந்துப் பிற்
றொன் முது கடவுள் பின்னர் மேய
வரை தாழ் அருவிப்பொருப்பிற் பொருந.....

என்ற பாடலில் வரும் கடவுள் என்ற சொல்லுக்கு "முனிவனாகிய அகத்தியன்" என நச்சினார்க்கினியார் பொருள் கூறுவதையும் பாவாணர் சுட்டிக்காட்டுகிறார். சீவக சிந்தாமணியின் ஆசிரியர் திருத்தக்கதேவரும், சிலப்பதிகாரத்தின் ஆசிரியர் இளங்கோ அடிகளும் "கடவுள்" என்ற சொல்லுக்கு முனிவர் என்றே பொருள் கூறுகின்றனர். பெருங்கதை, சூளாமணி ஆகிய சமண நூல்கள் சமணமுனிவர்களைக் கடவுள் என்றே குறிப்பிடுவதையும் இங்கு சுட்டிக்காட்டலாம். முனிவர், குறவர் போன்ற சமண பௌத்த சொற்களைப் பின்னர் வந்த சைவ சமயம் தனதாக்கிக் கொண்டது.

4. நான்காவது பொய் பிராமணன் என்ற சொல். இது பிரம்மா என்ற ஆரியக்கடவுளுடன் தொடர்புடையது. உலகைப்படைத்ததாகக் கூறப்படும் பிரம்மாவின் நெற்றியில் தாங்கள் பிறப்பெடுத்துள்ளதாக பிராமணர்கள் கூறிக்

கொள்கின்றனர். இந்த வார்த்தையும் தமிழ்வார்த்தை அல்ல. கடவுள் என்ற வார்த்தை பழந்தமிழன் அறியாதது என்கிறபோது அவர் நெற்றியில் பிறப்பெடுத்துள்ளதாகக் கூறப்படும் பிராமணனையும் ஆதிதிராவிடர்கள் அறியாமலேயே இருந்தனர். பிராமணர் என்ற சொல் எட்டாம் நூற்றாண்டைச் சேர்ந்த "இறையனார் அகப்பொருள்" என்ற நூலில்தான் முதன் முதலாகக் காணப்படுகிறது.[30] இதனால், இதற்கு முந்திய காலங்களில் இவர்கள் தமிழ்ச் சமூகத்தில் உயர்ந்த இடத்தை பெற்றிருக்கவில்லை என்பது தெளிவாகிறது. ஓதுதலும், வேள்வி செய்தலும் இவர்களுக்கு ஒதுக்கப்பட்ட பணிகளாகும். இதனால் இவர்கள் "வேளப்பிராமணர்" அல்லது "வேள்வி பிராமணர்" என அழைக்கப்பட்டதை சில இலக்கியங்கள் கூறுகின்றன. தமிழகத்தில் நுழைந்த இப்பிராமணர்கள் வள்ளுவப் பறையர், பண்டாரங்கள் (அறிஞர்கள்) மூலமாகத்தான் தமிழ் மன்னர்களை அண்டிப்பிழைத்தனர். சமஸ்கிருதத்தைத் தாய் மொழியாகக் கொண்டிருந்த இப்பிராமணர்கள், சமஸ்கிருதம் அறிந்து பேசிவந்த வள்ளுவப் பறையர்கள் மூலம் தமிழ்மன்னர்களுக்கு அறிமுகமாயினர். இவர்கள் அரண்மனைகளிலும் நிலவுடமை வேளாளர்களிடமும் கணக்கர்களாகவும், சமையற் காரர்களாகவும் பணியாற்றியதை P.T. சீனிவாச அய்யங்கார், மு.ராகவ அய்யங்கார் போன்ற வரலாற்றாய்வாளர்கள் குறிப்பிடுகின்றனர். ஆய்வாளர் ஒப்பர்ட் அவர்களும் இதை உறுதி செய்கிறார்.[31]

ஆதிதிராவிடர்கள் பிராமணனை ஏற்க மறுத்து எதிர்த்தனர் என்பது தனி ஒரு மனிதனான பிராமணனை அல்ல பிராமணத்துவம் என்ற கருத்தியலையே ஆகும். தாங்கள் உயர்ந்தவர்கள், பிறர் தாழ்ந்தவர்கள் என்ற தலைகனம் அவர்களிடம் நிரந்தரமாகக் குடியிருந்ததைச் சமத்துவ நெறியில் வாழ்ந்த ஆதிதிராவிடர்கள் ஏற்கவில்லை. "கீழேயுள்ள காலிலிருந்து பிறந்த சூத்திரனைவிட, காலுக்கு மேலேயுள்ள தொடையிலிருந்து பிறந்த வைசியன் உயர்ந்தவனே; தொடைக்கு மேலேயுள்ள தோளிலிருந்து பிறந்த சத்திரியன் இன்னும் உயர்ந்தவனே; தோளைவிட உயரத்திலிருக்கும் நெற்றியில் பிறந்த பிராமணன் மிக மிக உயர்ந்தவன்தான்"

என்ற பிராமணத்துவக் கருத்தியலை ஆதிதிராவிடர்கள் ஏற்க மறுத்தனர். எள்ளி நகையாடினர். ஏனெனில், இயற்கைக்கு எதிராகப் பிறப்பெடுத்தவர்களை மனிதர்களாகவே ஏற்க முடியாது. பிராமணன் உயர்ந்தவன் என்ற கருத்தியலை அவர்கள் "சனாதனம்" எனக்கூறிக் கொண்டனர்.

ஆதிதிராவிடர்கள், பிராமணத்துவத்தை எதிர்த்ததற்கு மிக முக்கியமான காரணமும் உண்டு. மனிதர்களைப் பிரித்தாளும் சாதி, இதனை நியாயப்படுத்தி சாதிச் சட்டங்களை நிலைநிறுத்தும் சமயம் (மதம்), இவை இரண்டையும் கட்டிக் காப்பாற்றும் கடவுள்–இவையனைத்தையும் தன்கட்டுப்பாட்டில் வைத்து இயக்கிக் கொண்டிருப்பவனே பிராமணன். இந்த கருத்தை இந் நூலாசிரியர் கூறவில்லை. சமஸ்கிருத ஸ்லோகம் ஒன்று கூறுகிறது. உலகைப் படைத்து, காத்து, அழிக்கும் முத்தொழிலையும் செய்து கொண்டிருப்பதாகக் கூறப்படும் முழுமுதற் கடவுளையே மந்திரங்கள் மூலமாக தன் கட்டுப்பாட்டில் பிராமணன் வைத்திருப்பதை,

ஸர்வாதீனம் ஜெகத் சர்வம்
மந்த்ராதீனம் தூதெய்வதம்
தன் மந்த்ரம் பிராமணாதீனம்

என்ற ஸ்லோகம் கூறுகிறது. இதன் பொருளைக்கீழ் கண்டவாறு நாம் புரிந்து கொள்ளலாம். உலகமும் உயிர்களும் கடவுளுக்கு கட்டுப்பட்டிருக்க வேண்டும்; ஏனெனில், அவற்றை படைத்தவன் கடவுள் – இது ஸ்லோகத்தின் முதல்வரியின் பொருள்.

அந்த கடவுள் மந்திரங்களுக்கு கட்டுபட்டவர்;ஏனெனில் அவை கடவுளைவிட சக்திவாய்ந்தவை – இது ஸ்லோகத்தின் இரண்டாவது வரியின் பொருள்.

அந்த மந்திரம் இறுதியாக பிராமணனுக்கு கட்டுப்பட்டது; ஏனெனில், பிராமணனே பிரபஞ்சத்தை இயக்கும் சூத்ரதாரி; உயர்ந்த சக்தி;–இது ஸ்லோகத்தின் மூன்றாவது வரி தரும் பொருளாகும்.

"கடவுளை வணங்கி வழிபடத் தவறிவிட்டாலும், பிராமணனை வணங்கி வழிபடத் தவறிவிடாதே" எனச் சத்திரியனான இராமனுக்கு வசிஸ்டமுனிவர் அறிவுரைக் கூறியதாக இராமாயணம் கூறுவதை இங்கு நாம் நினைவில் கொள்ளலாம். கடவுளையே விஞ்சுவதும், அவரை செல்லாக் காசாக்குவதும் தான் பிராமணத்துவம். இக்கருத்தியல், மனிதனின் சமத்துவவாழ்விற்கும் முன்னேற்றத்திற்கும் தடையாக இருப்பது வெளிப்படை.

பிராமணத்துவத்தை எதிர்த்த ஆதிதிராவிடர்களின் அறிவுத் தளம், ஏதோ அவர்களின் சுயநலத்திற்கானது அல்ல. மனித சமுதாயம் சமஉரிமை, சமஉடமை, சகோதரத்துவ நெறியில் ஒற்றுமையாக வாழ இத்தகைய பிராமணத்துவத்தை எதிர்ப்பது தங்கள் கடமை என ஆதிதிராவிடர்கள் கருதினர். ஏற்றத்தாழ்வுடனான சமூக உரிமைகளை அனுபவிக்கும் மனிதர்களிடையில் போட்டியும் பொறாமையும் உருவாகி ஒருவருக்கொருவர் மோதிக் கொண்டு அழிவார்கள். எல்லா வாய்ப்பு வசதிகளையும் அனைத்து மக்களும் சமமாக பகிர்ந்து கொள்ளும் சமூகத்தில் அன்பும், அரவணைப்பும், சமத்துவமும், ஒற்றுமையும் நிலைக்கும். அதுவே சகோதரத்துவ சமூகமாகும். ஆரிய சனாதன தர்மத்தில் சமத்துவமும் இல்லை; சகோதரத்துவமும் இல்லை. உரிமைகளுக்காகத் தொடர்ந்து சண்டைகளும் சச்சரவுகளுமே நிலைத்திருக்கும். மனிதகுல அழிவுக்கு வழிகாட்டும் பிராமணத்துவ கொள்கைகளை எதிர்ப்பது, அழிப்பது என்பதை இதன் காரணமாகவே ஆதிதிராவிடர்களின் அறிவுத்தளம் தன் அடித்தளமாகக் கொண்டிருந்தது.

3. அறிவுத்தளம் என்பதென்ன? அது அமைக்கப்பட்டது எவ்வாறு?

வாழ்வியலறிவு

ஆதிதிராவிடர்களின் அறிவுத்தளம் என்பது திடீரென்று ஒரு நாள்கட்டப்பட்டது என்று பொருளாகாது. கிறிஸ்து பிறப்பதற்கு முன்னரே ஏறக்குறைய 5000 ஆண்டு வரலாறு உடைய இவர்கள், இயற்கை அமைப்பு மற்றும் நிகழ்வுகளிலிருந்தும் தங்களின் அறிவை, அனுபவம் மற்றும் அனுமானம் மூலம் வளர்த்து வந்தனர். பஞ்ச பூதங்கள் எனப்படும் நிலம், நீர், தீ, வளி (காற்று) விசும்பு மற்றும் அதன் இயக்கங்கள் பற்றியும் அறிந்திருந்தனர். சூரியன், சந்திரன், பூமி, நட்சத்திரங்கள், கிரகங்கள் அவற்றின் இயக்கங்களையும் பல்வேறு அலகுகளால் கணக்கிட்டு பிரபஞ்ச அறிவை பெற்றிருந்தனர். இத்துறை நிபுணர்கள் "கணியன்" எனப்பட்டனர். ஒரு பொருள் குறித்த பல புள்ளி விபரங்களைக் கணக்கிட்டு விளக்கமளித்தவர்கள் பிற்காலத்தில் கணக்கர் எனப்பட்டனர். ஊர் கணக்கு, கோவில் கணக்கு ஆகிய வார்த்தைகளைச் சோழர்கல்வெட்டுகள் கூறுகின்றன.

கணக்கிடுதல், கணித்தல் மூலம் வானியல் (Astronomy) அறிவை வளர்த்ததால் இவர்கள் "கணியனார்" எனப்பட்டனர். கணியன் பூங்குன்றன், கணிமேதாவியார், பற்றுடுக்கை நற்கணியனார் போன்றவர்கள் அக்கால வானியலாளர்களாவர். சப்தரிஷி மண்டலம், பெருங்கரடி, வடக்கு திசையின் துருவ நட்சத்திரம் போன்ற நட்சத்திர கூட்டத்தின் அமைப்பு மற்றும்

இயக்கம் பற்றிய தொடர் ஆய்வை மேற்கொண்டிருந்த வானியலாளரே பற்றுடுக்கை நற்கணியனார் ஆவார். (உடுக்கு–நட்சத்திரம்;, பற்–பல, எனவே வானில் உள்ள பல நட்சத்திரங்களைக் கணித்து அறிந்தவர்).

மக்களைப்பற்றிய கணிப்பில், முதல்பொருள், (வாழிடமும், காலமும்) கருப்பொருள் (உயிருள்ள, உயிரில்லா பொருட்கள் முதல்பொருளைக் கொண்டு கருக்கொண்டு உலகின் மேல் தோன்றுதல்) உரிப்பொருள், (மக்கள் வாழ்வின் தன்மைகளையும், செய்திகளையும் தெரிவித்தல்) என வகைப்படுத்தினர். ஐவகை நிலங்களைத் திணைகள் எனவும் அவைகளுக்கான ஒழுக்கநெறிகளையும் வகுத்தனர். ஓராண்டின் தட்ப வெப்ப (வானிலை) மாறுபாடுகளைக் கணக்கிட்டு கார்காலம், கூதிர்காலம், முன்பனிகாலம், பின்பனிகாலம், இளவேனில் காலம், முதுவேனில் காலம் என்ற பெரும்பொழுதுகளைக் கணித்தனர். காலை, நண்பகல், மாலை, யாமம், வைகறை ஆகியவை சிறு பொழுதுகளாகும். பெரும் பொழுதை ஆண்டு, திங்கள், கிழமை, நாள், நாழிகை, நொடி எனவும் பிரித்தனர். மக்கள் வாழ்வின் இத்தனை அம்சங்களைக் கணக்கிட்டு பாகுபாடு செய்த ஆதிதிராவிடர்கள், மக்களை (சாதி உயர்வு–தாழ்வு அடிப்படையில்) எந்த பாகுபாடும் செய்ததாக செய்திகளில்லை, சான்றுகளுமில்லை என்பதை கவனிக்க வேண்டும் எனச் சுட்டிக்காட்டுகிறார் டாக்டர் K.K. பிள்ளை.[33]

ஆதிதிராவிடர்கள் மனிதகுலத்தையும் அதன் வாழ்வையும் தங்கள் நுண்ணறிவைப் பயன்படுத்தி, நன்கு புரிந்து கொண்டிருந்தனர். இந்த பிரபஞ்சத்தின் மையம் மனிதன்தான். அவனால், இப்படி ஒரு பிரபஞ்சம் இருப்பதும், இயங்கிக் கொண்டிருப்பதும் அறியப்படுகிறது. பிரபஞ்சத்தின் இருப்பும், இயக்கமும், தன்மைகளும் வேறு எந்த உயிருள்ள, உயிரற்ற பொருள்களுக்கும் தெரியாது. ஐம்பெரும் சக்திகளான நிலம் நீர், தீ, வளி, விசும்பு ஆகியவற்றை மனிதன், தன் அறிவினால், அடக்கி, ஆண்டு, தனக்குப் பயன்படுத்திக் கொள்கிறான். மலையும், கடலும், சமவெளிகளும்,

பிறவிலங்கினங்களும், செடி, கொடி, தாவரங்களும், பறப்பன, ஊர்வன என அனைத்தும் இவன் பயன்பாட்டிற்கு உட்படுத்தப்படுகின்றன. இவ்வியற்கை செல்வங்கள் மனித குலத்திற்குப் பொதுவானவையாகும். எந்த காரணத்தாலும், எந்த அடிப்படையிலும், இச்செல்வங்களை அனுபவிப் பதிலும், பயன்படுத்துவதிலும் மனிதர்களுக்குள் மாறுபாடோ, வேறுபாடோ இருக்கலாகாது என்ற கருத்தை கொண்டவர்கள் பழங்காலத்தமிழக ஆதிதிராவிடர்கள்.

பகுத்துண்டு பல்லுயிர் ஓம்புதல் நூலோர்
தொகுத்தவற்றுளெல்லாந்தலை (குறள் : 322)

என உலகுக்கு நீதி புகன்ற வள்ளுவர் கூறுவதைக் கவனத்தில் கொள்ள வேண்டும்.

மனிதர்களைச் சமயம் சாத்திரம், சாதிப்பெயரால் வகைப் படுத்துவதையும், உயர்வு தாழ்வு அடிப்படையில் வரிசைப் படுத்துவதையும், இதன் அடிப்படையில் உரிமை மறுப்பும், தடையும் செய்யப்படுவதையும் ஆரியதர்மம் (வர்ணாஸ்ரமம்) நிலைபடுத்தி, நியாயப்படுத்துகிறது. இது அறிவுள்ளவர்களின் செயலாகாது என ஆதிதிராவிடர்கள் கருதினர். சக மனிதனின் துன்பத்தை, துயரத்தை பகிர்ந்து கொள்ளாதவன் அறிவு பயனற்றதாகும் என,

அறிவினான் ஆகுவதுண்டோ பிறிதின் நோய்
தன் நோய் போல் போற்றாக்கடை

(குறள் 315)

என்ற குறள் மூலம் வள்ளுவர் கூறுகிறார். அறிவெனப் படுவது பிறரின் துன்பத்தை, துயரத்தை நீக்க முயல்வதாகும். அதை, விதியின் பெயரால் நியாயப்படுத்த முயல்வதல்ல. இவ்வாறு, பகுத்துண்டு பல்லுயிர் ஓம்புதலையும், பிறிதின் நோய் தன் நோய் போல போற்றி தீர்க்க முயல்வதையும் தான் நல்ல அறிவு எனப் பழந்தமிழகத்தின் ஆதிதிராவிடர்கள் கருதினர். இதுதான் அவர்களின் அறிவு தளத்தின் அடிப்படை. இந்த அடிப்படையின் மீது நூற்றாண்டு தோறும் தொடர்ந்து அறிவுதளம் கட்டப்பட்டுள்ளது.

ஆதிதிராவிடர்கள் அறிவுத்தளம் அமைத்தனரா?

இப்படி ஒரு கேள்வி பெரும்பாலோரிடையில் எழுவது தவிர்க்க இயலாதது. ஆதிதிராவிடர்கள் என்ற வார்த்தை உச்சரிக்கப்பட்ட உடனே பலருக்கும் தோன்றுவது,'' அவர்கள் இழிந்த கீழ்ச்சாதியினர்; முன்னாள் தீண்டத்தகாதவர்கள்; அறிவு மிக குறைந்தவர்கள்; கல்வியறிவு இல்லாதவர்கள்; ஆடுமாடுகள் மேய்த்தல், விவசாயம் செய்தல் போன்ற உடலுழைப்பு மட்டுமே செய்யமுடிந்தவர்கள்'' என்பதுதான். ஏனெனில், மக்களுக்கு அப்படித்தான் சொல்லப்பட்டுள்ளது. இக்கருத்தை ஒரு பழக்கமாக மட்டுமல்லாமல் திடமான நம்பிக்கையாகவும் சாதி இந்துக்கள் என்போர் வளர்த்து வந்துள்ளனர். இது தவறான கருத்து என்பதை மிகச் சிலரே உணர்ந்துள்ளனர். ஆதிதிராவிடர்கள் தகுதி குறைந்தவர்கள், அறிவில் குறைந்தவர்கள் என்ற நம்பிக்கை இன்றைய ஆட்சியாளர்களிடமும் தொடர்கிறது. இந்தியா சுதந்திரமடைந்து 70 ஆண்டுகளாகியும், இராணுவம், அறிவிய லாராய்ச்சி ஆகிய துறைகளில் இம்மக்களுக்கு இட ஒதுக்கீடு அளிக்க இவர்கள் மறுத்து வருகின்றனர். இது சாதி-பிடிப்பினால் அமைந்துவிட்ட ஒரு மனநிலை (Mind set) சாதி உயர்வு தாழ்வை திடமாக நம்பும் சாதி இந்துக்கள் இம்மன இறுக்க நிலையிலிருந்து விடுபட மறுக்கின்றனர்.

நாடாண்ட மன்னர்களாகவும், களமாடிய போர்படைத் தளபதிகளாகவும், அறிவுரைக்கூறிய அமைச்சர்களாகவும், கவி பாடிய கவிவாணர்களாகவும், காவியம் படைத்த இலக்கியவாதிகளாகவும், இன்னிசை வாணர்களாகவும், சங்கம் வைத்து மொழி வளர்த்தவர்களாகவும் விளங்கிய பண்டைய ஆதிதிராவிடர்கள் அறிவில் குறைந்தவர்கள் என்பது எப்படி உண்மையாகும்?

இது, உண்மையல்ல என்பதை இனி பார்ப்போம்.

மூன்று தமிழ்ச்சங்கங்கள்

தமிழ் வளர்த்த முதற்சங்கம் கடல் கொண்ட தென்னாட்டு கபாடபுரத்தில் அமைந்திருந்தது. இதில் 4449 தமிழ்ப்புலவர்கள்

உறுப்பினராக இருந்தனர் என இலக்கியங்கள் கூறுகின்றன. இரண்டாம் சங்கம் மணலூரில் இயங்கியது. முதலிரு சங்கங்களும் கடற்கோளால் அடுத்தடுத்து அழிந்தபின் தென் மதுரையில் மூன்றாம் சங்கத்தை அமைத்தனர். புலவர்களின் எண்ணிக்கை மிகைபட்டதாக கருதப்பட்டாலும், கற்றறிந்த கவிஞர்களும் புலவர்களும் மிகுந்திருந்தனர் என்பது தெளிவாகிறது. நாகர்–எயினர்–பறையர் பெருமக்களே சங்கங்களைத் தோற்றுவித்தனர். நாகர்கள் புலவர்களாகவும், கவிஞர்களாகவும் இசைவாணர்களாகவும் விளங்கியதை இலக்கியங்கள் குறிப்பிடுகின்றன. முரஞ்சியூர் முடி நாகனார், இள நாகனார், நாகர் இளம்தத்தனார், நாகன்நாலைக் கிழவனார் ஆகியோரைக் குறிப்பிடலாம்.

நாகர்களின் சமயப்பண்பாட்டுக் கூறுகள், தமிழகத்தில் பரவிய சமண, பௌத்த நெறிகளுடன் ஒத்துபோயின. சாதிகளற்ற, சமத்துவ, சகோதரத்துவ சமூக அமைப்பை வலியுறுத்திய சமண, பௌத்த நெறிகளை ஆதிதிராவிடர்கள் ஏற்றுக் கொண்டதில் வியப்பில்லையல்லவா? மேலும், ஆரிய மேலாதிக்கத்தையும், சாதி பாகுபாடுகளையும் எதிர்த்த வகையிலும் ஆதிதிராவிடரான நாகப் பறையர்களுக்கும் சமண, பௌத்தர்களுக்கும் உடன்பாடான நிலை இருந்தது. மௌரிய பௌத்த பேரரசன்அசோகன்காலத்தில் பௌத்தமும் சமணமும் தமிழகத்தில் பரவின. அசோகனின் பாறைக்கல்வெட்டுகளும், தமிழ் இலக்கியங்களும், பூம்புகார் நகர அகழாய்வுகளும் இதற்குச் சான்று தருகின்றன. கடற்கரை நகரங்களுடன் வட இந்திய பௌத்தர்கள் மேற்கொண்ட வணிகமும் தமிழகத்தில் பௌத்தம் பரவ காரணமாயிருந்ததை ஆய்வாளர் R. சண்பகலட்சுமி கூறுகிறார். கொற்கை தொண்டி, பூம்புகார் துறைமுகங்களுடன் பௌத்த வணிகர்கள் கொண்டிருந்த தொடர்பு கடல் கடந்த கீழ்த் திசை நாடுகளுக்கும் நீடித்ததை திரு.இராஜ் கௌதமன் குறிப்பிடுகிறார்.[34] ஆதித்திராவிட கைவினைர்கள் (இரும்பு, மரம், கல், பொன், உலோகத் தொழில்களைப் புரிந்தவர்கள்) பிற்காலத்தில் பஞ்ச கம்மாளர் என அழைக்கப்பட்டனர். இவர்கள் முழுதுமாக சமண பௌத்தர்களாக விளங்கினர். சமண, பௌத்த மடாலயங்கள், விகாரங்கள், பள்ளிகள் மற்றும் துறவிகளுக்கான குகைகள்,

கற்படுக்கைகள் இக்கைவினைஞர்களால் கட்டப்பட்டன.[35] பண்டையத் தமிழகம் சமண பௌத்தர்களால் நிரம்பி யிருந்ததை மயிலை. சீனி, வேங்கடசாமி அவர்கள் விரிவாக தெரிவிக்கின்றார். (அவர் எழுதியுள்ள "தமிழகத்தில் சமண திருப்பதிகள்", "தமிழகத்தில் பௌத்த திருப்பதிகள்" ஆகிய நூல்களை படிக்கலாம்)

சமண, பௌத்த, நாகப்புலவர்கள்

நாகர் சமய பண்பாட்டுக் கூறுகளைச் சமண, பௌத்த சமயங்கள் ஏற்றிருந்தன. நாகர்களின் நாகவழிபாட்டை அச்சமயங்கள் ஏற்றிருந்தன. நாகப்பாம்பின் கவிகையுடன் (பாம்பின் படம்) கூடிய மகாவீரர், புத்தரின் சிலை களை இன்றும் காணலாம்.[36] இச்சமணர்களும் பௌத் தர்களும் (ஆதிதிராவிடர்கள்) புலவர்களாகவும், கவிஞர் களாகவும் தமிழ்சங்கங்களில் இடம் பெற்றிருந்தனர். இச்சமயப்புலவர்களால் எழுதப்பட்ட தமிழின் முதல் காப்பியங்களான சிலப்பதிகாரமும், மணிமேகலையும் சான்று களாகும். மேலும் சங்ககால பெரும்பாலான இலக்கியங்கள் சமண, பௌத்த நெறிகளையே வலியுறுத்துவதைக் காணலாம்.

நற்றிணையில், அம்மெய்யன் நாகனார், இளநாகனார், இனிசந்த நாகனார், மதுரை கொல்லன் வெண்நாகனார், மதுரை பூவண்ட நாகவேட்டனார், மதுரை பெருமருது இளநாகனார், மருதன் இளநாகனார், மதுரை மருதன் இளநாகனார் முதலான நாகப்புலவர்களைக் காணலாம்.

குறுந்தொகை, நன்னாகையார், கச்சிப்பேட்டு நன்னா கையார், நாகம்போத்தன், பொன்நாகன், மதுரை மருதன் இள நாகனார் ஆகியோரை நாகப்புலவர்களாகக் காட்டுகிறது.

நன்னாகனார், புறத்திணை நன்னாகனார், மதுரை பூதன் இளநாகனார், மருதன் இளநாகனார், முரஞ்சியூர் முடி நாகராயர், விரிச்சியூர் நன்னாகனார், ஆகியோரை நாகப்புலவர்களாகப் புறநானூறு காட்டுகிறது. நாகப்புலவர்களின் இந்த பட்டியலை டாக்டர், சிவ.விவேகானந்தன் தருகிறார்.[37]

பெண்பால் புலவர்கள்

இந்திய அளவிலும், தமிழகத்திலும் ஆங்கிலேயர் காலத்தில் 19ம் நூற்றாண்டின் இறுதியில்தான் பெண்களுக்கான முதல் பள்ளி கல்கத்தாவில் தொடங்கியது. அதுவரையில் இந்தியப்பண்பாடு "அடுப்பு ஊதும் பெண்களுக்கு படிப்பு எதற்கு" என்ற நிலையிலேயே இருந்து வந்தது. ஆனால், சங்க காலத்தமிழகத்தில் ஆண்களுக்கு இணையாக பெண்களும், கல்வியிலும் கேள்வி ஞானத்திலும் புலமை பெற்றிருந்தனர். இப்பெண் பால் புலவர்கள் அனைவரும் பறையர், பாணர் குலத்தவர் என்பது குறிப்பிடத்தக்கது. தமிழ் மூதாட்டி ஔவை பாணர் குலத்தவர். ஔவை பாட்டி என்பது ஔவை பாடிணி என்பதிலிருந்து வந்தது. பாணன் என்கிற ஆண்பாலுக்கு இணையாக பாடிணி (பாட்டி) என்கிற பெண் பால் சொல் வழக்கிலிருந்தது. உழவன்–உழத்தி; நுளையன்–நுளைச்சி, புலையன்–புலைச்சி என்பது போல பாணன்–பாணிச்சி என்றாகி பின் பாடிணி, பாட்டி என்றாகியுள்ளது.

பாணர்–பாணிச்சியர் அரச குடும்பத்துடன் நெருங்கிய உறவு கொண்டிருந்தனர். இப் புலவர் மக்களை மன்னர்கள் தங்கள் அரச சபைக்கு வரவேற்று மகிழ்ந்ததை

"பாண வருக, பாட்டியர் வருக"

என மதுரைக் காஞ்சி குறிப்பிடுகிறது.38 பாணர், பறையர் குலப் பெண் பால் புலவர் குழுவிற்கு தலைமையானவர் ஔவை. ஆத்திச்சூடி, கொன்றை வேந்தன், மூதுரை, உலகநீதி போன்ற அறிவு பெட்டகங்களால் இன்றும் நம் மனதில் நீங்கா இடம் பெற்றிருப்பவர். பிற பெண்பாற்புலவர்களாக, முடத்தாமக் கண்ணியார், காக்கைபாடினியார், நச்செள்ளையார், நப்பசலையார், குறமகள் எயினி, நரி வெரூஉத்தலையர் ஆகிய பலரையும் இலக்கியங்கள் குறிப்பிடுகின்றன.

முத்தமிழில், இயற்றமிழை இப்புலவர் கூட்டம் வளர்த்தது. இசைத்தமிழைப் பாணர் (இசைப்பாணர்) கூட்டம் வளர்த்தது. கூத்து தமிழைப் பாணர்களின் ஒரு பிரிவினரான விரலியர், கூத்தர், பொருனர் கூட்டம் வளர்த்தது. பெரும்பாணாற்றுப்படை, சிறுபாணாற்றுப்

படை, கூத்தராற்றுப்படை, விரலியராற்றுப் படை, பொருனராற்றுப்படை போன்ற இலக்கியங்கள் இப்புலவர் பெருமக்களைப் போற்றி எழுதப்பட்டவை. இத்தனை பெரிய புலவர் கூட்டம் சங்கம் வைத்து மொழி, இலக்கிய, இலக்கண நூல்களைப் படைத்துள்ளது பெருமைக்குரிய செய்தியாகும். இப்பெரும் புலவர் கூட்டத்தினர் நாக–எயினப் பறையர் பிரிவினர் ஆவர். தற்கால ஆதிதிராவிடர்களின் மூதாதையரே நாகர்கள் என்று தனது ஆய்வு நூலான நாகர் வரலாற்றில் டாக்டர் சிவ.விவேகானந்தன் கூறுகிறார்.[39]

ஆதிதிராவிடர்களின் இத்தனைப் பெரிய அறிவுத்தளத்தைப், பிற்கால சைவ, வைணவ சமய இலக்கியங்களும், தமிழ் இலக்கிய வரலாறும், தமிழக சமூக அரசியல் வரலாறும் புறக்கணித்திருப்பது எத்தனைப் பெரிய அநீதியும் கொடுமையும் ஆகும் என்பதை தமிழுலகம் உணரவேண்டும். முத்தமிழ் வளர்த்தவர்கள் தலையில் "கல்வி முற்றிலும் ஏறாது" எனக் கூறி வந்த மடமையை எண்ணி நாண வேண்டும். இலக்கியங்களை ஏற்றுக்கொள்வதும், ஆனால், அவற்றை இயற்றியவர்களை ஏற்க மறுப்பதும் சாதிப்பித்தினால்தானே. இடைக்காலத்தில் (பல்லவர்காலம் துவங்கி ஆங்கிலேயர் காலம்வரை) இப்பெருமக்களுக்கு, திட்டமிட்டே கல்வி மறுக்கப்பட்டது. இவர்களின் சிந்தனை முடக்கப்பட்டது.

மேலே கூறப்பட்ட தமிழர்களின் சமூக, பண்பாட்டு, அரசியல் அறிவுத்தளத்தைக் கட்டி எழுப்பி, வளர்த்தவர்கள் நாகர்களான ஆதிதிராவிடர்களே என்பது தெளிவாகிறது. மேலும், ஆதிதிராவிடர்களின் இத்தகைய அறிவு கட்டமைப்பு வெறும் பிராமண ஆதிக்கத்தை எதிர்ப்பதற்காக அமைக்கப்பட்டதல்ல. இது மாந்தர்குல சமூகத்தை வாழவைக்க அமைக்கப்பட்டதாகும்.

முன்பே விளக்கியது போல "யாதும் ஊரே, யாவரும் கேளிர்" "பகுத்துண்டு பல்லுயிர் ஓம்புதல்" போன்ற கோட்பாடுகளின் மீது இந்த அறிவுத்தளம் அமைக்கப்பட்டது. ஆரியர்களையும் உள்ளடக்கிய ஒரு மக்கள் சமத்துவ சமூகத்தை (egalitarian society) நோக்கி ஆதிதிராவிடர்களின் அறிவு

கட்டுமானம் அமைந்திருந்தது. ஆரியர்களின் நம்பிக்கைத் தளமோ, மனிதர்களைப் பிரித்து வகைப்படுத்துவதையும், உயர்வு தாழ்வுடன் கூடிய ஏணிப்படி சமூக அமைப்பையும் வலியுறுத்தியது. இது கடவுளின் ஏற்பாடு (Gods ordination) என்றும், எதிர்க்க கூடாது என்றும் கூறினர். இவ்வாறு, ஆரியர்கள் நம்பிக்கையை ஆதாரமாகக் கொண்டிருக்க, ஆதிதிராவிடர்கள், அறிவை ஆதாரமாகக் கொண்டிருந்தனர்.

நம்பிக்கை தத்துவத்தின் அடிப்படை வெறும் நம்பிக்கை மட்டுமே; இதற்கு துணை நிற்பது பய உணர்வே என்பதை வாழ்வில் காண்கிறோம். மதம் என்பதும் அது காட்டும் கடவுள் என்பதும் அச்சத்தில் காலூன்றி நிற்கின்றன என மனவியலாளர்கள் கருதுகின்றனர். முன், பின், அறிந்திராத, பார்த்திராத, யாரோ கூறிவைத்த (கடவுள் என்ற) ஒன்றை பற்றிய அச்சம்; தோல்வியைப் பற்றிய அச்சம், சாவைப் பற்றிய அச்சம், இயற்கை சீற்றம், அழிவுகள் குறித்த அச்சம்– என்று அச்ச உணர்வே மனிதர்களை ஆட்டி படைத்துக் கொண்டிருக்கிறது. பாம்பைக் கண்டஞ்சியர்வர்கள் பாம்பை வழிபட்டனர்; தீயைக்கண்டஞ்சியவர்கள் தீயை வணங்கினர். தலைவர்களைக் கண்டஞ்சியவர்கள் அவர்களை வணங்கினர்; அவர்களின் வாகனங்களைக் கூட வணங்கினர். கடவுள் என்ற ஒன்றை வணங்க தலைபட்டவர்கள் கடவுளின் வாகனங்களையும் அது தொடர்பான பொருள்களையும் புனிதமாக்கி வணங்கினர். இடி, மின்னல், பெருமழை, வெள்ளப்பெருக்கு என்று எதையெல்லாம் கண்டஞ்சினார்களோ, அவற்றையெல்லாம் பயத்தின் காரணமாக வணங்கத் துவங்கினர்.

காணாப் பொருளாகிய கடவுள் என்ற ஒன்றை "கண்டோம், கண்டோம்" என்று கூத்தாடுகின்றன மதங்கள் "கண்ட கடவுளை எங்களுக்கும் காட்டு" எனக் கேட்போருக்கு பார்க்கும் வகையில் காட்டாமல், சொற்களாலும், கற்களாலும் வடிவமைத்து காட்டமுயலும் மதங்களை,

ஆனசமயம் அது இது நன்று எனும்
மான மனிதர் மயக்க மதுஒழி

கானம் கடந்த கடவுளை நாடுமின்
ஊனம் கடந்த உரு அது ஆமே

(திருமந்திரம் 1545)

எனத் திருமூலர் அடையாளம் காட்டுகிறார்.

மகாவீரர், புத்தர் வழி வந்த திருமூலர் கடவுள் என்பவர் ஒவ்வொரு மனிதருக்குள்ளும் உள்ளார். அவரை வெளியே எங்கும் தேடாதீர்கள்; சொற்களிலும், கற்களிலும் தேடாதீர்கள். கடவுளின் இருப்பிடத்துக்கு உங்களை அழைத்துச் செல்வதாகக் கூறும் மதங்களுக்கு கடவுள் இருப்பிடம் மனிதன்தான் என்பது தெரியாது. அறியாமையால், கடவுள் அங்கு உள்ளார்; இங்கு உள்ளார் என்று ஊரெங்கும் தேடியலைகின்றன மதங்கள் என்று திருமூலர் விளக்கம் தருகின்றார்.

ஆயத்துள் நின்ற அறுசமயங்களும்
காயத்துள் நின்ற கடவுளைக் காண்கிலா
மாயக்குழியில் வீழ்வர், மனை மக்கள்
பாசத்தில் உற்றுப் பதைக்கின்ற வாரே

(திருமந்திரம் 1530)

மனைவி, பெற்ற மக்கள், உற்றார், உறவினர் மீது உறவின் முறையால் ஏற்பட்டிருக்கும் பாசத்தின் காரணமாக, ஒவ்வொரு மனிதனும் (ஆணும் பெண்ணும்) கடவுள்தான் என்ற உண்மையைக் காணத்தவறி விடுகிறீர்கள் என்பதை திருமூலர் சுட்டிக்காட்டி, சொற்களாலும் கற்களாலும் காட்டப்படும் கடவுளை விடுத்து, மனிதர்களை மதித்து அன்பும் அரவணைப்பும் காட்டுமாறு வேண்டுகிறார். மேலும், கடவுள் என்ற கருத்து கற்பனையானது; கற்பிப்பதால் நம்பப்படுவது; ஒருவருக்கு மிகவும் பிடித்தமான பொருள் வேறொருவருக்கு அப்படி தோன்றுவதில்லை; இவை மனித மனம் தொடர்பானவைகளாகும். இது போலவே கடவுள் என்பது மனம் தொடர்பான ஒரு நம்பிக்கை. கடவுள் உண்டு என்று நம்புவோருக்கு அது இருப்பது போல தோன்றும்; கடவுள் இல்லை என நம்புபவருக்கு அது எப்போதும் இல்லாமலேயே போகும்.

"உள்ளத்தும் உள்ளன் புறத்தும் உள்ளன் என்பவர்க்கு
உள்ளத்தும் உள்ளன் புறத்தும் உள்ளன் எம்இறை
உள்ளத்தும் இல்லை புறத்தும் இல்லை என்பவர்க்கு
உள்ளத்தும் இல்லை புறத்தும் இல்லைதானே"

(திருமந்திரம் – 1532)

எனத் திருமூலர் தெளிவுபடுத்துகிறார். இது, தனி மனித மனம் சார்ந்தது. இது, சமூகஞ்சார்ந்ததல்ல அரசு அல்லது நாடு சார்ந்ததல்ல. தனி மனித மனம் நம்பும் அல்லது நம்பமறுக்கிற இக்கருத்தைச் சமூகத்தோடு தொடர்பு படுத்தக்கூடாது. சமூகத்தில் நடக்கிற அல்லது நடவாமல் போகிற நிகழ்வுகளைக் கடவுள் என்கிற கற்பனையோடு இணைக்கக்கூடாது. ஒரு அரசுக்கோ, நாட்டிற்கோ, சமூகத்திற்கோ இந்த கற்பனை கருத்து தேவைப்படாது எனக்கூறியுள்ள புத்தரின் கருத்தை அவர் அறிவு வழியில் வந்த திருமூலரும் வழிமொழிந்துள்ளார்.

ஆதிதிராவிடர்களின் அறிவுத்தளத்திற்கு இவர்கள் தழுவியிருந்த பௌத்தமும் சமணமும் வலு சேர்த்தது. சமண மத நிறுவனரும் புத்த மத நிறுவனரும் அறிவின் அடிப்படையில் ஆரியத்துக்கு எதிரான நிலையை மேற்கொண்டவர்கள். கடவுள் என்ற ஒருவர் இல்லாமலேயே உலகும் உயிர்களும் எப்போதும் இயங்கி வருகின்றன என மகாவீரர் (சமணம்) கூறினார். கடவுள் என்பவருக்கும் இந்த உலகு மற்றும் உயிர்களுக்கும் தொடர்பில்லை; கடவுளைப் பற்றி மனிதர்கள் பொருட்படுத்த வேண்டியதில்லை எனப் புத்தர் தெளிவுபடுத்தினார். இதனால் ஆரியர்களின் நம்பிக்கையான "கடவுள் ஏற்பாடு" என்ற நிலைப்பாடு எடுபடாமல் போயிற்று.

அறிவு கோட்பாடும் நம்பிக்கை தத்துவ கோட்பாடும்

இப்பிரபஞ்சத்தில் மனிதனே மையப்பொருளாக உள்ளான். அவனால்தான் இப்பிரபஞ்சத்தின் இருப்பு உணரப்படுகிறது. சகமனிதன் மீதான அக்கறை, அவனது இன்பதுன்பங்களில் பங்கேற்பு, துன்பங்களை நீக்க முயலுதல்– இவையே அறிவு என்பது; ஆதிதிராவிடர்களின் அறிவுதளத்திற்கு அடிநாதமாக உள்ளது. துன்பப்படும் மனிதன் அதற்கான துன்பநிவாரணம்

தேடுகிறான்; துன்ப நிவாரணத்திற்கு முன், துன்பத்திற்கான காரணங்களைத் தேடுகிறான். இது அறிவு செய்யும் வேலை. மனிதனிடம் இருக்கும் அறிவு (மூளை) வேலை செய்யாது போனால், துன்பத்திற்கான காரணத்தைத் தேடாது, துன்ப நிவாரணத்தை மட்டுமே தேடும். துன்பத்திற்கான காரணத்தை அறியாமல், துன்பத்தை நீக்க சரியான வழி பிறக்காது. நோய்க்கான காரணம் தெரிந்தாலொழிய, அந்நோய் நீக்கத் திற்கான சரியான மருந்தைக் கொடுக்க இயலாது.

நோய் நாடி நோய் முதல்நாடி அது தணிக்கும்
வாய் நாடி வாய்ப்ப செயல்

என நோயை குணமாக்கும் வழியை வள்ளுவர் தெளிவாகக் கூறுகிறார். துன்பங்களுக்கான காரணத்தைக் கண்டறிவதுதான் அறிவின் வேலை. எனவே ஆதிதிராவிடர்களின் அறிவுதளம் காரண காரியங்களைக் கொண்டது. இதில் நம்பிக்கைக்கு இடமில்லை.

ஆரியர்களின் வாழ்வியல் கோட்பாடு வெறும் நம்பிக் கையில் அமைந்துள்ளது. துன்புறும் மனிதன் முன்னே கடவுள் என்ற ஒருவரை கொண்டுவந்து நிறுத்துகிறது நம்பிக்கை. "இக்கடவுளிடம் உனது குறைகளைத், துன்பங்களை முறையிடு. அவர் உன்னை துன்பத்திலிருந்து விடுவிப்பார். துன்பத்திற்கான காரணத்தை நீ தேடாதே. அது உன் வேலையல்ல. இவர் உன்னை காப்பாற்றுவார். இதை நம்பு" என்கிறது நம்பிக்கை. துன்பத்திற்கான காரணத்தை மனிதன் கண்டுபிடித்து விடுவானாகில், மனிதனுக்கு கடவுள் (நம்பிக்கை) தேவைப்படாமல் போய்விடுவார். மேலும், இது நம்பிக்கைக்கு எதிரானதாகவும் ஆபத்தானதாகவும் மாறலாம். ஆரியர்களின் நம்பிக்கை கோட்பாடு மனிதர்களைச் சிந்திக்க விடுவதில்லை; தன்முயற்சியில் செயல்பட விடுவதில்லை. கடவுளைச் (நம்பிக்கையை) சார்ந்தே இருக்கச் செய்கிறது. எனவே இதில் அறிவுக்கு வேலை கிடையாது.

இந்த நம்பிக்கை கோட்பாட்டை நிலை நிறுத்த வேதங்களையும், உபநிஷத்துகள், ஆரண்யங்களையும் துணைக்கு அழைத்து கொள்கின்றனர். மேலும் சில

தத்துவங்களையும் (philosophy) பக்க துணையாகக் கொள்கின்றனர். எளிதில் புரிந்து கொள்ள இயலாத கற்பனையான ஒரு கருத்தையே தத்துவம் என்கிறோம். "கேள்வி கேட்டவர்களின் திருப்திக்கு ஏற்ப விடையளிக்கப்படாத கேள்விகளின் தொகுப்பே தத்துவம் ஆகும்." (Philosophy is nothing but a collection of Questions which have not been answered to the satisfaction of those who have asked them) தத்துவம் என்பதற்கு இப்படி ஒரு விளக்கம் உண்டு. துத்துவஞானி என்பவன் "இல்லாத கருப்பு பூனையை இருட்டறையில் தேடும் பார்வையற்ற குருடன்" என்ற ஒரு விளக்கமும் உண்டு.

உலகும் உயிர்களும் தோன்றியவிதம், அவற்றிற்கு இடையிலான உறவு பற்றி சூட்சுமமாக (எளிதில் புரிந்து கொள்ள இயலாத) கருத்து கூறுபவர்களைத் தத்துவஞானிகள் எனக் கூறுவதுண்டு. பழங்கால இந்தியாவிலும் தமிழகத்திலும் பல தத்துவ கருத்துக்கள் பரவியிருந்தன. தமிழர்களின் வாழ்வில், லோகாயுதம் (Materialism) பௌத்தம் (Buddhism) சமணம் (Jainism) ஆசிவகம் (Ajvika-ism) ஆகிய தத்துவங்கள் இடம் பெற்றிருந்தன. இவையனைத்தும் ஆரியர்களின் நம்பிக்கை தத்துவத்திற்கு எதிரானவை. தமிழகத்தில் கொடுமணல் பகுதியில் நடைபெற்ற அகழாய்வில், "திஸ்ஸ" என்ற பெயர் பதிக்கப்பட்ட (தேரவாத பௌத்தர்களின் பெயர் திஸ்ஸன்) ஓடுகள் கண்டெடுக்கப்பட்டுள்ளன. இதன் காலம் கி.மு.408 ஆகும். (சிவகங்கை மாவட்டம் கீழடி ஆய்வுகள் கி.மு.160, கி.மு.220 ஆண்டுகளைச் சேர்ந்த பொருள்களை வெளிக்கொணர்ந்துள்ளன) தமிழர் வாழ்வில் தத்துவ கருத்துக்கள் தோன்றிய காலத்தை கி.மு. 500 முதல் கி.பி.400 எனக் கொள்ளலாம் என்கிறார் தேவ.பேரின்பன்.[40] ஆனால், ஆதிதிராவிடர்களின் அறிவுத்தள கட்டுமானம் இதற்கு பல தலைமுறைகளுக்கும் முந்தையது.

கிரேக்க – ரோமானிய தத்துவத் தொடர்பு

சங்க இலக்கியங்கள் கிரேக்க–ரோமானிய வணிகத் தொடர்பைக் காட்டுகின்றன. மேலும் அம்மக்களை

“யவனர்” என அழைக்கிறது. கிரீஸ் நாட்டின் அயோனியப் (Ionia) பகுதியிலிருந்து பெரு வணிகர்கள் தமிழகம் வந்தனர். இவர்களையே (அயோனியர்) தமிழர்கள் “யவனர்” என அழைத்தனர். அயோனிய தத்துவஞானிகள் கடவுள் கொள்கையை நிராகரித்தவர்கள். பிரபஞ்சத்தின் இயற்கையை முதன்மை படுத்தியவர்கள்.[41] சாக்ரட்டிஸ், பிளாட்டோ, அரிஸ்டாட்டில் தொடங்கி டெமாகிரீட்டஸ் (Democritus) எபிகூரஸ் (Epicurus) வரையிலான இயற்கை தத்துவவாதிகள் கூறிய தத்துவ கோட்பாடுகள் தமிழக சமண பௌத்த கோட்பாடுகளுடன் ஒத்துப் போயின. இச்சூழ்நிலை, ஆரியர்களின் வெரும் நம்பிக்கை தத்துவத்தை எதிர்த்து தங்களின் அறிவுதளத்தை வலிவுடன் அமைக்க ஆதிதிராவிடர்களுக்கு பெரிதும் துணை நின்றது.

அறிவுத்தளம் செயல்பட்டது எப்படி?

இந்தியாவின் வட பகுதியிலிருந்து தென்பகுதிக்கு குடியேறி பிழைக்க வந்த ஆரியப்பூசாரிகளுக்கு வாழ்வின் ஆதாரமாக விளங்கியவை இரு தொழில்களாகும். 1. வேதம் ஓதுதல். 2. வேள்வி செய்தல். அவர்களின் வர்ணாஸ்ரம தர்மத்தின்படி, போரிடுதலையும், நாட்டை பாதுகாப்பதையும் சத்திரியர்களுக்கு ஒதுக்கப்பட்டது. வணிகம் செய்வது வைசியர்களிடம் ஒப்படைக்கப்பட்டது. ஆரியப்பூசாரிகளுக்கும் சத்திரிய, வைசியர்களுக்கும் எடுபிடிகளாக இருந்து அடிமைச்சேவகம் செய்யும் வேலை சூத்திரனுக்கு கொடுக்கப்பட்டுவிட்டது. எனவே, போதுமான ஓய்வுடனிருந்து கொண்டு வேதம் படிப்பதையும் வேள்வி (யாகம்) செய்வதையும் ஆரியப் பூசாரிகள் மேற்கொண்டனர். ஏன் வேதம் படிக்க வேண்டும்? ஏன் வேள்வி செய்ய வேண்டும் என்ற கேள்வி எழுந்தபோது, அதை லோகக்ஷேமத்திற்காக (உலகையும் உயிர்களையும் காப்பதற்காக) செய்ய வேண்டியுள்ளது எனக்கூறினர். வேதம் படித்தல், வேள்வி செய்தல் ஆகிய இவ்விரண்டு பணிகளும் ஆதிதிராவிட சமூகத்திற்கு தேவையானதால் பயன்தரக்கூடியதல்ல. ஏனெனில் இந்த கால கட்டம் (இடைச்சங்ககாலம்) வரை, அவ்விரு தொழில்கள் பற்றி ஆதிதிராவிடர்கள் அறிந்திருக்கவில்லை; பயன்படுத்

தியதுமில்லை. என்றாலும் அது புதிதாக வலியுறுத்தப்பட்டது. இவ்விரு தொழில்களும் நடை பெறாவிட்டால் பேராபத்து உண்டாகும். உயிர் அழியும், உலகே அழியும் என்ற பயத்தை ஆரியர்கள் புதிதாக மனித மனத்தில் விதைத்தனர். குறிப்பாக, மண்ணாண்ட மன்னர்களிடம் இவ்விதை விதைக்கப்பட்டது. சாவுக்குப்பின் சொர்க்கலோக வாழ்விற்கும் உத்தரவாதம் தரப்பட்டது. ஆதிதிராவிடர்களின் அறிவுவழி பயனற்றது எனவும், சொர்க்கத்திற்கு செல்ல அவ்வழி பயன்படாது எனவும் மன்னர்களுக்கும், நிலவுடமை செல்வந்தர்களுக்கும் போதிக்கப்பட்டது. வயிற்றுக்குச் சோறும், உடலுக்குத் துணியும் மட்டுமே வாழ்க்கையல்ல இதனைத்தாண்டி மேற்கொள்ள வேண்டிய ஆன்மீகத் தேடலே உண்மையான அறிவாகும், என்றெல்லாம், இதுவரையில்லாத, புதிய கருத்துக்கள் முன்வைக்கப்பட்டு வலியுறுத்தப்பட்டன. இதில் மனம் மயங்கியும், சொர்க்கலோக வாழ்விற்கு ஆசைபட்டும் தான், நாம் முன்பே குறிப்பிட்ட இரு தமிழ் மன்னர்கள் (பல்லவனும், பாண்டியனும்) அறிவு வழியைக் கைவிட்டு, நம்பிக்கை வழியில் அப்போது (கி.பி.6ம் நூற்றாண்டு) புதிதாகத் தோன்றியிருந்த சைவ சமயத்தில் சேர்ந்தனர்.

மன்னர்களின் சமய மாற்றம் சமூகத்தில் மாபெரும் தாக்கத்தை ஏற்படுத்தியது. "மன்னன் எவ்வழி மக்கள் அவ்வழி" என்ற வழியில் மக்களும் செல்லவேண்டிய கட்டாயம் ஏற்பட்டது. அறிவு வழியைக் கைவிட்டு விட்ட மன்னர்கள் தாங்கள் ஏற்று கொண்ட ஆன்மீக வழிக்கு (நம்பிக்கை) உதவியும் ஆதரவும் அளித்தனர்; இச் செயல் ஆதிதிராவிடர்களின்அறிவுதளத்திற்குப்பெரும்பின்னடைவை ஏற்படுத்தியது. இதை எதிர்த்து தன்னைக் காத்துக்கொள்ள வேண்டிய அவசியமும், கட்டாயமும் அறிவுதளத்திற்கு ஏற்பட்டது. அறிவிற்கும், நம்பிக்கைக்குமான இக்கருத்து மோதல்களைத் தத்துவ கண்ணோட்டத்தில் வரலாறு பதிவு செய்துள்ளது. அந்த வகையில் பழந்தமிழகத்தில் பல தத்துவ அணுகுமுறைகள் இருந்துள்ளன. தனித்த தத்துவ வாதிகளாக அஜித கம்பளன், கபிலன், மாற்கலிகோசலான் ஆகியோரைப்பார்க்கலாம். நிறுவனமயமாக்கப்பட்ட சமண, பௌத்த தத்துவங்களைத்தவிர, ஆறுவகை தத்துவங்களை

இலக்கியங்கள் காட்டுகின்றன. அவை 1. ஆசிவக தத்துவம், 2. நியாய தத்துவம், 3. வைசேடிக தத்துவம், 4. சாங்கிய தத்துவம், 5. சாருவாகதத்துவம், 6. மீமாம்சக தத்துவம் என்பனவாம், இந்த ஆறுவகைத் தத்துவங்களில் இரண்டு மட்டுமே நம்பிக்கை அடிப்படையிலான கடவுள் தத்துவத்தை ஏற்றன. எஞ்சிய நான்கு தத்துவங்கள் கடவுள் தத்துவத்தை ஏற்க மறுத்து எதிர்த்தன. வேத காலம் தொடங்கியே, வேத நூல்களிலேயே பொருள் முதல்வாதத்துக்கும், கருத்து முதல் வாதத்துக்கும் (materialistic interpretation and idealistic interpretation) போராட்டம் தொடங்கிவிட்டது.

அறிவா? ஆன்மீகமா?

இயற்கை மற்றும் பொருள்களை முதன்மையாகக் கொண்டு அறிவை வளர்த்தல் பொருள் முதல் வாதம் எனப்பட்டது. மாறாக, புலன்களால் உணர இயலாத நம்பிக்கையை (கடவுள்தத்துவம்) முதன்மையாகக் கொண்ட அறிவே ஆன்மீகம் அல்லது கருத்து முதல் வாதம் எனப்பட்டது. இவ்விரண்டுக்குமான தொடர் போராட்டமே மனிதர்களின் வரலாறாக உள்ளது. கடவுள் தத்துவத்தை எதிர்க்கும் பொருள் முதல்வாத கருத்தும், ஆதரிக்கும் கருத்து முதல்வாதக் கருத்தும் தமிழர் வாழ்வில் இன்றுவரைத் தொடர்கிறது. இந்திய மரபு என்பது இவையிரண்டையும் உள்ளடக்கியது தான் என்பதை பேராசிரியர். தேவிபிரசாத் சட்டோபாத்யாயா தெளிவுபடுத்துகிறார். மேலும், இந்திய தத்துவங்கள் அனைத்துமே ஆன்மீக அடிப்படையிலானது மட்டுமே (கடவுள்தத்துவத்தை ஏற்பது) என்பது பொய் பிரச்சாரமாகும் என்றும் கூறியுள்ளார்.[42]

வாழ்வியல் தத்துவத்தின் உச்சத்தைத் தொட்டு வழிகாட்டும் வள்ளுவர் "பொருளில்லார்க்கு இவ்வுலகில்லை" என்பதைக் கூறி பொருள்முதல்வாதத்தை முன் வைக்கிறார். அந்த பொருளையும் சமூகப் பொதுச் சொத்தாக அறிவிக்கிறார். பகுத்துண்டு பல்லுயிர் ஓம்பும் பண்பைக் கூறி பொதுவுடமை நெறியைமுன் வைக்கிறார். பகுத்துண்ணும் பண்புதான் அறிஞர்கள் கூறும் தலையாய அறிவு என்கிறார் வள்ளுவர்.

இதை மறுக்கிறது ஆரியர்களின் நம்பிக்கை தத்துவம். பொருளைவிட அருள் பெரிது. அதைத் தேடுவதே அறிவு; அந்த ஆன்மீகத் தேடலே மெய்யறிவு என்கிறது நம்பிக்கை தத்துவம். பொருளே இல்லாமல் இவ்வுலகில் துன்புற்று இறந்தே போனாலும், நீ அருளை ஆன்மீகத் தேடல் மூலம் சேர்த்து வைத்திருப்பாயானால், உனக்கு சொர்க்கலோக வாழ்க்கை உறுதி செய்யப்படுகிறது, என்ற கற்பனை வாழ்க்கையை நம்ப வலியுறுத்துவது ஆன்மீகம்.

"பகுத்துண்டு பல்லுயிர் ஓம்புதல் என்பது நம்பிக்கை தத்துவத்திற்கு எதிரானதாகும்; யார்? யார்? எதை? எதை? எந்த அளவிற்கு அனுபவிப்பது என்பது முன்பே தீர்மானிக்கப்பட்டுள்ளது; இதை தலைவிதி அல்லது கொடுப்பினை என்கிறோம். முற்பிறவி வினையின் காரண மாக மனிதன் மாறுபட்ட உரிமைகளுடனும், உயர்வு தாழ்வுகளுடனும் பிறக்கிறான். அவ்வாறு பிறக்கும் மனிதர்கள் சமமானவர்கள் அல்ல. எனவே பகுத்துண்ணுதல் என்பது கடவுள் தத்துவத்திற்கு எதிரானதாகும்" –இத்தகைய ஆரிய நம்பிக்கைவாதத்தை ஆதிதிராவிடர்களின் அறிவுத்தளம் எதிர்த்தது.

"கடந்த காலம் இவனை கடந்து சென்றுவிட்டது; அதனால் இனிப்பயனில்லை; எதிர்காலத்தைப்பற்றி இவனுக்கு தெரியாது; எவராலும் தெரிவிக்கவும் இயலாது. எதிர்கால கற்பனையை விட்டுவிட்டு நிகழ்கால நடைமுறையில் இவன் கவனம் செலுத்த வேண்டும். ஏனெனில், ஒவ்வொரு உயிரும் வாழ ஒரு வாய்ப்பே தரப்படுகிறது. அந்த ஒரு வாய்ப்பில் அவனுக்கு கிடைக்கிற சமஉரிமை, சமஉடமை, சம கௌரவம், சம வாய்ப்பு ஆகியவையே வாழ்வின் பயனை தீர்மானிக்கிறது. இத்தகைய வாழ்வை அடைய முயலுவதே அறிவுடமை ஆகும்" –என்பது ஆதிதிராவிடர்களின் அறிவு கட்டமைப்பாகும்.

இவ்வாறான அறிவுத்தேடலுக்கும் ஆன்மீகத் தேடலுக்கும் இடையிலான போராட்டத்தை இரு சாராரும் இன்றுவரை தொடர்ந்து நடத்திவருகின்றனர். இதில், ஆதிதிராவிடர்களின்

அறிவின் பயனைத் தங்களுக்குச் சாதகமாகப் பயன்படுத்திக் கொள்வதையும், தங்களுடையாக்கி கொள்வதையும் ஆரியர்கள் தொடர்ந்து செய்து வருகின்றனர். இது புத்தர் காலம் துவங்கி சித்தர்கள் காலம் வரை தீவிரமாக நடந்தது. இது குறித்து பிறிதொருப் பகுதியில் விரிவாகக் காணலாம்.

அறிவுப் போட்டிகளும் விவாதங்களும்

முதல் இரண்டு சங்க காலங்களில் ஆரியக்கருத்தும், பழக்க வழக்கங்களும் தமிழகத்தில் அவ்வளவாக பரவவில்லை என்றும், கடைச்சங்கம் எனப்படும் மூன்றாம் சங்க காலத்தில் தான் தமிழகம் ஆரிய மயமாக்கப்பட்டது என்றும் முன்பே பார்த்தோம். சங்கங்களை அமைத்தவர்களும் நடத்தியவர்களும் சமணர்களும் பௌத்தர்களுமேயாவர் என்பதை சங்க இலக்கியங்கள் கூறுகின்றன. தமிழின் முதலிரு பெருங்காப்பியங்களான சிலப்பதிகாரமும், மணிமேகலையும் சான்று கூறும். பெரும்பாலான சங்க இலக்கியங்களைச் சமண, பௌத்தர்களே இயற்றியுள்ளதும், பெரும்பாலான இலக்கியங்கள் சமண, பௌத்த கருத்துக்களையே கூறி-யிருப்பதும், வலியுறுத்துவதும் கூடுதல் சான்றுகளாகும். கி.பி. 470ஆம் ஆண்டு வாக்கில் வஜ்ர நந்தி என்ற சமணர் மதுரையில் சங்கம் ஒன்றை துவக்கியதையும் இலக்கிய வரலாறு கூறுகிறது. இது “திராவிடச்சங்கம்” என்றே பெயரிடப் பட்டிருந்ததாகவும், தமிழ்மொழியை அழித்துவிடாமல் பாதுகாத்ததாகவும் பேராசிரியர் மு. கோவிந்தசாமி கூறுவதைக் கவனிக்க வேண்டும். *(இலக்கிய தோற்றம். பக்–17)*[43]

“நன்பாட்டுப் புலவனாய்ச் சங்கம்ஏறி
நற்கனகக்கிழி தருமிக்கு அருளினோன் காண்”

என்ற தேவாரப் பாடல் வரிகள் தமிழகத்தில் சங்கம் இயங்கியதைத் தெரிவிக்கிறது. அதில் நடந்த புலமைப் போட்டியில் நம்பிக்கையை வீழ்த்தி அறிவே வென்றது என்பதை திருவிளையாடல் புராணம் கூறுகிறது. தவறானப் பாடலுடன் வந்திருப்பது கடவுள் எனப்பட்ட சிவபெருமானே என்பது தெரிந்தும், அறிவுக்குப் பொருந்தாத பாடல் குற்றமுடையதே என நக்கீரன் கூறியதையும் நாம் கவனத்தில்

கொள்ள வேண்டும். செண்பக அரசு பாண்டிய மன்னனுக்கு, தன் மனைவியின் கூந்தலில் இருந்த மணம் இயற்கையானதா? செயற்கையானதா? என்ற சந்தேகம் எழுந்தது. போட்டி ஒன்றை வைத்தான் மன்னன். அந்த போட்டியில் சிவபெருமான் கலந்து கொண்டு, உயர்ஜாதிப் பெண்களுக்கும், பெண் கடவுளர்களுக்கும் (கடவுளின் மனைவிகள்) கூந்தலில் இயற்கையில் மணம் உண்டு எனப்பாடல் மூலம் தெரி வித்தார். "இல்லை, இது வெறும் நம்பிக்கை" எனத் திராவிடச் சங்க தலைமைப்புலவன் நக்கீரன் மறுத்தான். நம்பிக்கை தோற்றது. அறிவு வென்றது. சிவன் தமிழ்ச் சங்கத்தில் குட்டு வாங்கி கொண்டு போனதை திருவிளையாடல் புராணக்கதைக் கூறுகிறது.

நம்பிக்கைக்கும் அறிவுக்குமான விவாதங்களும் போட்டிகளும் தமிழகம் முழுதும் நடந்தன. நாவல் மரக்கிளையொன்றை மண்ணில் நட்டு வைத்து, அச்செடியின் இருபுறமும் எதிர் எதிரே அமர்ந்து சமண பௌத்த அறிஞர்கள், சைவ, வைதீக பிராமணர்களுடன் வாதப் போர்கள் நடத்தினார்கள். இந்த வாதப் போட்டிகளின் முடிவில் தோற்கடிக்கப்பட்டவர்கள் வெற்றி பெற்றவர்களின் மதத்தவராக மாற வேண்டும் என்பது நிபந்தனையாகவும் கொள்ளப்பட்டது. சமண பௌத்த அறிஞர்களை வென்று அவர்களைச் சைவ மதத்தில் இணையவைப்பதையே குறியாகக் கொண்டிருந்தனர் ஆரியப்பூசாரிகள். சைவ சமய நெறி பரப்பாளரான திருஞான சம்பந்தர் என்ற ஆரியர்,

> **"இந்து சேனன், சந்துசேனன், நந்த சேனன், தர்ம சேனன்,**
> **கனக சேனன், கனக நந்தி, புட்பநந்தி, பவணநந்தி,**
> **அனக நந்தி, குனக நந்தி, திவன நந்தி"**

போன்ற சமண பௌத்த அறிஞர்களை வாதப்போரில் வென்றதாக அபிதான சிந்தாமணிக்கூறுவதை நாம் கவனத்தில் கொள்ள வேண்டும்.[44]

சமண பௌத்த சமயங்களைத் தழுவியிருந்த ஆதி திராவிடர்களின் அறிவுத்தளம் என்பது சமண, பௌத்த சமயக் கோட்பாடுகளின் அடிப்படையிலமைந்திருந்தது.

ஆதிதிராவிடர்களின் அறிவுத்தளத்தைத் தகர்த்தாலொழிய தங்களுக்கு வாழ்வில்லை என்பதை அறிந்து கொண்ட ஆரியர்கள், பக்தி இயக்க காலத்தில் (6 முதல் 9– ம் நூற்றாண்டு) மிகத் தீவிரமாகவும் மூர்க்கதனத்துடனும் இதில் ஈடுபட்டனர். சோழ, பல்லவ மன்னர்களின் துணையோடும் ஆதரவோடும் சமண பௌத்தர்களை அழித்து ஒழிக்கும் பணி நடந்தது. "குகையிடிக்கலகம்" எனப்படும் இக்கலகத்தின் போது எண்ணிக்கையிலடங்காத சமண, பௌத்த மடாலயங்களும், விகாரங்களும், பாழிகளும், பள்ளிகளும், துறவிகளின் குடியிருப்புகளும் அழித்து நிர்மூலமாக்கப்பட்டன. இந்நிகழ்வுகளைப் பெரியபுராணம் விரிவாகப் பதிவு செய்துள்ளது.

திருவாரூரில் பௌத்தர்களின் குடியிருப்பும், பள்ளி, பாழிகளும் தண்டியடிகள் நாயனார் பெருமுயற்சியால், இடித்து, அழித்து, சைவ கோயிலாகவும், குளமாகவும் மாற்றப்பட்டதை,

"பாழிபள்ளிகளும் பறித்துகுளம் சூழ்கரை படுத்து மன்னவனும்
மனமகிழ்ந்துவந்து தொண்டர்அடி பணிந்தனன்"

என்று பெரியபுராணம் கூறுகிறது.

சாத்தமங்கையில் திருஞானசம்பந்தரும், சிதம்பரத்தில் மாணிக்கவாசகரும் வாதப்போர் நடத்தி, சமண பௌத்தர்களை வென்று சைவராக்கினர். போதிமங்கையில் சம்பந்தர் சார்பாக சரணாலயரும், பௌத்தர்கள் சார்பாக திரிபீடகத்தில் தேர்ந்த சாரிபுத்தரும் வாதப்போரில் ஈடுபட்டதாகவும், சைவர்களின் வெற்றிக்குப் பிறகு அங்கு சைவம் தழைத்ததாகவும் பெரிய புராணம் கூறுகிறது.

கடலூர் திருப்பாதிருப்புலியூரில் (பாடலிபுத்திரம்) இருந்த சமணப்பள்ளி இடிக்கப்பட்டு சைவக் கோயிலாக (குணபதீச்சுரம்) மாற்றப்பட்டதை,

"பாடலி புத்திரத்தில் அமண்பள்ளியொடு பாழிகளும்
கூட இடித்துக்கொணர்ந்து குணபதீஸ்வரம் எடுத்தான்"

எனப் பெரிய புராணம் பதிவு செய்துள்ளது.

ஆரிய மேலாதிக்கம், நால்வருணச் சாதிபாகுபாடு ஆகியவற்றை தீவிரமாக எதிர்த்த ஆதித்திராடர்களின் பொருள் முதல்வாத அடிப்படையில் நடந்த பல வாதப்போர்களை மணிமேகலை, நீலகேசி ஆகிய இலக்கியங்களும் குறிப் பிடுகின்றன. ஆரிய கருத்தியல்களை நிலைபடுத்தும், நியாயப்படுத்தும் கடவுள் தத்துவத்தை தகர்க்கும் வாதப் போரினை நீலகேசி விளக்குகிறது. "உலகையும் உயிர்களையும் கடவுளே படைத்துள்ளார்" என்கிற பூதவாதி (ஆரியப்பூசாரி) யிடம் நீலகேசி எதிர் கேள்வி கேட்கிறாள், "அந்த கடவுளைப் படைத்தது யார்" என்று, கிடுக்கி பிடியில் மாட்டிக்கொண்ட பூதிகன் சமாளிக்கிறான், "அவர் தன்னைத்தானே படைத் துக் கொண்டார்" என்று. அப்படியானால், அவர் தன்னைத் தானே படைத்து கொள்வதற்குமுன், அவர் அங்கு இல்லை என்றாகிறது. "இல்லை, இல்லை, பின்னால்தான் படைக்கப்பட்டான்"என்றால், "அவன் படைக்கப்படுவதற்கு முன் இன்னொருவன் இருந்தான்" என்றாகிறது. அந்த இன்னொருவனைப் படைத்தது யார்?, அதற்கும் முன்னே யார்? அதற்கும் முன்னே யார்? என்று முடிவேதுமில்லாமல் இக்கேள்வி தொடருகிறது. இத்தகைய பொருந்தாத வாதத்தைக் கூறும் மூடனே"உன்னை படைத்தவன் எத்தகையவனோ?"என நீலகேசி கேள்வி எழுப்பி அதிரவைக்கிறாள்.

" தன்னை படைப்பின் தான் முன் இன்மையால் இல்லை
பின்னை படைக்கின் படைக்கப்படுவதின்
முன்னை படைப்பின் முடிவில்லை, மூடனே
நுண்ணை படைத்தவர் யாரினி நோக்காய்"

– நீலகேசி.771.

நீலகேசியின் கேள்வியால் சுருண்டுபோகிறான் ஆரிய பூசாரி. சமாளிக்கிறான், "நீ நாத்தீகம் பேசும் சூத்திரச்சி" என நீலகேசியை இகழ்கிறான். தர்க்க விளக்கத்தில் தோல்விகண்டவன் சாதிக்கீழ்மையைச் சுட்டிக்காட்டி திட்டுகிறான், கீழ்க்கண்டவாறு,

நாத்தீகம் அல்லது சொல்லலை
ஆயின் முன் நான் பயந்த
சாத்திரமாவது வேதம் அன்றோ

அதுதான் சுயம்பு
சூத்திரி நீ அதுவல்லை
அலாமையின் சொல்லுகிறாய்
போத்தந்தியோ அதன் தீமை என்றான்
பொங்கிப் பூதிகனே

வெரும் நம்பிக்கை, அறிவு வாதத்தின் முன் தோற்றது. ஏனெனில், ஆரிய வேதங்களும், மந்திர தந்திரங்களும் சுலோகங்களும், உபநிஷத்துக்கள், ஆரண்யங்கள், ஸ்மிருதிகள் போன்ற இலக்கியங்களிலும் கேள்வி எழுப்பாத நம்பிக்கை மட்டுமே உள்ளது. அறிவுக்கு இங்கு துளியும் இடமில்லை.[45]

நீலகேசியின் பொருள் முதல்வாதமே ஆதிதிராவிடர்களின் அறிவுத்தளமாகும். இது கடவுள் மறுப்பு, சாதி எதிர்ப்பு, பிராமண எதிர்ப்பு ஆகியவற்றை உள்ளடக்கிய சமூகவியல் கோட்பாடாகவும் உள்ளது. நீலகேசியின் இந்த போர்க்குணம் ஆதிதிராவிடர் அறிவுத்தளச் செயல்பாட்டில் தொடர்ந்து வந்துக் கொண்டிருப்பதை நாம் காணலாம்.

அறிவுத்தள அழிப்பு முயற்சிகள்

கி.பி. 6, 7, 8 ஆம் நூற்றாண்டுகளில் நடைபெற்ற சமண, பௌத்த சமயங்களின் அழிப்பு மற்றும் ஒழிப்பு காலங்களில், ஆரிய எதிர்ப்பு, கடவுள் மறுப்பு, சாதி எதிர்ப்பு இலக்கியங்கள் பெருமளவில் அழிக்கப்பட்டன. ஆரிய, சைவர்கள் ஒரு பகுதியினராகவும், சமண பௌத்தர்கள் ஒரு பகுதியினராகவும் இவ்வாத போட்டிகளில் பங்கேற்றனர். இதில் அனல் வாதம் என்பது எரியும் தீயில் அவரவர் இலக்கிய ஓலைச் சுவடிகளைப் போட்டு, எரியாமல் தப்பிக்கும் ஓலைசுவடி வென்றதாகக் கருதப்பட்டது. புனல்வாதம் என்பது சுவடிகளை ஆற்று நீரிலிட்டு, நீரோடு அடித்து செல்லப்படாமல் எதிர்த்து வரும் சுவடிகள் வென்றவைகளாகக் கருதப்பட்டது. இது ஒரு மோசடியான சதி என்பதை அறியாத சமண பௌத்தர்கள் தங்களின் மூலச்சுவடிகளை நீரிலும், நெருப்பிலும் இட்டு ஏமாந்தனர். ஆரியப்பூசாரிகள் தங்களின் போலிச் சுவடிகளை நீரிலும் நெருப்பிலும் இட்டு மூலச்சுவடிகளைக் காப்பாற்றி

கொண்டனர்.[46] இவை, அனல் வாதம், புனல்வாதப் போட்டிகள் என இலக்கிய வரலாற்றில் பதிவாகியுள்ளது.

நீராலும், நெருப்பாலும் அழிக்கப்படாமலிருந்த சமண, பௌத்த இலக்கியங்களை, இதன் பெருமை அறியாத கோயில் மடாதிபதிகள், தங்கள் வீட்டு பரண்களிலும் பல ஆண்டுகளாக பூட்டிவைத்து செல்லரித்து போகச் செய்தனர். அதில் ஒரு பகுதி ஏழை ஆதித் திராவிடப் புலவர்களின் குடிசை வீடுகளில் வைக்கப்பட்டு மழையில் நனைந்து அழிந்து போயின என்று பேராசிரியர் வி. சீனிவாச அய்யங்கார் கூறுகிறார்.

ஆதி சங்கரர், (சங்கராச்சாரிகளின் முதல் குரு எனக் கருதப்படுபவர்) அமரசிம்மன் என்ற சமணகுடன் அனல்வாதப் போட்டியில் ஈடுபட்டாராம், அமர சிம்மனிடம் இருந்த அத்தனை சமண நூல்களும் தீயில் எரிந்துபோக, பரிதாபப்பட்ட ஆதி சங்கரர் ஒரே ஒரு சுவடியை மட்டும் தீயிலிருந்து காப்பாற்றி அமர சிம்மனிடம் அளித்தாராம். அந்த நூலே அமர கோஷம் எனப்படுகிறது.[47]

இவ்வாறு, பலவிதமான போட்டிகள் மூலம் சமண பௌத்த ஓலைச்சுவடிகளைத் திட்டமிட்டு அழிக்க காரணம் என்ன? சமண பௌத்தர்களை அழிக்கமுயன்றதேன்? நிறுவனப்படுத்தப்பட்ட சமண, பௌத்த சமயங்களை அழிப்பதன் மூலம், ஆரியத்துக்கு எதிரான கருத்துக்களைத் தன்னுள் அடக்கியிருந்த ஆதிதிராவிடர்களின் அறிவுத்தளத்தை அழிக்கவே ஆரியப்பூசாரிகள் முயன்றனர். நாகார்ச்சுனர் என்ற பிராமணரால் துவக்கப்பட்ட மகாயான புத்தமதமே அப்போது வழக்கிலிருந்தாலும், அவை, பிராமண எதிர்ப்பையும் கைவிட்டுவிடவில்லை. அவர்களின் இலக்கியங்கள் ஆரியத் துக்கு எதிரான கருத்துக்களைப் பரப்பிவந்தன.

பிற அறிவுத்தள அழிப்பு முயற்சிகள்

காரண காரியத்தோடு ஏன், எப்படி, எதற்கு எனக் கேள்வி கேட்கும் ஆதிதிராவிடர்களின் அறிவுத்தளம் ஆரியர்களின் வாழ்வாதாரத்துக்குப் பேராபத்தை விளைவித்தது. நம்பிக் கையை மட்டுமே ஆதாரமாகக் கொண்டிருந்த வேள்வி

(யாகம்) செய்தல், வேதம் ஓதுதல், திருமண மற்றும் சாவு நிகழ்வுகளில் சடங்குகள் செய்தல் போன்றவைகளே அக்கால ஆரியப் பூசாரிகளின் வாழ்வாதாரத்திற்கு அடிப்படையானவை. இதன்மூலம், ஆதிதிராவிடர்கள் அறிவையும், ஆரியப்பூசாரிகள் நம்பிக்கையையும் வாழ்வாதாரமாகக் கொண்டிருந்தனர் என்பதை தெரிந்து கொள்ளலாம்.

ஆனால், இதில் ஒரு பெரிய முரண்பாட்டை பார்க்கலாம். ஆரியர்கள் தங்களின் வாழ்வாதாரச் சாதனங்களான கடவுள், வேதம், வேள்வி, சாதி பாகுபாடு போன்றவைகளை அறிவு வழிக்கு (Logical reasoning) உட்படுத்துவதை ஏற்க மறுத்தனர். இவை குறித்த எந்த எதிர்வினாவையும் அவர்கள் ஏற்கவில்லை. அவர்களின் நம்பிக்கை, அநாதிகாலமாகத் தொடர்வது, ஆதி அந்தமில்லாதது, கேள்விக்குட்படாதது, குற்றமற்றது என்றும் சொல்லி வந்தனர். என்றாலும், அறிவில் சிறந்தவர்கள் தாங்களே. உயர்ந்த, சிறந்த அறிவு தங்களுக்கு மட்டுமே சொந்தமானது என்றும் ஒரு போலி அறிவிப்பை தொடர்ந்து தெரிவித்து வந்தனர் ஆரியர்கள். அவர்களின் நால்வருணப் பாகுபாட்டின்படி கீழ்மக்களாக்கப்பட்டுவிட்ட ஆதிதிராவிடர்களுக்குச் சுயமான அறிவுஇல்லை எனக்கூறி வந்தனர். அப்படி ஏதாவது இருக்குமானால், அது தங்களின் பங்களிப்போடும், ஆதரவோடும் மட்டுமே இருக்கும் என்றும் கேவலமான பிரச்சாரத்தையும் செய்துவந்தனர். இந்த அணுகுமுறையுடன்தான் அவர்கள் தமிழ் இலக்கியங்களையும் அவற்றை இயற்றிய புலவர்களையும் பார்த்தனர்.

ஔவையையும் வள்ளுவரையும் இழிவு படுத்தியது

ஆரிய வேதங்களும் பிற்காலத்தில் தமிழகத்தில் தோன்றிய வைதீக சமயங்களும் பெண்களை ஆண்களுக்குச் சமமாக ஏற்றதில்லை. பெண் என்பவள் உயிருள்ள ஒரு ஜடம் என்பதைத்தவிர, அவளுக்கு சுதந்திர உணர்வையோ, உரிமையையோ பிற்கால இந்துமதமும் அளித்ததில்லை. ஆனால், ஆதித்திராவிடச் சமூகத்தில் பெண்களும் புலமை பெற்றிருந்தார்கள், இலக்கியங்களைப் படைத்தார்கள். ஔவையின் உயர் அறிவு நிலையை ஒத்த ஆரியப்பெண்பாற்

புலவர் ஒருவரைக் கூட அண்மை காலம் வரை வரலாறு கண்டதில்லை. உலகப் பொதுமறையாக உயர்ந்துள்ள வள்ளுவரின் குறள் போன்றதொரு இலக்கியத்தையும் ஆரியர்களால் படைக்க இயலவில்லை. உலகம் போற்றும் அறிவு ஜீவிகள் ஆதித்திராவிட சமூகத்தில் இருந்தனர் என வரலாற்றில் பதிவாகிவிடக் கூடாது என்பதற்காகவே, ஔவைக்கும் வள்ளுவருக்கும் ஆரியத் தொடர்பு இருந்தது எனக் கட்டுக் கதை எழுதியுள்ளனர். ஆதி என்ற பறைச்சிக்கும் பகவன் என்ற பிராமணனுக்கும் பிறந்த ஏழு குழந்தைகளுள் ஔவையும், வள்ளுவரும் அடங்குவர் என்று கதை எழுதியுள்ளதை "இடங்கையர்–வலங்கையர்" நூலில் பார்க்கலாம்.[48] (சென்னை பல்கலைக்கழகத்துடன் இணைந்துள்ள ஓலைச்சுவடிகள் நூலகத்தில் இந்நூலை பார்க்கலாம்) பகவன் என்கிற பிராமணத்தந்தையின் மூலமாகவே ஔவைக்கும், வள்ளுவருக்கும் அறிவுத்துளிகள் கிடைத்துள்ளன என மக்கள் தெரிந்து கொள்ள வேண்டும் என்ற நோக்கத்தில் இக்கட்டுக்கதை எழுதப்பட்டுள்ளது.

திருமூலரை இழிவு செய்தல்

திருமூலர் பாடியருளியுள்ள திருமந்திரம் என்ற நூல் இல்லையேல் இன்றைய சைவசமயமில்லை. அதை "தமிழ் சாத்திரம்" என்றும் "சதாசிவதத்துவ முத்தமிழ்வேதம்" என்றும் சைவ சமயத்தினர் ஏற்றுள்ளனர். இது சைவத்துக்கான முதல் சமய சாஸ்திரநூலாகும். கி.பி. ஐந்தாம் நூற்றாண்டைச் சேர்ந்தது. ஆனால் இந்நூல், சைவத்திருமுறைகள் பன்னிரண்டில் (வரிசையில்) இது 10ஆம் இடத்தில் வைக்கப்பட்டுள்ளது. காலத்தால் பிந்தியதான (7,8 ஆம் நூற்றாண்டு) அப்பர், சுந்தரர், சம்பந்தர் ஆகியோரின் தேவாரப்பாடல்களுக்கு முன்னுரிமை கொடுத்து வரிசையில் சேர்ந்துள்ளனர். ஏன் இவ்வாறு வைக்கப்பட்டது?

உயர் சாதியினரான சுந்தரர், சம்பந்தர் (பிராமணர்) அப்பர் (வேளாளர்) ஆகியோரை விஞ்சிய அறிவு ஜீவியாக பறையர் பிரிவு இடையர் திருமூலர் இருந்துவிடக்கூடாது என்பதுதான் இச்செயலுக்கு முதற்காரணம்.

"பத்தாம் திருமுறையான திருமந்திரம், காலத்தால் முந்தியதாயினும், தனியே சிவனை மட்டும் துதிக்கும் பாடல்களாக இல்லாமல், ஆகமப் பொருளும், அறநூற்பொருள்களும் பிறவும் மிக்குள்ளமையால் அவற்றின் பின்னர் வைக்கப்பட்டுள்ளது"[49]

என, இரண்டாவது காரணத்தை வித்துவான். கு.நடேசக் கவுண்டர் தமது "பெரிய புராணச் சொற்பொழிவுகள்" என்ற நூலில் தெரிவிக்கிறார். (பக்.14) மேலும், "ஆரியர்கள் கூறிய சைவத்துக்கு மாறாக கருத்துக்கள் கூறப்படுவதால், திருமந்திரம் சைவ நூலாகக் கருதப்படுவதில்லை" எனக் கலாநிதி–சுப்ரமணியன் கூறுகிறார்.[50]

துவக்க கால சைவம் ஆதித்திராவிட அறிவுத்தளத்தை ஒட்டியிருந்தது. சாதிவேறுபாடு பாராமல், பறையரையும், பாணரையும், வேடரையும், குயவரையும், வண்ணாரையும் சைவ நாயன்மார்களாக, வேளாள, பிராமணர்களுடன் இணைத்துக் கொண்டது. துவக்க கால சிவனும், "வேத சடங்குகளை எதிர்க்கிற, அழிக்கிற, சாதிச் சட்டங்களைத் தகர்க்கின்ற சிவனாகவே" இருந்தான். பறையனான சிவனே சுடுகாட்டுச் சாம்பல் பூசும் சுடலை மாடன் ஆவான். எனவே சிவனைத் தங்கள் கடவுளாக ஏற்க ஆரியர்கள் நீண்டகாலம் மறுத்துவந்தனர். "சிவன் ஒரு கொலைகாரன், மோசடிக்காரன், சுடுகாட்டில் நடனமாடும் தூய்மையற்ற கூத்தாடி" என்றே பிராமணர்கள் சிவனை வசைபாடி ஒதுக்கி வைத்தனர்.[52]

சிவனின் விரோதிகளான பார்ப்பனர்கள், சிவனை வணங்க கூடாது எனத் திருமூலரும்,

"பேர் கொண்ட பார்ப்பான் பிரான்தனையர்ச்சித்தால்
போர் கொண்ட வேந்தர்க்கு பொல்லாவியாதியாம்
பார் கொண்ட நாட்டுக்கும் பஞ்சமுமா மென்றே
சீர் கொண்ட நந்தி தெரிந்துரைத்தானே"

என்று தம் பாடல் மூலம் எச்சரித்துள்ளார்.

ஆரியத்துக்கு எதிரானகருத்துக்களைமூவாயிரம்பாடல்களில் தந்த திருமூலர் ஒரு ஆதித்திராவிட இடையராவார். சைவ சமய

ஆதரவு கருத்துக்களையும் கூறியிருப்பதால், ஆரியர்களால் திருமந்திரத்தைத் தவிர்க்க முடியவில்லை. அதே சமயத்தில், ஆரியனல்லாத ஒருவர் இத்தனை அறிவுடன் 3000 பாடல்கள் பாடியிருப்பதையும் ஏற்று கொள்ள இயலவில்லை. புதிதாக கதை தயாரிக்கப்பட்டது. இமயமலையிலிருந்து தெற்கு திசை நோக்கி பயணம் புறப்பட்ட பிராமணயோகி ஒருவர் வழியில் இடையர் ஒருவர் இறந்துகிடப்பதையும், அவர் மேய்த்த பசு கூட்டம் அவரை சுற்றிநின்று வருந்தியதையும் கண்டார். பரிதாப உணர்வுடன், தன் உயிரை, உயிரற்ற இடையர் உடலில் புகுத்திக் கொண்டு பசுக்களின் துயரை நீக்கினார். சாதாரண இடையருக்கு பிராமண உறவு கிடைத்ததால் தான் திருமந்திரர் மூவாயிரம் பாடல்களைப் பாட முடிந்தது என்ற கருத்தை இக்கதை மூலம் பரப்பியுள்ளனர்.

மிகச்சிறந்த, உயர்ந்த அறிவு பொக்கிஷங்கள், ஆதி திராவிடர்களின் வசம் இருந்த போதெல்லாம் ஆரியப்பூசாரிகள் தங்களை அவற்றோடு இணைத்துக் கொண்டு, அறிவுக்கு சொந்தம் கொண்டாடுவதைத், தமிழ் இலக்கியவரலாறும் அது தொடர்பான கதைகளும் கூறிவருவதை கவனிக்க வேண்டும். பழங்காவியங்களான இராமாயணத்தை இயற்றிய வால்மீகியும், மகாபாரதத்தை இயற்றிய வியாசரும் ஆரியர்களால் பழித்துரைக்கப்பட்ட கீழ்ச்சாதியினராவர். எனினும், அவர்களின் அறிவின் மேன்மை கருதி அவர்களை வால்மீகி முனிவர், வியாச முனிவர் என இந்து மதப் பெருமை சேர்த்து, ஆரியர்கள் தம்மவர்களாகக் கொண்டாடிவருவதை இங்கு குறிப்பிடலாம். இவ்வாறு, ஆதிதிராவிடர்களின் அறிவு பொக்கிஷங்களைத் தேவையான போது உறவாடிப் பயன்படுத்திக் கொள்வதையும், வாய்ப்பு கிடைக்கும் போதெல்லாம் வசைபாடி இழித்துரைப்பதையும் ஆரியர்கள் வழக்கமாகக் கொண்டிருந்தனர்.

4. ஆதிதிராவிடர்களின் அறிவுத்தளம், சிவன்

ஆதிதிராவிடர்களின் அறிவுத்தளம் தங்களின் வாழ்வாதாரத்தை அழித்துவிடும் எனக் கண்டு கொண்ட ஆரியர்கள் அதை முற்றிலும் எதிர்த்து வெறுத்து ஒதுக்கியதைப் போலவே, சிவபெருமான் எனப்பட்ட நாகர் தலைவனையும் (சிவன்) எதிர்த்தனர்; தெய்வமாக ஏற்க மறுத்தனர் ; வெறுத்து ஒதுக்கினர். ஏனெனில் சிவனின் பிறப்பு, வளர்ப்பு, அறிவு என்ற அனைத்தும் ஆதிதிராவிட பண்பாட்டின் அடிப்படையில் அமைந்திருந்தது. “நமச்சிவாய வாழ்க தென்னாடுடைய சிவனே போற்றி, சிவாயநம என்போருக்கு அபாயம் ஒரு நாளுமில்லை” – என்றெல்லாம் சிவனைத் தற்காலத்தில் போற்றி, வணங்கி, வழிபடும் பிராமணர்கள் ஒரு காலத்தில் அவனை வெறுத்து, விரட்டியுள்ளதை இப்போது காண்போம்.

சிவன் நாகர்களின் தலைவன்; மனதையும் உடலையும் ஒருமுகப்படுத்திய ஆதிகாலயோகி; அறிவை கொண்டு சமத்துவ சகோதரத்துவத்தை போதித்தவன்; சாம்பான் என்ற பறையன். நாகர் தலைவனான சிவனைக் களப்பறையர்கள் காலத்திற்குப்பிறகுதான் (கி.பி.6, 7ம் நூற்றாண்டு) பெருந் தெய்வமாக ஏற்று வழிபடத்துவங்கினர், ஆரியர்கள். சைவ சமயத்தின்துவக்ககால வரலாறு இவ்வாறு தான் தெரிவிக்கிறது. இவன் சுடுகாட்டில் பிணம் சுடும் பணியைச் செய்த பழங்குடி தலைவன். சுடலை எனப்படும் சுடுகாட்டுச் சாம்பலை உடல் முழுதும் பூசிக்கொண்டு நடனமாடுபவனாகத்தான் சிவனை அடையாளம் காணமுடிகிறது. பிற்கால ஆரிய வழிப்பட்ட சைவத்தை வளர்த்து நிலைநிறுத்தியுள்ள சைவ

நாயன்மார்களில் தலைமையானவர்கள் சிவனை அடையாளம் காட்டுவதைப் பார்ப்போம்.

தோடுடைய செவியன் விடையேறியோர்
தூவெண் மதிச் சூடி
காடுடையச் சுடலைபொடி பூசியென்
உள்ளம் கவர்கள்வன்

எனப் பிராமணத்திருஞான சம்பந்தர் சிவனை அடையாளம் காட்டுகிறார்.

மாண்டார் எலும் பணிந்த வாழ்க்கையானை
மயானத்தில் கூத்தனை வான் அரவோடென்பு
பூண்டானை புறங்காட்டிலாடினானை

(தேவாரம்)

என்றும்,

இறந்தார் என்பும் எருக்குஞ்சூடிப்
புறங்காட்டாடும் புனிதன் கோயில்

(தேவாரம்)

என்றும்,

வாரிடங்கொள் வனமுலையாள் தன்னோடு மயானத்து
பாரிடங்கள் பல்சூழ்ப் பயின்றாடும் பரமேட்டி

என்றும் வேளாளரான திருநாவுக்கரசரும் (அப்பர்) பிராமணரானசுந்தரரும்சிவனைஅடையாளம்காட்டுகின்றனர்.

சிவனின் உடைகள், உறைவிடம், உணவு பழக்கங்கள் அனைத்தும் அவனை ஒரு ஆதிவாசியாகவோ, காட்டு வாசியாகவோதான் காட்டுகிறது. சிவன் பிராமணர்களின் கடவுள் அல்ல அவன் தமிழகப் பழங்குடியினரின் தலைவன் என்பதை அவன் கழுத்தில் நிரந்தரமாக தங்கியிருக்கும் நாகப்பாம்பே (நாகர்) தெரிவிக்கும். சிவனைப் பற்றிய எல்லா அடையாளங்களும் அவன் ஒரு சுடுகாட்டு பணியாளன் என்பதையே காட்டுவதைப் பார்க்கலாம். ஆரியர் கூற்றின்படி சிவன் கீழ்ச்சாதிக்காரன், இழிபிறப்பாளன் என்பதால், அவன் பலிபீடத்தில் படைக்கப்படும் உணவு பொருள்களைப் (அவிர்பாகம்) பிராமணர்கள் தொடுவது கூட கிடையாது.[54]

நாம் இதுவரை பார்த்தது, சிவன் யார் என்பதும், அவனின் அடையாளங்கள் என்ன என்பதும். இவை அவ்வளவு முக்கியமானதல்ல. சிவனின் குணமும் அறிவுமே ஆரியப்பூசாரிகளை அதிகம் தொல்லைக்குட் படுத்தியது. ஏனெனில், சிவன் ஆதிதிராவிடர் (நாகர்)களின் தலைவன். ஆதிதிராவிடர்களின் அறிவு அவனிடம் நிறைந்திருந்தது. ஆதிதிராவிடர்கள் அறிவுத்தளத்தின் மூலக்கூறுகள் சிறிதும் மாறாமல் சிவனிடம் இருந்தன. துவக்க கால சிவன், மனிதர்களிடையே சாதி-உயர்வு-தாழ்வு பாகுபாட்டை ஏற்றதில்லை, மாறாக, சைவத்தில் எல்லா சாதியினரையும் ஏற்றான். துவக்க கால சைவம்,

வேடரையும், வண்ணாரையும், குயவரையும், உழவரையும், பாணரையும், பறையரையும், வேளாளரையும், பார்ப்பனர்களையும் தன்னுள் சேர்த்துக் கொண்டதை இங்கு குறிப்பிடலாம். ஆரியப் பூசாரிகள் மட்டுமே ஒருவருக்கு சிவதீட்சை அளிக்கலாம் என்பதை மறுத்து எந்த ஒரு சைவனும் ஒருவனுக்கு சிவதீட்சை அளிக்கலாம் என்பதே சிவனின் கொள்கை. இவ்வாறு தங்களுக்கு எதிரான நிலைபாட்டிலிருந்த சிவனை, ஆரியர்கள், நீண்ட காலம் தங்களின் வழிபடும் தெய்வமாக ஏற்கத்தயங்கி வந்தனர்.[55]

அன்பே சிவம், அறிவே சிவம்

ஆதிதிராவிடர் அறிவு தளத்தின் கூறுகளான அன்பு, அறிவு ஆகியவற்றின் அடையாளமாக சிவன் விளங்கியதை திருமூலர் கூறுகிறார். சாதிகளற்ற சமத்துவ நெறியை விரும்பிய சிவன் அன்பின் சின்னமாக விளங்கினான். மனிதர்களிடத்தில் அன்பு பாராட்டுதலை வலியுறுத்தினான். மனிதர்களைப் பிரிப்பது, வெறுப்பது, ஒதுக்குவது ஒடுக்குவது சிவமாகாது என்கிறார் திருமூலர்.

அன்பும் சிவமும் இரண்டென்பார் அறிவிலார்
அன்பே சிவமாவது யாரும் அறிகிலார்
அன்பே சிவமாவது யாரும் அறிந்தபின்
அன்பே சிவமாய் அமர்ந்திருந்தாரே

(திருமந்திரம்)

சாதி பாகுபாடின்றி அனைவரிடமும் அன்பு பாராட்டுதல் ஆரிய கொள்கைக்கு எதிரானது. எனவே, சிவன் ஆரியர்களுக்கு ஒரு தலைவலிதான். ஆனால், இதைவிட பெரிய தலைவலி ஒன்றை அவர்கள் தவிர்க்க விரும்பினார்கள். அது, சிவன் அறிவு வடிவமாக இருப்பதுதான். சிவனின் அறிவென்பது ஆதிதிராவிடர்களின் அறிவு; சமண பௌத்தர்களின் அறிவு; பிராமண ஆதிக்கத்தையும் நால் வருணச்சாதி சமூக அமைப்பையும் எதிர்க்கிற அறிவு. இதை எவ்வாறு ஆரியர்களால் சகித்து ஏற்றுக் கொள்ளமுடியும்? உயர்வுதாழ்வுடனும், உரிமை வேறுபாடுகளுடனும் கூடிய நால் வருணக் கோட்பாடு ஒன்றே ஆரிய மேலாதிக்கத்தையும், படி நிலை சாதி அமைப்பையும் உறுதி செய்யும். சிவன் ஆதிதிராவிட பழங்குடி சமூகத்தின் மாபெரும் சக்தி; நீண்டகால நம்பிக்கையின் அடையாளம் சிவன் அறிவு வடிவமாக இருந்தானா என்பதை இப்போது பார்ப்போம்.

அறிவே சிவம்

ஆதியோகி எனப்போற்றப்படும் ஆதிசிவனே ஆதிதிரா விடர்களின் அறிவாக விளங்கினான். இதனை துவக்க கால தமிழ் இலக்கியங்கள் உறுதி செய்கின்றன. அக்கால அறிஞர்கள் என்பவர்களாலும் இது விளக்கப்பட்டது. சிவனின் வழிவந்த கௌதம புத்தரும் அறிவுக்கு முதலிடம் அளித்து, ஆரியப் பண்பாட்டை எதிர்த்தது மட்டுமின்றி, அவர்களின் யாகங்களும், வழிபாடுகளும், சடங்குகளும் மக்கள் நல்வாழ்விற்குப் பயனேதும் அளிக்காது எனத் தெளிவுபடுத்தினார். அறிவுக்கு ஒரு வடிவம் (உருவம்) கொடுக்க இயலாது என்பதால் சிவனுக்கு உருவமேதுமில்லை. மக்கள், ஆணாதிக்கத்தைத் தூக்கி நிறுத்த வேண்டி லிங்க வழிபாட்டை (ஆண்குறி) மேற்கொண்டபோது, சிவனை லிங்க வடிவில் வழிபடத்துவங்கினர். சிவனுக்கு உருவம் கொடுக்கப்பட்ட தெல்லாம் மிகவும் பிற்காலத்தில்தான்.

“சிவன் என்பவன் இவன்தான்” எனச் சிவத்தொண் டர்களுக்கும் மக்களுக்கும் அறிமுகப்படுத்திய அக்கால சைவ நாயன்மார்கள் சிவனை அறிவு வடிவத்திலேயே கண்டு

எடுத்துரைத்துள்ளனர்.

"சிந்தையார் சிந்தையுளார்
உற்றன ஹுற்றவர்"
"நெறிபடுத்து நினைந்தவர் சிந்தையுள்
சிந்தையுட் சிவமாய் நின்ற செம்மையோடு"
"ஆதியும் அறிவுமாகி யறிவினுட் செறிவுமாகி
சோதியுட் சுடருமாகித் தூநெறிக் கொருவனாகி"

அப்பர் எனப்பட்ட திருநாவுக்கரசரின் பாடல் வரிகள் சிவனை அறிவு வடிவினன், சிந்தை வடிவினன் என்றே காட்டுவதை பார்க்கலாம்.

"மாயமாய் மனங்கொடுப்பானை மனத்துளே
மதியாயிருப்பானை
உனமில்லா வடியார்தம் மனத்தேயுற ஞானமூர்த்தி"

" நெறியே நின்றடியார் நினைக்குந்திரு காளத்தியுள்
அறிவே யுனையல்லால் அறிந்தேத்த மாட்டேனே"

போன்ற சுந்தரமூர்த்தி நாயனார் தேவாரப்பாடல்களும் சிவனை அறிவு வடிவினனாகக் கூறுகின்றன.

திருஞானசம்பந்தர்,

"சித்தத்தெழுந்த செங்கமலத்தன்ன சேவடிகள்"

என்றும்,

"ஞானத்திரளாய் நின்ற பெருமனல்லடியார்மேல்"

என்றும் தனது தேவாரத்தில், சிவனைச், சித்தம் (அறிவு) என்றும் ஞானத்திரன் என்றும் அடையாளப் படுத்துகிறார்.

சைவத்தை தாங்கி நிற்கும் நான்காவது தூணாகிய மாணிக்கவாசகரும்,

"மெய்ஞானமாகி மிளிர்கின்ற மெய்ச்சுடரே
அஞ்ஞானந்தன்னை அகல்விக்கு நல்லறிவே"

என்று சிவனை அறிவாகவே காண்கிறார்.

பாணர்குலப் பெண்திலகம் ஔவையும் சிவனை அறிவு வடிவாகவே காண்கிறார்.

“ உள்ளமே பீடம் உணர்வே சிவலிங்கம்
தெளளியரர்ச்சிக்கு மாறு”

போன்ற இவரின் பாடல்வரிகள்,“ சிவன் என்பது சிந்தைதான்; வேறொன்றுமில்லை” (அறிவுமட்டுமே) எனத் தெளிவுபடுத்துகிறார்.

“சதாசிவ தத்துவ முத்தமிழ் வேதம்” எனப் போற்றப்படும் திருமந்திரத்தை இயற்றி, சைவத்துக்கு அடித்தளம் அமைத்து கொடுத்த திருமூலர்,

“சிந்தையினுள்ளே சிவனும் வெளிப்படும்
சிந்தை தெளிய வல்லார்க்குச்
சிந்தையினுள்ளே சிவனிருந்தானே”

என்றும்,

“அறிவு வடிவவென்றறியாத வென்னை
அறிவு வடிவென்றருள் செய்தானந்தி”

என்றும் சிவனைக் குறிப்பிட்டு, சிவனைக் கண்ட போதெல்லாம் அறிவையே கண்டிருக்கின்றார்.56

சிவனைச் சித்தித்த போது, ஆரியர்கள் காட்டிய சிலை என் முன் தோன்றியது. ஆனால், அது “அறிவு” என்று எனது குரு நந்தி (சமணப் பெரியார்) தெளிவுபடுத்தினார் என்பதை,

“அறிவு வடிவு என்று
அறியாத என்னை
அறிவு வடிவு என்று
அருள் செய்தான் நந்தி
அறிவு வடிவு என்று
அருளால் அறிந்தே
அறிவு வடிவு என்று
அறிந்து இருந்தேனே”

(திருமந்திரம் – 2357)

திருமூலர் தெளிவுபடுத்துகிறார்.

இவ்வாறு, சிவனைச் சிந்தித்தவர்கள், உணர்ந்தவர்கள், மனக்கண்ணால் பார்த்தவர்கள் அனைவருமே, அறிவு, அறிவு

எனத் தொடர்ந்து கூறியதைக்கண்ட ஆரியப்பூசாரிகள் பயந்தும், மிரண்டும் போயினர். நம்பிக்கையில்லாமல், வெறும் அறிவைக் கொண்டு சிந்தித்தால், தங்களின் மேலாதிக்கம், சாதிபாகுபாடு, படிநிலை சமூக அமைப்பு, வழிபாடு, யாகங்கள், சடங்குகள் என்ற அனைத்தும் தகர்க்கப்பட்டுவிடும் எனக் கண்டு கொண்டனர்.

சிவனின் உரு மாறுதலும் பெயர் மாறுதலும்

சிவனின் அறிவை மாற்ற அவனது உருவத்தையும் பெயரையும் மாற்ற வேண்டியிருந்தது. இதனை சப்தமில்லாமல் நீண்ட கால அடிப்படையில் செய்தனர் ஆரியர்கள். இதுநாள்வரை மாடக்கோயில் எனப்படும் சிறிய கல்கட்டிட அமைப்பில் இருந்த சிவனுக்கு பெரிய ராஜகோபுரங்களோடும், பிரகாரங்களோடும் கோயில்கள் அமைக்கப்பட்டன. சுடுகாடுகளிலும், ஊரின் ஒதுக்கு புறங் களிலும் குடியிருந்த சிவன், பல்லவர்காலம் துவங்கி ஊர்களில் நடுப்பகுதியில் மாடமாளிகையில் வாழ அனுமதிக் கப்பட்டான். தமிழில் மட்டுமே இதுவரை வழிபாடு நடத்தப்பட்ட சிவனுக்கு திடிரென்று தமிழ் தெரியாது என்றனர். இதுவரையில் கேள்விப்படாத வடமொழி (சமஸ்கிருதம்) யில் பூஜை, புனஸ்காரங்கள் செய்யப்பட்டன. மாடசாமி (சுடலைமாடன்) மகாதேவன் ஆக்கப்பட்டான். பறையர்களில் ஒருபிரிவினர் சாம்பான், சம்புவார் எனப்பட்டனர். இந்த சாம்பான் மகா தேவனாக்கப்பட்டதை தான் "சம்போ–மகாதேவா" என்கின்றனர். சிவன் என்ற பெயரைக் கைவிட்டு அவனுக்கு "ருத்ரன்" என்ற வடமொழிப் பெயரிட்டு சாதி உயர்வு அளித்தனர். வேதியனாக (பிராமணனாக) மாற்றி வேத முதல்வனாக்கினர்.

"சாதி வேதியராகிய தலைவர்" என்ற இயற்பகை நாயனாரின் பெரிய புராணவரிகள் இதை தெரிவிக்கின்றன. நாகர்களின் தலைவனான நாக சிவனை ஆரியர்கள் எவ்வாறு ஏற்றுக்கொண்டனர்?

ஆரியர்களின் சமரச முயற்சி

முன்பே கூறியவாறு, நாகர்–ஆரியர் பண்பாட்டுப் போர் நீண்டகாலம் நடந்தது. இராமாயணம், மகாபாரதம், மற்றும் புராணங்களில் இப்போர் குறித்து காணலாம். எவ்வளவோ முயன்றும் நாகர்களையும் அவர்களின் பண்பாட்டு அடையாளங்களையும் அழிக்க ஆரியர்களால் முடியவில்லை. களைத்தும் சோர்ந்தும்போன ஆரியர்கள் ஒரு கால கட்டத்தில், சமாதான நடிவடிக்கைகளில் ஈடுபட்டனர். நாகர்களின் சிறுதெய்வ வழிபாட்டை தங்களின் பெருந்தெய்வ வழிபாட்டுடன் இணைத்தனர். சிறு தெய்வங்களுக்கும் புராணங்களும் புதிய கதைகளும் தோற்றுவிக்கப்பட்டன. வெல்லற்கரிய நாகவீரன் முருகனுடன் சமாதானம் பேசினர், ஆரியர். பழங்கால போர்முறையின்படி தங்கள் இனப்பெண் தெய்வயானையை முருகனுக்கு இரண்டாவது மனைவியாக்கினர். பல தமிழ்ப்பெயர்களில் அழைக்கப்பட்ட முருகனுக்கு வடமொழியில் சுப்பிரமணியன் எனப் பெயரிட்டனர். வேடனாக இருந்த முருகன் சுப்பிரமணியனாகி உயர்சாதியனாக மாறினான். முருகனின் முதல் மனைவி நாகவள்ளி சாதி உயர்வு பெற்று வேதவள்ளியானாள். இதைப் போலவே நாகத்திற்கு (ஆதிசேஷன்) முதன்மை இடம் அளித்து நாக சிவனையும் முழுமுதல் கடவுளாக ஏற்று கொண்டனர்.[57] ஆதிதிராவிடர்களின் தலைவனான சிவனின் அறிவை நீக்கிவிட்டு, தவிர்க்க இயலாத காரணத்தால், அவனின் உருவைக் கடவுளாக்கினர் ஆரியர்கள். தமிழர்களின் தொன்ம குறிப்புகள் இதை தெரிவிக்கின்றன. மாடசாமி என்ற ஆதித்திராவிட நாகர்களின் தலைவன், இவ்விதமாக, மகாதேவன் என்ற ஆரியனாகிப் போனான். இதைத்திருமூலரும்,

> **"புரை அற்ற பாலினுள் நெய் கலந்தாற்போல்**
> **திரை அற்ற சிந்தை நல் ஆரியன் செப்பும்**
> **உரையற்று உணர்வோர் உம்பிங்கொழிந்தாற்**
> **கரையற்ற கலந்த சத்தாமே"**
>
> (திருமந்திரம்)

என்று கூறி, சிவனின் ஆரிய உயர்வை ஏற்று கொள்கிறார்.

நாக ஆதிதிராவிடர்களின் ஆதரவோடும், அரவணைப்போடும் சமயம் வளர்த்த ஆரியர்களைப் போலவே, அனைத்து ஆரியக்கடவுள்களுக்கும் நாகம் (ஆதிஷேஷன்) ஆதரவையும், அரவணைப்பையும், பாதுகாப்பையும் அளிக்கத் துவங்கியது. இன்றைய பிராமண வேதக் கடவுள்கள் அனைத்தும் நாகத்தின் பாதுகாப்பில் வாழ்ந்து வருவதைப் பார்க்கலாம். இத்தகைய சமரச முயற்சியில் ஆரிய–நாக சமயங்களும், பண்பாடுகளும் ஒன்றோடொன்று கலந்து ஒருவித மயக்கத்தையும் குழப் பத்தையும் மக்களிடையில் ஏற்படுத்தியது.

புத்தரின் திருமால் அவதாரம் ஏன்?

ஆதிதிராவிடர்களான பௌத்தர்களையும் சமணர்களையும் சமாதானப்படுத்தவும் குழப்பவும் சில முயற்சிகளையும் மேற்கொண்டனர், ஆரியர். சைவத்தில் மேற்கொள்ளப்பட்ட மாற்றங்கள் வைணவ சமயத்திலும் அரங்கேறின. "கடவுள் என்ற ஒருவர் இல்லை; படைப்பவர் ஒருவர் இல்லாமலேயே இவ்வுலகும் உயிர்களும் இயங்கிக் கொண்டுள்ளன"– என்ற சமண–மகாவீரரைப் பகவான் (கடவுள்) என்றனர். அம்மதத்தில் ஊடுருவிய பிராமணர்கள் புதிய வழிபாட்டு முறைகளையும் சடங்குகளையும் புகுத்தினர்.

ஆயிரமாண்டுகளுக்கும் மேலாக (கி.மு.200 முதல் கி.பி.800) பலவழிகளிலும் போராடியும் தங்களுக்கு பணிந்து போகாத, தங்கள் கொள்கைகளை எதிர்த்துவருகிற ஆதித்திராவிட பௌத்தர்களை வெற்றி கொள்ள புதிய வழியைத் தேடினர், ஆரியர்கள். நாகர் தலைவன் சிவனையும், நாகவீரன் முருகனையும் தந்திரமாக வீழ்த்தியதுபோல் புத்த மத கருத்துக்களில் மாற்றத்தையும் திருத்தங்களையும் செய்ய காலம் பார்த்து காத்திருந்தனர். புத்தர் மறைத்து 500 ஆண்டுகள் கழித்து காலம் கனிந்தது. நாகார்ச்சுனர் என்ற புத்த துறவி இச்சதிக்கு பலியானார் இவரின் தலைமையில் "மகாயானம்" என்ற புதிய பௌத்த பிரிவு தோற்றுவிக்கப்பட்டது. கடவுள் என்ற ஒருவர் இல்லை என்று போதித்த புத்தரையே கடவுள் எனக்கூறி வழிபாடும் துவக்கப்பட்டது. ஆரிய எதிர்ப்பு, சாதி எதிர்ப்பு, வேத எதிர்ப்பு ஆகியவை கைவிடப்பட்டன.

ஆரியத்துக்கு எதிரான கருத்துக்களை நீர்த்து போகச் செய்ய எல்லா வழிகளிலும் முயற்சிகள் நடந்தன. ஆரிய எதிர்ப்பையும், சாதி எதிர்ப்பையும் தன் மூலக் கூறுகளாகக் கொண்டிருந்த ஆதிதிராவிடர்களின் அறிவுத்தளம் மீது இவ்வாறு தாக்குதல்கள் தொடர்ந்தன.

எட்டாம் நூற்றாண்டு (கி.பி) வாக்கில் மற்றும் ஒரு கருத்தியல் தாக்குதலை, ஆரியர்கள், பௌத்தத்தின் மீது நிகழ்த்தினர். மகாயானம் கூறிய கடவுள் (புத்தர்) திருமாலின் ஒரு அவதாரம் என்ற பிரச்சாரத்தை துவக்கினர். மாமல்லபுர சிற்பங்களில் இது சிற்பமாக (மத்சய புராணக்காட்சி) செதுக்கப்பட்டுள்ளது. கி.பி.12ம் நூற்றாண்டைச் சேர்ந்த “கீதகோவிந்தம்” என்ற தமது நூலில் அதன் ஆசிரியர். ஜெயதேவன் இதை குறிப்பிட்டுள்ளார்.[58]

வைணவ சமயத்தில் கூறப்படும்–திருமாலின் (விஷ்ணு) பல அவதாரங்களில் புத்தரவதாரம் ஒன்றாகும் என்ற பிரச்சாரத்தை தீவிரமாக முடுக்கி விட்டனர். புத்தரைக் கடவுளாக வழிபட்டு வந்த மகாயான பௌத்தர்கள், இப்போது, பிராமணர்கள் கூறிய புத்தரின் திருமால் அவதாரத்தையும், மகாயானம் கூறிய கடவுள் புத்தரையும் மிகுந்த பக்தி சிரத்தையுடன் வணங்கத் துவங்கினர். இருவழிபாட்டிலும், தீப ஆராதனைகள், சடங்குகள், படைபொருள்கள் ஆகியவை இரண்டறக்கலந்தன. ஆரிய பிராமணர்கள் புத்தரைக் கடவுளாக்கினார்களே தவிர, அவரை வழிபடவில்லை. வைணவ பிராமணர்கள் வழக்கம்போல ஆரிய திருமாலை வணங்கினார்கள். ஆனால் பௌத்த திருமாலை (புத்தரை) வணங்கவில்லை.

புத்தர், கௌதம சித்தார்த்தரா? (மூல பௌத்தர்?, மகாயானம் கூறிய கடவுளா? அல்லது திருமால் அவதாரமா? என்ற பெருங்குழப்பம் பௌத்தர்களிடையே எழுந்தது. இதில், கடவுள் எதிர்ப்பு, பிராமண எதிர்ப்பு, சாதி எதிர்ப்பு போன்ற மூல, அடிப்படை கருத்துக்கள் நீர்த்துப்போகவும், நிரந்தரமாக அழிந்துபோகவும் துவங்கின.59 இதில், அறிவு பூர்வமான ஆதிதிராவிடர்களின் அறிவுத்தளம் ஆட்டம் காணத் துவங்கியது. நம்பிக்கை அடிப்படையிலான ஆரிய கருத்துக்கள்

வேர்பிடித்து வளர்ந்து மரமாகத்துவங்கியது. இவ்வாறு தான் தமிழகத்தில் ஆரிய சைவம் மன்னர்களின் துணையோடும், ஆதரவோடும் முழு வீச்சில் வளரத்துவங்கியது. பல்லவர் களைத் தொடர்ந்து சோழர்களும், சமண, பௌத்தம் அழியவும், சைவ, வைணவம் வீரு கொண்டெழவும் துணை நின்றனர். இதற்கு, மன்னர்களுக்கு உயிர்மேல் புதிதாக எழுந்த ஆசையும், உயிர்போகும் நிலையில், சொர்க்கலோகத்திற்கு போய்ச்சேறும் ஆசையும்தான் காரணங்களாயின.

தீண்டாமை – ஆரியம் தோண்டிய படுகுழி

சைவ, வைணவ சமயங்களை ஏற்று பின்பற்றிய தமிழ் மன்னர்கள் முழுவதுமாக ஆரியர்களிடம் சரணடைந்தனர். ஆரியர்களின் ஆலோசனைகளை, ஆணைகளாகவே ஏற்று அதன்படி ஆட்சி செய்தனர். பிராமணர்களின் வாழ்வுக்காகப் பெருந்தெய்வ வழிபாடும் பெருங்கோயில் கட்டுமானமும் துவக்கப்பட்டது. நாக ஆதிதிராவிடர்களின் நிலங்கள் பறிக்கப்பட்டு கோயில்களுக்கும் பிராமணர்களுக்கும் தானமாக அளிக்கப்பட்டன. இவற்றை, தேவதானம், பிரம்மதேயம், அக்ரஹாரம், சதுர்வேதிமங்கலங்கள் என்ற பெயர்களில் வரலாறு பதிவு செய்துள்ளது. ஆதிதிராவிடர்களின் (சமண–பௌத்தர்) மடங்களும், விகாரங்களும், பள்ளிகளும், பாழிகளும் இடிக்கப்பட்டு, சைவ வைணவ கோயில்கள் கட்டப்பட்டன. இம்மக்களுக்கு கல்வியுரிமை முற்றிலும் தடைசெய்யப்பட்டது. மண்ணுரிமையும், சொத்துரிமையும், கல்வியுரிமையும், ஆயுதமேந்தும் உரிமையும் பறிக்கப்பட்டு தடை செய்யப்பட்டன. சொந்த நிலங்களைப் பறிகொடுத்து வாழ்வாதாரம் இழந்த ஆதிதிராவிடர்கள், விவசாயக் கூலிகளாகப் தங்கள் நிலங்களிலேயே பணியாற்ற நேர்ந்தது. பிராமணர்களுக்கு தானம் வழங்கப்பட்ட நிலங்களிலும், கோயில்களுக்கும் நில உடமைதாரர்களுக்கும் வழங்கப்பட்ட நிலங்களிலும் கூலிகளாகப் பணியாற்றினர். காலப்போக்கில் இம்மக்கள் விவசாய அடிமைகளாக மாற்றப்பட்டு நிரந்தரமாக்கப்பட்டனர். நில அடிமைமுறை என்பது ஒரு தனி சாதியாகவும் உருவாகும் நிலை ஏற்பட்டது.[60]

இவர்கள் நிலை சோழர்கள் காலத்தில் மேலும் சீரழிந்தது. நில அடிமைகளான இம்மக்களை ஒரு நிலவுடமையாளர் (முதலாளி) மற்றொரு நிலவுடமையாளருக்கு நிலத்துடன் சேர்த்தோ தனியாகவே விற்கலாம். இவர்களின் சம்மதமின்றியே, ஒரு வணிகப் பொருள் போல விற்கவும் வாங்கவும் பட்டனர். இவர்களுக்கென்று தனி சொத்து, உரிமை என்று எதுவும் கிடையாது. இவ்வாறு, இவர்கள் வாழ்வு சீரழிக்கப்பட்டாலும், இவ்வாதி திராவிடர்கள் தங்களின் பிராமண எதிர்ப்பையும், கடவுள் எதிர்ப்பையும், சாதி எதிர்ப்பையும் கைவிடவில்லை. நாடாளும் மன்னர்களே ஆரியப்பூசாரிகளிடம் சரணடைந்து விட்டனர். ஆரியப்பூசாரிகளின் வாய் வார்த்தைகளையே அரசாணைப்போல் ஏற்று தலைமேல் வைத்து கொண்டாடி, அதன்படி நடந்தனர்.

"பிராமணன் காலிலிருக்கும் மண்ணை, என்
தலைமீது வைத்து போற்றுவது பெருமையளிக்கிறது"

எனக் கூறி மகிழ்ந்த சேரமன்னர் குலசேகர ஆழ்வாரின் செய்கை இதை உறுதி செய்கிறது.[62] மன்னர்களை அடுத்து சமூகத்தில் உயர்நிலையிலிருந்த நிலப்பிரபுக்களும், செல்வந்தர்களும், முன்பே ஆரியர் பக்கம் சாய்ந்துவிட்ட பெருந்தொழில் செய்பவர்களும், வணிகர்களும் ஆரியப் பூசாரிகளின் மேலாதிக்கத்தையும், அவர்கள் வகுத்த சாதி பாகுபாட்டையும் ஏற்று கீழ்படிந்துவிட்டனர். இந்த நிலையிலும் உரிமையிழந்து, வாழ்வாதாரம் பாதிக்கப்பட்ட நிலையிலும், ஆதிதிராவிடர்கள் மட்டும் தங்களை எதிர்ப்பதை கண்டு, ஆரியர்கள், மிகுந்த கோபங்கொண்டனர். ஆதிதிராவிடர்களைத் தங்களின் ஜென்ம பகைவர்களாகக் கருதினர்; இவர்களை நிரந்தரமாகத் தண்டிக்க திட்டமிட்டனர்.

"ஆதிதிராவிடர்கள் நம்மவர்களல்லர் ; வேறு
இனத்தவர்; நம் பகைவர் ; நமது பண்பாட்டை
ஏற்காதவர் ; எதிர்ப்பவர் ; இவருடன் எவ்வித சமூக
உறவையும் வைத்து கொள்ளக்கூடாது; இவர்கள் சமூகத்
திலிருந்து ஒதுக்கப்பட வேண்டியவர்கள்"

எனத் தம்மக்களுக்கு அடையாளப்படுத்தவே, ஆரியர்கள் தீண்டாமை எனும் கருத்தியலை உருவாக்கி மக்களிடையில்

உலவவிட்டனர். சமண பௌத்தர்களான ஆதிதிராவிடர்களை நெருங்குவது, தொடுவது தீட்டை, (taboo) பெருங்கறையை உண்டாக்கும்; எனவே அவர்களை விலக்க வேண்டும், சமூகத்திலிருந்தும் விலக்கவேண்டும் என்ற கருத்தை தீவிரமாக பரப்பினர், ஆரியர்கள். கி.பி. எட்டு, ஒன்பதாம் நூற்றாண்டுகளில் இக்கருத்து பிரச்சாரம் தீவிரப்படுத்தப்பட்டது. இந்த தீண்டாமை கருத்தியலுக்கும், பிரச்சாரத்திற்கும் சமய கொள்கை வேறுபாடுகளே காரணமாக இருந்துள்ளது என டாக்டர் K.R.ஹனுமந்தன் தனது "தீண்டாமை– கி.பி. 1500 வரையிலான ஒரு ஆய்வு" என்ற நூலில் கூறுகிறார்.62 ஆரியர்களுக்கு எதிரான ஆதிதிராவிடர்களின் அறிவு தளத்தை வேரோடும், வேரடி மண்ணோடும் சாய்த்து அழிப்பதற்கு, அவர்கள் பயன்படுத்திய மிக சக்திவாய்ந்த ஆயுதமே தீண்டாமை என்பதாகும். இந்த படுகுழியில் வீழ்த்தப்பட்ட ஆதிதிராவிடர்கள் கி.பி.1947 வரையில் கரையேற இயலாத நிலை தொடர்ந்தது.

தீண்டாதார் வாழ்ந்த குடியிருப்புகள் பற்றி முதலாம் ராசராசனின் கல்வெட்டு குறிப்பிடுகிறது. அண்மை காலமாகச் சேரி என்ற வார்த்தை கீழ்ச்சாதியினராக்கப்பட்டுவிட்ட பறையர், பள்ளர், மற்றும் அருந்ததியர் வாழும் ஊர்களுக்கு அளிக்கப்பட்டுள்ளது. இது, இந்த மூன்று பிரிவு மக்களையும் இழிவுபடுத்துவதற்காகவே திட்டமிட்டு செய்யப்பட்டதாகும். ஆனால், கி.பி.10ஆம் நூற்றாண்டிற்கு முன்பு எல்லா மக்களும் சேரிகளில் தான் வாழ்ந்தார்கள். அவரவர் பிரிவோடுச் "சேரி" என்ற வார்த்தையும் சேர்ந்திருந்ததை இலக்கியங்களும் கல்வெட்டுகளும் கூறுகின்றன.

பார்ப்பனர்கள் சேர்ந்து வாழ்ந்த பகுதி பார்ப்பனச்சேரி; ஆரியர்கள் சேர்ந்து வாழ்ந்த பகுதி ஆரியச் சேரி, அந்தணர் என்போர் வாழ்ந்தப்பகுதி அந்தணச்சேரி; என இலக்கியங்கள் தெரிவிக்கின்றன. மக்கள் சேர்ந்து வாழும் பகுதி "சேரி" யாகும். இவ்வாறே கம்மாளச்சேரி, வண்ணாரச்சேரி, இடையர்ச்சேரி, ஈழச்சேரி, பள்ளச்சேரி, பறைச்சேரி, ஐங்கொல்லர்கள் ஐம்ப ணைச்சேரி, அறுவை வாணியச்சேரி, வடுக வாணியச்சேரி, நெசவாளச்சேரி ஆகிய பல்தொழில் புரிவோர் குடியிருப்புகள்

பழந்தமிழகத்தில் இருந்தன. "சேரி" என்ற வார்த்தையை ஒரு ஊருக்கு அளிக்கும்போது அதற்கு தனி கௌரவமும், புகழும், பெருமையும் அளிக்கப்பட்டது. மன்னர்கள் தங்கள் பெயரில் சேரிகள் இருப்பதை பெருமையாகக் கருதினார்கள். இராஜராஜச் சோழச்சேரி, மதுராந்தகச் சோழச்சேரி, அருள்மொழி வர்மச்சேரி, குலோத்துங்க சோழச்சேரி, திரிபுவனச் சோழச்சேரி போன்ற சேரிகளைக் கல்வெட்டுகள் குறிப்பிடுகின்றன.[63]

இறையிலி நிலங்களைப் (வரி வசூலுக்கு உட்படாத) பற்றிக் குறிப்பிடும் சோழர் கல்வெட்டு,

> **"...... ஊரிருக்கையும், குளமும் ஸ்ரீகோயில்களும்**
> **சுடுகாடும், ஈழச்சேரியும், கம்மாளச்சேரியும்,**
> **பறைச்சேரியும், ...**
> **.................. ஊர் நத்தமும் குளங்களும் புலத்தில்**
> **குளங்களும், தீண்டாச்சேரியும், பறைச்சேரியும்**
> **சுடுகாடும் ஆகி இறையிலி நிலம் .... "**

எனப் பறைச்சேரியையும் தீண்டாச் சேரியையும் தனித் தனியாகக் குறிப்பிடுகின்றன.64 இதனால், பறையர்கள், தீண்டாதாராகக் கருதப்படவில்லை என்பது தெரிகிறது. ஆனால், காலப்போக்கில் சமூகப்பண்பாட்டு அநாதைகளாக்கப்பட்டு, வறுமையிலும், ஏழ்மையிலும் உழன்ற இவர்கள் மீது தீண்டாமை எனும் இழிவை மிக எளிதாக சுமந்தினர். சமணமும் பௌத்தமும் மிகவும் வலிமை இழந்த காலத்தில் இது சாத்தியமானது.

களவு போன ஆதிதிராவிடர்களின் அறிவு செல்வங்கள்

ஆதிதிராவிடர்களின் அறிவுத்தளத்தைப் பல வழிகளிலும் சிதைக்கவும், மாற்றவும், திருத்தவும், நீர்த்துப்போகவும் செய்த ஆரியர்கள், பல அறிவு பொக்கிஷங்களைச் சப்த மில்லாமல் தங்களுடையதாக்கி கொள்ளும் முயற்சியிலும் ஈடுபட்டுவந்துள்ளனர். தங்கள் மேலாதிக்கத்தையும் தங்கள் பண்பாட்டுக் கூறுகளையும் எதிர்த்த ஆதிதிராவிட கருத்தி

யலை மட்டுமே ஆரியர்கள் வெறுத்தனர். ஆனால், ஆதிதிராவிடர்களின் இசை, கலை, தத்துவசிந்தனை போன்றவற்றை பயன்படுத்திக் கொள்வதில் ஆர்வம் காட்டினர்.

தமிழிலிருந்து தோன்றிய சமஸ்கிருதம்

மத்திய ஆசியாவிலிருந்து கி.மு.1600 வாக்கில் ஆரியர்கள் இந்தியாவிற்குள் நுழைந்திருக்கலாம் என்பது பெரும்பாலான வரலாற்றாய் வாளர்களின் கருத்தாகும். திராவிடமொழியானத் தமிழைப் பேசிய நாகர்கள் இந்தியா முழுதும் பரவி வாழ்ந்தனர். புதிதாக வந்த ஆரியர்கள், நாகர்களுடன் பேச சைகை மொழியையே பயன்படுத்தியிருக்க வேண்டும். தமிழ் வார்த்தைகளைத் தங்கள் பாணியில், உச்சரிப்பில் பேச முற்பட்ட ஆரியர்கள் தமிழ் வார்த்தைகளைச் சிதைத்தும், உடைத்தும், குரல் மாற்றியும் பேசி சமஸ்கிருத மொழியை உருவாக்கியிருக்க வேண்டும். பிராகிருதம், பாலி ஆகிய மொழிகளையும் சேர்த்தே இப்புது மொழி தோன்றியிருக்கவேண்டும். சமஸ்கிருதம் என்றால் "நன்கு சமைக்கப்பட்டது" என்றே பொருள் கொள்ளப்படுகிறது. சமஸ்கிருதத்தில் ஏராளமான தமிழ்ச் சொற்கள் உள்ளன. மேலும் சமஸ்கிருதத்தைக் கற்க விரும்பும் ஒருவன், தமிழ் நூலான ஐந்திரம் என்ற இலக்கண நூலைக் கற்று தேர்ச்சிபெற வேண்டும். சமஸ்கிருதத்திற்கும் இதுவே மூல இலக்கண நூலாக இருந்துள்ளது.

அஜித சேன ஆச்சாரியாரின் பேரனனான, முதலாம் நரேந்திர சேனன் மிகப்பெரிய சமஸ்கிருத இலக்கணப்பண்டிதன் ஆவான். இவன் சமஸ்கிருதம் கற்க, அதற்கு முதன்மை தகுதிகளான, காந்திரா (Candra) காதாந்திரா (Kadantira) ஜைனேந்திரா (Jainendra) மற்றும் ஐந்திரா (Aindra தமிழ் ஐந்திரம்) ஆகிய இலக்கண நூல்களைக் கற்றதாக கர்நாடகக் கொப்பளக் கல்வெட்டு கூறுகிறது.[65] பல்லாயிரமாண்டுகளாகத் தாங்கள் கண்டறிந்த அரிய வானியல், இயற்பியல் அறிவையும் காலச் சீர்மையையும் கதைகளாக்கி, நினைவில் நிறுத்தி அவற்றையே கேள்வி ஞானமாகவும், மறைபொருளாகவும், தமிழர்கள், ஆக்கிவைத்தனர். வழிவழியாக வந்த ஆதிதிராவிடர்கள் அவற்றை "நான்மறை" எனப் பெயரிட்டுத்

தமிழில் தொகுத்தனர். பதினோராம் நூற்றாண்டில், தொல்காப்பியத்திற்கு உரைகண்ட நச்சினார்க்கினியார் "நான் மறை என்பதற்கு "தமிழ் நான்மறை" என்றே பொருள் கூறினார். மேலும் மாகறல் கார்த்திகேய முதலியார் தாம் எழுதிய மொழி நூலில் (பாயிரவியல் பக்.76,77ல்) நான்மறை என்பது "மூலமறை" என்று பொருள் படுமேயன்றி நான்கு மறைகள் (வேதங்கள்) எனப் பொருளாகாது எனத் தெளிவுபடுத்துகிறார். எந்த பெயரில் அவை இருந்தன என்ற விவரமெல்லாம் நமக்கு கிடைக்கவில்லை. பழந்தமிழ் நூல்கள் பெரிதும் அழிக்கப்பட்ட நிலையில், தங்கள் கையில் கிடைத்தவற்றை சமஸ்கிருதமாக்கி, பௌழிகம், தைத்திரியம், சாமம், தலவகாரம் எனப்பெயரிட்டனர், ஆரியர்கள். பிற்காலத்தில் இவை ருக், யசூர், சாம, அதர்வண வேதங்களாக பெயர் மாற்றம் செய்யப்பட்டன,66 என ஆய்வாளர் குணா கருதுகிறார்.

தமிழிசை, ஆரியக் கர்நாடக இசையானது

ஆதிதிராவிடர்கள் சங்கம் அமைத்து முத்தமிழ் வளர்த்தனர் என முன்பு பார்த்தோம். அதில் இசைத் தமிழை நாக பறையர்களில் ஒரு பிரிவினரான பாணர்கள் வளர்த்தார்கள். பாணரும், விறலியரும், கூத்தரும், பொருனரும் சேர்ந்து இசை மற்றும் கூத்து நூல்களை படைத்துள்ளனர். அவை பெருநாரை, பெருங்குருகு, பஞ்ச பாரதீயம், தாளவகையொத்து, பஞ் சமரபு, இந்திரகாளியம், இசை நுணுக்கம், பரதம், முருவல், சயந்தம், குணநூல், செயிற்றியம், கூத்த நூல், இசைத்தமிழ், செய்யுட்துறைகோவை, சோனாதிபதியம், பதினாறு படலம் வாய்ப்பியம் போன்றவைகளாகும். ஐவகை நிலப்பகுதிகளுக்கும் பொருத்தமான தனித்தனி இசைகள், பகற்பொழுது, இரவுப் பொழுதுக் கெனத் தனி இசைகள், ஊசல்வரி, ஊஞ்சல் பாட்டு, மங்கல வாத்தியப்பாட்டு, வல்லை பாட்டு, ஆற்றுவரி, கானல்வரி இசை எனப் பலவகை இசைகளை வளர்த்தவர்கள் பாணர்கள்.

தோல் இசைக்கருவி, துளை இசைக்கருவி, நரம்பு இசைக்கருவிகளாக, மான், முழவு, பானை, கண்விடுதூம்பு, களிற்றுயிர், எல்லரி, படலை, பாடகம், இடக்கை, உடுக்கை,

மத்தளம், சல்லிகை, கரடிகை, தண்ணுமை, குழல், யாழ், துடி, மந்தரி, தொண்டகம் போன்றவை பயன்பாட்டிலிருந்தன. சங்க இலக்கியங்களுள் ஒன்றான "பரிபாடல்" இசைப்பாடல்களைக் கொண்டது எனப் பரிமேலழகர் கூறியுள்ளார். இப்பரி பாடலுக்கு, பெட்ட நாகனார், கண்ணநாகனார், மருத்துவர் நல்லச்சனார், பித்தாமத்தார், நன்னாகனார், நாகனார், நல்லச்சுதனார், போன்ற (நாக) இசைப்பாணர்கள் இசைய மைத்துள்ளனர்.[67]

சைவத்தை வளர்க்க நாயன்மார்களால் பாடப்பட்ட தேவாரப்பாடல்களைத் தொகுத்த நம்பியாண்டார் நம்பியும், அபயகுலசேகர சோழமகா ராசாவும், அப்பாடல்களுக்கு பண் (இசை) அடவு தெரியாமல் மயங்கி அலைந்து, கடைசியில் திருநீலகண்ட யாழ்ப்பாணர் வாழ்ந்த ஊருக்கு சென்றனர். திரு எருக்கத்தம் புலியூர் எனப்பட்ட அவ்வூரில் வாழ்ந்த பாணர் குலப் பெண் இசைஞானியார் அத்தேவாரப் பாடல்களுக்கு இசை அமைத்து கொடுத்தார். இசைஞானியாரின் பண் அடவு (இசை) தான் தேவாரப்பாடல்களில் ஓங்கி ஒலித்தது.68 "நாளும் இன்னிசையால் தமிழ் பரப்பும் ஞான சம்பந்தன்" எனப் புகழப்படும் ஞானசம்பந்தரின் பாடல்களுக்குத் திருநீலகண்ட யாழ்ப்பாணரும் (பாணர்) அவரின் மனைவியும் (இசை) பண்ணமைத்து தந்தனர்.

ஆதித்திராவிட நாகர்கள் இசையையும் கூத்தையும் (ஆடலை யும் பாடலையும்) தங்கள் வாழ்க்கையின் அங்கமாகவே கொண்டிருந்தனர். விவசாயத்தைத் தங்களின் முதன்மை தொழிலாகவும், வாழ்வாதாரமாகவும் கொண்டிருந்த இம் மக்கள் ஆடல் பாடலுடன் தங்கள் வேலைகளைச் செய்து வந்ததை இலக்கியங்களும், நாட்டுப்புற சிற்றிலக்கியங்களும், கதை பாடல்களும் தெரிவிக்கின்றன. கும்மி, கோலாட்டம், மயிலாட்டம், ஒயிலாட்டம், காவடியாட்டம், அம்மானை, பந்தாட்டம், போன்ற ஆடல்களுக்கு ஏற்ப, தெம்மாங்கு, பள்ளு, சிந்து, நொண்டிச்சிந்து, குறவஞ்சி, வரி, பாட்டு, குறவை, ஊசல், கந்துகம் போன்ற இசை வகைகளை உருவாக்கி தந்தவர்கள் ஆதித்திராவிட பாணர்களே. இம்மக்களின்

தலைவனான நாகசிவன் இசை வடிவில் இருப்பதாக ஒரு வழக்கும் உண்டு.

இத்தகைய ஆதித்திராவிடப் பாணர் இசையை, ஆரியர்கள் கொஞ்சம் கொஞ்சமாக தங்கள் மயமாக்கிக் கொண்டுள்ளனர். தமிழ் எழிசையான, குரல், துத்தம், கைக்கிளை, உழை, இளி, தாரம், விளரி எனப்பட்ட இசைவடிவங்களைஅவைகளின்குறி எழுத்துக்களான ச, ரி, க, ம, ப, த, நி என்ற சங்கேத வார்த்தை களாக மாற்றி "கருநாடகஇசை" என்றனர். செம்பாலைப் பண்ணை, அரிகாம்போதி என்றும், பாலைப்பண்ணை; நடனபைரவி என்றும், கோடிப்பாலையை, கரகரப்பிரியா என்றும் சங்கேத வார்த்தைகளை வைத்து, ஆரியர்கள், தமிழ் இசையைத் தமதாக்கிக் கொண்டுள்ளதைப் பண்ணாராய்ச்சி வித்தகர். குடந்தை (கும்பகோணம்) சுந்தரேசனார் போன்ற பண் ஆராய்ச்சியாளர்கள் தெரிவித்துள்ளனர். கி.பி. ஏழாம் நூற்றாண்டைச் சேர்ந்த குடுமியான்மலை இசைக்கல்வெட்டு தரும் இசை நுட்பங்கள் முழுதும் தமிழிசையே.[69] தமிழ் வளர்ச்சிக்குழு, தமிழ்நாட்டு வரலாற்றுக்குழு வெளியிட்டுள்ள நூல்கள் இதைக் கூறுகின்றன.

இதைப்போலவே, பாணர்குலப்பெண் மக்களான, விறலியர்களும், பொருனர்களும், நடன நாட்டிய குழுக்கள் அமைத்து கூத்துக்கலையை வளர்த்தனர். தமிழ்க் கூத்துக்களில், ஆட்டம், கூத்து, குனிப்பு, வள்ளிக் கூத்து, களநிலைக் கூத்து, குரவைக் கூத்து, வரிக்குரவைக் கூத்து எனப் பலவகை உண்டு. ஆரியப் பண்பாட்டு மாற்றத்தால் இசையையும் கூத்தையும் வளர்த்த ஒரு பெரிய இனமே இன்று அழிபாட்டில் சீரழிந்துபோனது. சிலப்பதிகாரத்தில் வரும் மாதவியின் கூத்து தமிழ்க் கூத்திற்கு ஒரு எடுத்துக்காட்டாகும். இத்தகைய கலையை நாடோடிக் கூத்து (folk dance) என இழிவுபடுத்தி, கீழ்நிலை மக்களுக்கானது என ஒதுக்கிவைத்தனர். இதிலிருந்து பல நுணுக்கங்களை ஆரியப் பெண்கள் கற்று பரத நாட்டியம் என்றும் (உயர்கலை ஆரியக்கூத்து) classical dance என்றும் பெயர் வைத்துக் கொண்டனர். தமிழ்க் கூத்தர்களாலும், விறலியர்களாலும் வளர்க்கப்பட்ட தமிழ்க் கூத்துக்கலை,

ஆரிய கூத்துக்கலையை விட சிறந்தது, உயர்ந்தது என்பதை ஆரியர்களின் நாட்டிய சாஸ்திரமே ஏற்று கொண்டுள்ளது.[70]

இவ்வாறு, ஆதிதிராவிடர்களின் மொழியும், இசையும், கூத்தும், நுண்கலைகளும் பல கால கட்டங்களிலும், பலவகையிலும், ஆரியர்களால் கையகப்படுத்தப்பட்டு, அவர்களின் சொத்தாகிப் போய்விட்டன. ஆரியர் பக்கம் சாய்ந்துவிட்ட தமிழ் மன்னர்களின் ஆதரவும், புரவலத்தன்மையும் (patronage) முற்றிலும் நின்றுபோய், தமிழ் இசையும், கூத்தும் சீரழிந்தன. இங்கனம், ஆதிதிராவிடர் அறிவுத்தளத்தின் கூறுகள் அழிக்கப்பட்டன.

சமண, பௌத்த சமய அடிப்படையில் சைவமும் வைணவமும்

துவக்க கால ஆதிதிராவிடர்கள் சமய (மத) சிந்தனை (ஆன்மீகம்)க்கு மிகத்தாமதமாகவே அறிமுகமாகியுள்ளனர். அவர்கள் கடவுளும், சாஸ்திரங்களும், சடங்குகளும், அற்ற ஒரு சமூக வாழ்வியலில் வாழ்ந்தவர்கள். பழங்கால நாகர் சமயம் என்பது மனித சமத்துவத்தையும் சமூக சமத்துவத்தையும் அடிப்படையாகக் கொண்டிருந்தது. பிற்காலத் தில் தோன்றிய நிறுவனப் படுத்தப்பட்ட (institutionalised) சமயம் போன்ற எந்த ஒரு சமயத்தினையும் அவர்கள் பெற்றிருக்கவில்லை. மதுரைக்கருகே உள்ள கீழடி அகழாய்வில் கண்டெடுக் கப்பட்ட பொருள்களும் மக்களின் சமயமற்ற வாழ்வை சுட்டிக்காட்டுவதைப் பார்க்கிறோம். (2017–18) சமண பௌத்த கொள்கைகளை வாழ்க்கை பயணத்திற்கு உதவியாக, வழிகாட்டியாகக் கொண்டிருந்தார்கள். இத்தகைய மக்களை குழப்பவும், திசை திருப்பவும் அதே சமண, பௌத்த கருத்துக்களைத் திருத்தியும், மாற்றியும், திரித்தும், ஆரியர்கள், தங்கள் சமயங்களில் சேர்த்துக்கொண்டனர். இந்த வகையில் சைவ, வைணவ சமயங்களுக்கு சமண பௌத்த நெறிமுறைகளே அடிப்படையாக அமைந்துள்ளதை காணலாம்.

ஆரியப் பூசாரிகள் கட்டி எழுப்பிய சைவ சமயத்திற்கு சமணர்களின் கருத்தாக்கங்கள் பயன்படுத்தப்பட்டுள்ளதைப் பார்க்கலாம். சமணச் சான்றோர்கள் 63 பேர்கள் "திரிசஷ்டி

சலாகாபுருஷர்" எனப்பட்டனர். இவர்களைப் பின்பற்றி சைவ சமயத்திலும் அச்சமய பரப்பாளர்கள் 63 பேரை மட்டும் தேர்வுச் செய்து சைவ நாயன்மார்கள் அறுபத்துமூவர் என வரையறை செய்து கொண்டனர்.[71] சமண சமய சாத்திரங்களுக்கு "சித்தாந்தம்" என்ற பெயருண்டு. இதை பின்பற்றி ஆரியப்பூசாரிகள் தங்கள் நூல்களுக்கு சைவசித்தாந்தம் எனப் பெயரிட்டழைத்தனர்.72 மகாவீரரின் கொள்கைகள் நீண்டகாலம் எழுதப்படாமல் வாய்மொழியாகவே பின்பற்றப்பட்டு வந்தன. ஜைன சமயப் பிரிவுகளில் ஒன்றான திகம்பரர்கள் கூற்றுபடி, இவை, கி.பி.57–ல் எழுத்து வடிவில் கொண்டு வரப்பட்டது. மற்றொரு பிரிவான சுவேதம்பரர்களின் 84 புனித நூல்கள் கி.பி.454–ல் "திருமுறைகள்" என்ற பெயரில் தொகுக்கப்பட்டன. இதைத் தங்களுடையதாக்கிக் கொண்ட ஆரியப் பூசாரிகள் தங்கள் சைவ நூல்களின் தொகுப்பிற்கும் "சைவத்திருமுறைகள்" எனப் பெயரிட்டுக் கொண்டனர். சமய நூல்களைத் திரட்டி தொகுக்கும் பழக்கத்தை சைவர்களும், வைணவர்களும் சமணர்களிடமிருந்தே கற்றனர் என்று பேராசிரியர் அருணன் கூறுகிறார்.[73]

பயணத்தின் போது களைப்பு தெரியாமலிருக்கவும், பயணம் பயனுள்ளதாக அமையவும், "மொழி பொருள் தெய்வம் வழித்துணை ஆருக" எனச் சொல்லிக் கொண்டே நடப்பது சமணப்பெரியோர்களின் வழக்கம். இந்த மொழிப்பொருள் என்பது அவர்கள் பின்பற்றிய ஐந்தெழுத்து மந்திரமாகும். அ(அருகர்) சி(சித்தர்) ஆ(ஆச்சாரியர்) உ(உபாத்தியாயர்) சா(சாதுக்கள்) என்பது சமணர்களின் ஐந்தெழுத்து மந்திரமாகும். இதைப் பின்பற்றி சைவர்கள் தங்களின் ஐந்தெழுத்து மந்திரமாக "சிவாயநம" என்பதை உருவாக்கியுள்ளனர்.[74] இதை வடமொழியில் "பஞ்சாட்சரம்" என்கின்றனர். "அறிவன்" எனத்துவங்கி "விளங்குஒளி" என முடியும் 47 சமணச் சான்றோர்களை வரிசையாகச் சொல்லி அருகப் பெருமானை வழிபடும் கவுந்தி அடிகளை, இளங்கோ அடிகள் தன் சிலப்பதிகாரத்தில் காட்டுகிறார். சமயச் சான்றோர்களின் பெயர்களை வரிசையாகச் சொல்லி கடவுளைப் போற்றும் பாரம்பரியத்தையும், "ஆயிரத்தெட்டு

நாமாவளி" என்கிற அர்ச்சனை முறையையும் சைவம் சமணத்திலிருந்தே பெற்றுள்ளது.[75]

கி.பி. 10ம் நூற்றாண்டு வாக்கில் ஆதிசங்கரர் துவக்கிய அத்துவைதம் (பிற்காலத்தில் இந்துமதம் எனப்பட்டது) பௌத்தமே. இவர் கூறிய மாயா தத்துவம் புத்த தத்துவமாகும். முன்னூறு ஆண்டுகள் கழித்து விசிஸ்டாத்துவைதம் என்ற பிரிவைத் துவக்கிய இராமானுஜர், சங்கரரின் அத்துவைதம் என்பது மகாயான பௌத்தமே (பிரசன்ன பௌத்தம்) என விளக்கி கூறியுள்ளதைக் கவனிக்கவேண்டும். இங்கனம், சங்கரரின்அத்துவைதம், மத்துவரின்துவைதம், இராமானுஜரின் விசிஸ்டாத்துவைதம் என்ற மூன்றும் பௌத்தத்தின் மூன்று பீடகங்களை (திரிபீடகம்) அடிப்படையாகக் கொண்டவையே என்ற கருத்தும் நிலவுகிறது. இவ்வாறு சமணத்தையும் பௌத்தத்தையும் நீர்த்துப் போகச் செய்து, அவற்றின் சாரத்தை ஆரிய சமய அமைப்புகள் உள்வாங்கி கொண்டுள்ளன. இச்செயல் ஆதிதிராவிடர்களின் அறிவுத்தளத்தை அசைத்து பார்ப்பதிலும், குழப்பி விடுவதையும் செய்தது.[76]

1. புத்தரை திருமாலின் அவதாரமாக ஏற்றது,

2. மணிமேகலை, தாரா, சம்பாபதி போன்ற பௌத்த பெண் தெய்வங்களைக் காளி, பிடாரி, திரௌபதி எனச் சைவம் ஏற்று கொண்டது.

3. அரச மரத்தை (போதிமரம்) வணங்கும் முறையை ஏற்றது,

4. சங்கம், விகாரை, பள்ளிகள் போன்ற அமைப்புகள் அடிப்படையில் சைவ, வைணவ, ஸ்மார்த்த அமைப்புகளை நிறுவியது.

5. ஏகான்மவாதம் என்ற பௌத்த தத்துவத்தை, சைவம் மாயாவாதம், பிரசன்னபௌத்தம் என ஏற்றுக்கொண்டது.

ஆகிய நடவடிக்கைகள் ஆதித்திராவிட சமண பௌத்தர் களைப் பெரிதும் குழப்பி, சைவ, வைணவச் சமயங்களை, அவர்கள் மதமாக ஏற்க வைத்துவிட்டது என்பதை மிகத்

தெளிவாகக் கூறுகிறார். மயிலை, சீனி வேங்கடசாமி அவர்கள்.[77]

பிரபஞ்சத்தின் இருப்பையும், இயக்கத்தையும் புரிந்து கொண்ட ஒரே உயிர், மனிதனேயாகும். மனிதனை தவிர்த்த ஏனைய விலங்குகளோ, தாவரங்களோ, பறப்பன, ஊர்வன, போன்ற உயிரினங்களோ பிரபஞ்சத்தின் இருப்பையும், இயக்கத்தையும் புரிந்து கொள்வதில்லை. சிந்திக்கும் செயலை செய்கின்ற ஒரு மனம் (mind) அவைகளுக்கில்லை. மனிதனுக்கு மட்டுமே அது கிட்டியுள்ளது. மனமே மனிதனுக்கு வழிகாட்டியாகிறது. நல்லது, கெட்டது, இன்பம், துன்பம், வறுமை, வளம் என்ற அனைத்தையும் அது ஆய்ந்து ஏற்கிறது அல்லது மறுக்கிறது.

ஒரு கருத்தை ஏற்பதோ, மறுப்பதா, ஆதரிப்பதோ, புறந்தள்ளுவதோ மனதின் முடிவாகும்.

“மனமே (சிந்திக்கும் செயல்) அனைத்துக்கும்
காரணமாகிறது. நீ எதை, எப்படி நினைக்
கிறாயோ, அவ்வாறே நீ ஆகிவிடுகிறாய்”

என்று புத்தர் போதித்து, மனிதனைச் சிந்திக்கத் தூண்டினார். ஆதித்திராவிட இடையரான திருமூலர் இக்கருத்தை தனது பாடல் ஒன்றில் கூறியுள்ளார். அப்பாடலில் அவர் வலியுறுத்திக்கூறும் வார்த்தை “தத்துவமசி” என்பதாகும். அதற்கு “நீயே அதுவாகிறாய்” எனப் பிற்காலத்தில் பொருள் கூறப்பட்டது. திருமூலரின் தத்துவமசி வாக்கியம் எட்டாம் மந்திரமாக திருமந்திரத்தில் அமைந்துள்ளது.

“சிவதுரியத்துத் தொம்பதம் சிவனார்
தாவு பரதுரியத்தினில் தற்பதம்
மேவு துரியத்தசி மெய்ப்பதம்
ஓவி விடும் தத்துவமசி உண்மையே”

– *(திருமந்திரம்)*

இந்த தத்துவமசி வார்த்தையைத் திருமூலருக்குப்பின் 500 ஆண்டுகள் கழித்து வரும் ஆதிசங்கரர், அவருடையதாக்கிக் கொண்டு பிரம்ம சூத்திரத்திற்கு விளக்கம் கொடுத்துள்ளார்.

"உலகமே பிரம்மம் மயமாக உள்ளது. நீ பிரம்மத்தை அடைய தீவிரமாக நினைப்பாயானால், நீயே அதுவாகி விடுவாய்" என்பதுதான் அதற்கு பொருள். பிரம்மசூத்திரத்துக்கு உயிர் நாடியாக விளங்கும் இந்த தத்துவமசி என்ற தத்துவம் சங்கரருடைய தல்ல என்பதை கவனிக்க வேண்டும்.

இவ்வாறு, ஆதிதிராவிடர்களின் அறிவு செல்வங்கள் பலராலும்,பல வழிகளில் களவாடப்பட்டடுள்ளது. இங்கு ஒரு சிறிய விளக்கம் தேவைபடுகிறது. ஆரிய பண்பாட்டுப் பழக்கவழக்கத்திற்கு அடங்கி, சரணடைந்து, ஒதுங்கிப் போய்விட்ட ஆதிதிராவிடர்களில் ஒரு பகுதியினரைத்தவிர்த்து, எஞ்சிநின்ற பெருங்கூட்டத்தினர் சமணராகவும், பௌத்தர்களாகவுமே தங்கள் வாழ்கையைத் தொடர்ந்தனர் என்பதை நாம் மறந்துவிடக் கூடாது. கி.பி.10, 11ம் நூற்றாண்டுகளில்தான் (சோழர்காலம்) சாதிகள் எண்ணிக்கையில் பெருகி, வேகமெடுத்து, சதுராடத் துவங்கியதை அக்கால கல்வெட்டுகள் கூறுகின்றன.

ஆதிதிராவிடர்களின் அறிவு பொக்கிஷங்கள் இவ்வாறு திரிக்கப்பட்டும், மாற்றப்பட்டும், களவாடப்பட்டும் போயிருப்பதை வரலாறு தெளிவாகப் பதிவு செய்துள்ளது. மேலும் பழங்கால சமண பௌத்த சமயங்களிலிருந்துதான் பிற்கால ஆரிய சைவ, வைணவ சமயங்கள் தோன்றின என்பதை சென்னைப் பல்கலைக்கழக நூலகத்துடன் இணைந்துள்ள ஓலைச்சுவடிகள் நூலகத்தில் உள்ள வி.374 என எண்ணிடப்பட்டுள்ள "மெக்கன்சி தாள்" சுவடி தொகுப்பில் பக்.73ல் "புத்தராசாக்களின் வரலாறு" கூறுகிறது.78 இதன்மூலம், நாகர்தலைவனும், ஆதியோகியும், அறிஞனுமான சிவனே, ஆதிதிராவிடர்களின் அறிவுத்தளத்தின் அடி நாதமாக விளங்கியுள்ளான் என்பதை உணர வேண்டும்.

5. சித்தர்கள்

ஆதிதிராவிடர்களின் அறிவுக்களஞ்சியம்

தமிழ் சமூகத்தில், ஆதிதிராவிடர்களின் அறிவுச் சங்கிலி அறுந்துபடாமல், தொடர்ந்து தற்காலம்வரை நீடித்து வளர்ந்து வருவதை நாம் வரலாற்றுப் பாதை நெடுகிலும் பார்க்கலாம். இந்த வகையில் சித்தர்கள் என்ற பெருங்கூட்டத்தினர் மருத்துவம், ரசவாதம், போன்ற துறைகளில் பணியாற்றி யுள்ளனர். வேதமறுப்பு, கடவுள் மறுப்பு, ஆரிய எதிர்ப்பு, சாதி எதிர்ப்பு போன்ற கருத்தியல்களைக் கையிலெடுத்து மக்களுக்கு தெளிவை உண்டாக்கினர். இச்சித்தர்களை மூவகையாகப் பார்க்கலாம்.

ஆரிய சாதி, சமய, பாகுபாடுகளை எதிர்த்தும் கடவுளை, மறுத்தும் அறிவு பிரச்சாரம் செய்தவர்கள் முதல் பகுதியினர். ஆரியச் சார்பு நிலையிலிருந்து வேத, இதிகாசப்புராணங்களை ஆதரித்தவர்கள் இரண்டாம் வகையினர். இவர்கள் எண்ணிக் கையில் மிகக்குறைவானவர்களே. மூன்றாம் வகை யினர் மருத்துவர்கள். ஆரியச் சாதி, சமய மற்றும் கடவுள் கொள்கைகளை ஆதரிப்பதையோ, எதிர்ப்பதையோ கையி லெடுக்காமல், நோய் நொடிகளிலிருந்து மக்களைக் காப்பாற்றும் பணியில் இவர்கள் முனைப்பு காட்டினர்.

பெருங்கூட்டத்தினராக வாழ்ந்த சித்தர்களை எண்ணிக் கையிலும் சிலர் சொல்ல முயன்றுள்ளனர். குறிப்பாக அபிதான சிந்தாமணி என்ற நூல் பதினெட்டு சித்தர்களைப்

பட்டியிலிடுகிறது. அகத்தியர், திருமூலர், போகர், கோரக்கர், சட்டைமுனி, நந்தீசர், கொங்கணர், கமலமுனி, இடைக்காடர், சுந்தரானந்தர், உரோமமுனி, பிரமமுனி, மச்சமுனி, கூர்மமுனி, புண்ணாக்கீசர், கைலாசநாதர், கண்ணர், வராகமுனி முதலானோர் இப்பதினென்மர் ஆவர். ஆனால், இச்சித்தர்கள் ஆயிரக்கணக்கில் வாழ்ந்திருக்கலாம் என்பதே எதார்த்தமாகும்.

யார் இந்த சித்தர்கள்?

தமிழர்கள் வாழ்வில், சமண, பௌத்த சமயங்களைத் தொடர்ந்து, சமத்துவ, சகோதரத்துவத்தைத் தொடர்ந்து வலியுறுத்தி பின்பற்றியவர்கள் இச்சித்தர்களே.[79] இக்கருத் துக்களை வலியுறுத்தி பின்பற்றுவது என்பது ஆரிய சனாதன (சாதிபாகுபாடு) கருத்துக்களை எதிர்ப்பதாகும். இந்த நிலைபாட்டை மேற்கொண்டிருந்தவர்கள் சமண, பௌத்தர்களான ஆதிதிராவிடர்களே என்பதை நாம் பார்த்து வருகிறோம். ஆரிய நால் (வருண) சாதி பாகுபாட்டை எதிர்ப்பதிலும், சமத்துவ சமூகத்தை நிறுவுவதிலும் பெரிதும் முயன்றவர்கள் சித்தர்கள். மேலும் ஞானவெட்டியான் என்ற சித்தர், தான் ஒரு "சாம்பான்" (பறையரில் ஒரு பிரிவினர்) என்பதை பெருமையுடன் குறிப்பிட்டு கொள்கிறார். சாம்பான் என்ற சிவனே "சாம்பசிவன்" ஆகிறான் என்றும் கூறுகிறார். பிரம்மா, விஷ்ணு, சிவன் ஆகியோரும் சாம்பான் சாதியைச் சேர்ந்தவர்களே எனத் தெரிகிறது என டாக்டர். வெங்கடராமன் கருதுகிறார்.[80] சித்தர்கள் என்பதற்கு "அறிவுடையோர்கள்" என்று பொருள். ஆதிதிராவிடச் சமுதாயத்தில் அறிவுஜீவிகளாக. (intelligentsia) இவர்கள் விளங்கினர். பெரும்பாலான சித்தர்கள் ஆரிய ஆதிக்கத்தையும், பண்பாட்டையும் எதிர்த்துக் கருத்து பரப்பி வந்துள்ளதைப் பார்க்கும்போது இச்சித்தர்கள் ஆதிதிராவிடர்களே என்பதை கண்டு கொள்ளலாம். ஒரே உறுப்பிலிருந்து பிறக்கும் மனிதர்களில் உயர்ந்தவர், தாழ்ந் தவர் தோன்றுவது எவ்வாறு சாத்தியமாகும் எனக் கேள்வி எழுப்புகிறார் ஞான வெட்டியான் எனும் சித்தர்.

"பறச்சி ஆவதேதடா, பணத்தி ஆவதேதடா,
இறைச்சி தோல் எலும்பினும் இலக்கம் இட்டிருக்குதோ?

பறைச்சிபோகம் வேறதோ, பணத்திபோகம் வேறதோ.
பறைச்சியும் பணத்தியும் பகுத்துபாரும் உம்முளே."

எனச் சாதி பேதங்களுக்கு எதிராகச் சாட்டையை வீசுகிறார் சிவ வாக்கியார் எனும் சித்தர்.[81] "சாதிப்பிரிவினிலே தீயை மூட்டுவோம்" எனப் போர்க்குரல் எழுப்புகிறார் பாம்பாட்டிசித்தர். மேலும்,

"சதுர்வேதம், ஆறுவகை சாத்திரம் பல
தந்திரம் புராணம் கலை சாற்றும் ஆகமம்
விதம் விதமானவான வேறு நூல்களும்
வீணான நூல்களே என்று ஆடாய் பாம்பே"

என வேத புராணங்களை வீணானவை என்கிறார்.[82] சூத்திரனும் அவனுக்கு கீழுள்ள பஞ்சமர் எனப்பட்ட பறையர் பள்ளர்கள் தங்கள் இழிவைப் போக்கிக்கொள்ள இயலாது. அவர்களுக்கு மோட்சம் என்பது இல்லை. ஒருவன் பிறக்கும் போதே தன்னை பிராமணனாகப் பிறப்பித்துக் கொள்ளவேண்டும் எனப் பீற்றிக் கொள்ளும் பிராமணனைப் பார்த்து,

"பிறந்தபோது கோவணம் இலங்கு நூல் குடுமியும்
பிறந்தவுடன் பிறந்ததோ? பிறங்கு நூலில் உடங்கெலாம்
மறைந்த நாலு வேதமும் மனத்தினுள் உதித்ததோ?
நிலம்பிளந்து வானிடிந்து நின்றதென்ற வல்கீரே."

(பாடல்.192)

எனச் சாடுகிறார், சிவவாக்கியார்.

உச்சிக்குடுமியும், உடம்பில் பூணூலும் நீ பிறக்கும் போதே பிறந்து வந்தனவா? எனக் கேள்வி எழுப்புகிறார்.

சாதிப்பிரிவுகளில்லா சமத்துவவாழ்வு சங்க காலத்துக்கு முன்பிருந்ததை எண்ணி அக்கால வாழ்வு மீண்டும் கிடைக்காதா, என ஏங்கும் பத்திரகிரி சித்தர்,

"ஆதிக்கபிலர் சொன்ன ஆகமத்தின் சொற்படியே
சாதிவகை இல்லாமல் சஞ்சரிப்பதெக்காலம்"

– பாடல் 125.

என வருந்துகிறார்.

இவ்வாறு சித்தர்களில் பெருந்தொகையினர், ஆரிய ஆதிக்கம் (சனாதனம்) மற்றும் சாதி உயர்வுதாழ்வு (வர்ணாஸ்ரமதர்மம்) போன்ற கொள்கைகளுக்கு எதிராகவும், சுதந்திரம், சமத்துவம், சகோதரத்துவ கொள்கைகளுக்கு ஆதரவாகவும் கருத்துப்பரப்பியதைக் காணமுடிகிறது. இந்நிலை, சமண, பௌத்தம் தழுவியிருந்த ஆதிதிராவிடர்கள் நிலைபாடு என்பதை கூறவேண்டியதில்லை. சித்தர்களின் இந்நிலைபாடு காரணமாகவே, அவர்களின் இலக்கியங்களைச் சைவர்களும், ஆரியர்களும் தொடத்தயங்கி ஒதுக்கி வைத்தனர். தமிழ் இலக்கிய வரலாறு எழுதும்போது கூட, ஆரியப் பண்பாட்டை எதிர்த்த சித்தர் இலக்கியங்களைச் சைவ இலக்கிய வரிசையில் சேர்க்காமல் விட்டுவிட்டனர். ஆரியப் பண்பாட்டை எதிர்த் தவர்கள் என வேறு எவரையும் வரலாறு காட்டாததால், சித்தர்கள் ஆதிதிராவிடர்களே என்பது உறுதியாகிறது.

ஆதித்திராவிடரானசிவவாக்கியார்எனும்சித்தர், தீண்டாமை என்றும் தீட்டு என்றும் பிதற்றிய பிராமணர்களைப்பார்த்து,

"தீட்டம் தீட்டம் என்று நீர் தினமும் மூழ்கும் மூடரே
திட்டமாகி அல்லவோ திரண்டு காயம் ஆனது"

எனச் சாடுகிறார். பெண்களின் மாதத்தீட்டிலிருந்து (மாத விடாய்) உருவானவன்தானே மனிதன். அத்தீட்டு இல்லாமல் உங்கள் நாதமும் இல்லை; வேதமும் இல்லை. இத்தீட்டு இல்லாமல் உங்கள் (கடவுளும்) மகாதேவனுமில்லை என ஆரியர்களை அதிர வைக்கிறார்.

"மாதாமாதம் தூமைதான் மறந்துபோன தூமைதான்
மாதமற்று நின்றலோ வளர்ந்து ரூபமானது
நாதம் ஏது, வேதம் ஏது, நாற்குலங்கள் ஏதடா?
வேதம் ஓதும் வேதியர் விளைந்துவாறும் பேசடா."

என்ற பாடல் மூலம் பெண்மையைப் பழிக்காதே, தீட்டென்று ஒதுக்காதே, ஆணாதிக்கம் பேசாதே, என்றெல்லாம் பிராமணர்களைச் சாடுகிறார். எச்சில் என்றும் தீட்டு என்றும் கூறும் நீ தீட்டினால்தான் உருவாகியுள்ளாய்; எச்சில் ஊறும் வாயினால்தான் உன் வேதம் ஓதப்படுகிறது. நீ ஓதும் வேதமும், உள்ளத்து மந்திரங்களும், உன் கடவுளும் எச்சில்தான் என்று

கூறி ஆரியர்கள் தீட்டு என்ற பெயரில் போடும் வேஷத்தைக் கலைக்கிறார். ஆரியர்களின் வேதங்களையும், உச்சரிக்கும் மந்திரங்களையும், கடவுள்களையும் வெறும் வேஷம் என்று கூறும் பலபாடல்களைச் சித்தர் இலக்கியங்கள் நமக்கு காட்டுகின்றன.[83]

ஆரிய மேலாதிக்கத்தையும், நால்வருண சாதிக் கோட் பாட்டையும், பொது இந்திய வரலாற்றைப் பொறுத் தவரையிலும் (பலபெயர் சாதிமக்கள்) தென்னிந்தியாவைப் பொறுத்த வரையிலும் (சமண, பௌத்தர்களான) ஆதி திராவிடர்களே எதிர்த்தும், ஏற்க மறுத்தும் வந்துள்ளனர் என்பதை வரலாறு தெளிவாகக் கூறுகிறது. இவ்வாறு, மனித குலத்திற்கு எதிரான ஆரியப்பண்பாட்டை எதிர்த்த அறிவுதளம் ஆதிதிராவிடர்களுடையதாகும்.

அறிவுதளத்தை அழிக்கும் முயற்சி

கி.பி. 5–ம் நூற்றாண்டிலிருந்து 15–ம் நூற்றாண்டு வரையில் தமிழகத்தில் சைவமும், வைணவமும் வளர்ந்து முழுமை பெற்றதென்றால், அங்கு சமணமும், பௌத்தமும் சிறிது சிறிதாக அழிக்கப்பட்டுள்ளது என்பதை நாம் தெரிந்து கொள்ளவேண்டும். நாடாண்ட மன்னர்கள் மனம்மாறி, மதம் மாறியதால், அரச ஆதரவு சமண பௌத்த சமயங்களுக்கு கிடைக்காமல் போயிற்று. இக்கால கட்டத்தில் சங்க கால விவசாய அமைப்புகள் மறைந்து, புதிய நிலப்பிரபுத்துவ சமூக அமைப்பு உருவானது. ஆதிதிராவிடர்களிடமிருந்து பறிக்கப்பட்ட நிலங்கள் ஆரியர்களுக்கு, அக்கிரகாரங்கள், சதுர்வேதி மங்கலங்கள், பிரம்மதேயங்கள் எனவும், பிராமணர்கள் கோலோச்சிய பெருங்கோயில்களுக்குத் தேவ தானங்கள் (தேவஸ்தானம்) எனவும் பெயரிடப்பட்டு தானமாக (இனாமாக) வழங்கப்பட்டன. நில உடமையையும், சொத்துரிமையையும் இழந்த சமண பௌத்தர்களான ஆதி திராவிடர்கள், மேற்கூறிய நிலவுடமை அமைப்புகளில் விவசாயக் கூலிகளாகவும், நில அடிமைகளாகவும் பணி யாற்றும் நிலை ஏற்பட்டது. தொண்டை மண்டலத்தில் காஞ் சிபுரமும், சோழமண்டலத்தில் தஞ்சாவூரும், கும்பகோணமும்,

பாண்டிய மண்டலத்தில் மதுரையும் சைவ, வைணவ மையங்களாக உருவாக்கப்பட்டு, சமண, பௌத்த அழிப்பு போராட்டம் உக்கிரமாக நடைபெற்றது.84 இவ்வழிப்புப் பணியில் பல்லவ, சோழ, பாண்டிய அரசுகளின் அதிகாரம் பெருமளவில் பயன்படுத்தப்பட்டது.

சைவ வைணவ சமயங்கள், சமண பௌத்த சமயங்களை ஒழிப்பதிலும் அழிப்பதிலும் தீவிரம் காட்டின. போலியான வாதங்களைக் கொண்டு வெல்லுதல், கண்ணை பறித்தல், கழுவிலேற்றுதல், தலையைக் கொய்தல் போன்ற செயல் களால் சமண பௌத்தர்கள் ஒடுக்கப்பட்டனர். சைவத்தில் பாசுபதம், காளாமுகம், காணபதியம், காபாலிகம், வீரசைவம் போன்ற போர்க்குணம் கொண்ட பிரிவுகள் தோன்றின. சமண பௌத்தர்களின் தலையை வெட்டுவதே உண்மையான வைணவனின் சிறந்த சமயப்பணி என்று வைணவ நூலான நாலாயிரத்திவ்வியப் பிரபந்தம் பிரச்சாரம் செய்தது. திரு அரங்கத்தில் (ஸ்ரீரங்கம்) பள்ளிகொண்டிருந்த ரங்க நாதரிடம்,

வெறுப்போடு சமண முண்டர் வீதியில்
சாக்கியர்கள் நின்பால்
பொருப்பரியனகன் பேசி போவதே நோயதாகி
குறிப்பெனக் கடையுமாகில் கூடுமேல் தலையை ஆங்கே
அறுப்பதே கருமம் கண்டாய் அரங்கமா நகருளானே

என விண்ணப்பிக்கிறது இப்பாடல்.

ஆதிதிராவிடர்களின் அறிவுதளத்தைத் தங்கள் அறிவால் (வெறும் நம்பிக்கை) வெல்ல இயலாத நிலையில் ஆரியர்கள் ஆயுதபலத்தையும் அரச பலத்தையும் பயன்படுத்த துவங் கினர். சமண பௌத்தர்களைப் பேரழிவிற்கு தள்ளிய இந்நிலை "குகையிடிக்கலகம்" என இலக்கிய வரலாற்றில் பேசப்படுவதைக் காணமுடிகிறது. கேரளம், கர்நாடகம் உள்ளிட்ட பகுதிகளிலும் பௌத்த சமணப் பாழிகளும், பள்ளிகளும், விகாரைகளும், மடாலயங்களும், துறவிகளின் குடியிருப்புகளும் இடிக்கப்பட்டு அழிக்கப்பட்டன. இவ் வழிப்பு பணி விஜயநகர பேரரசு காலம் வரை தொடர்ந்தது.

சிதைக்கப்பட்ட சித்தர்களின் சிந்தனை

ஆதிதிராவிடர்களின் அறிவுச்சங்கிலி, அவ்வப்போது தொய்வடைந்தாலும், என்றும் அறுந்து போகாமல் தொடர்ந்து இயங்கி வந்துள்ளதை வரலாறு சொல்கிறது. அந்த வகையில், சித்தர்கள் காலத்தில் அறிவுச் சங்கிலி தொடர்ந்தது. இது ஒருவகையில் ஆதிதிராவிடர்களின் பொருள் முதல் வாதத்தின் தொடர்ச்சியாகும். ஆதியோகி எனப்படும் ஆதிசிவன் நாகர்களின் பெருந்தலைவன், நாகர்களின் அறிவுச்சுடர் என்பதை முதலில் பார்த்தோம். நாகர்கள் தமிழ் பேசியதையும், இந்தியா முழுதும் பரவி வாழ்ந்ததையும் கண்டோம். இம் மக்கள் திரளிலிருந்தே மகாவீரரும், புத்தரும் தோன்றி அறிவுப் பிரச்சாரம் செய்தனர்.

நம்பிக்கையை மக்களிடையில் வலியுறுத்திய ஆரியத்திற்கு எதிராக, காரண காரியங்களை உள்ளடக்கிய அறிவை மக்களிடையில் வலியுறுத்தி பிரச்சாரத்தில் ஈடுபட்டதால், மகாவீரரையும், புத்தரையும் நாத்தீகர் என முத்திரை குத்தினர் ஆரியர்கள். ஆதிதிராவிடர்களான நாகர்களின் அறிவு திரட்சியே புத்தரின் ஹீனயான (மூல பௌத்தம்) மாகவும், மகாவீரரின் சமணமாகவும் விரிந்தது. இயற்கையே பிரபஞ்சத்தின் மையக்கரு; இயற்கையை மிஞ்சிய ஒரு சக்தி (கடவுள்) என்பது எப்போதும் இல்லை என்பது பொருள் முதல் வாதத்தின் அடிப்படை யாகும். "படைப்பவன் என்ற ஒருவன் இல்லாமலேயே இப்பிரபஞ்சம் இயங்கி வருகிறது" என்ற மகாவீரரின் அறிவிப்பு ஆரியத்துக்கு பேரிடியாக அமைந்துவிட்டது. "படைப்பவன் (கடவுள்) என்ற ஒருவன், மனிதனுக்கு தேவைப்படவில்லை. பிறப்பெடுத்துள்ள மனிதன் தன் கடமைகளைச் செவ்வனே செய்து வந்தால் அவன் முடிவு தானே வந்துசேரும்; படைப்பவன் பற்றிய சிந்தனை மனிதனுக்கு தேவைப்படாத ஒன்று, அதனால் காலவிரயமே ஏற்படுகிறது" என்ற கௌதம புத்தரின் அறிவிப்பு ஆரியத்தின் மீது இடிமேல் இடியாக இறங்கி, ஆரிய வேதக் கொள்கைகளைத் தகர்த்து அழித்தது. வேத ஆரியத்துக்கு இது மிகப்பெரிய சவாலாக அமைந்தது.

ஆரியத்துக்கு எதிரான முதல்புரட்சி களப்பறையர் ஆட்சி காலத்தில் (கி.பி.2–ம் நூற்றாண்டு முதல் 6ம் நூற்றாண்டு

வரை) நடந்தது. இரண்டாவது புரட்சியை சித்தர்கள் தொடங்கினர். ஆரியர்களின் நம்பிக்கை (faith) கொள்கைக்கு எதிரான ஆதிதிராவிடர்களின் அறிவு (wisdom) கொள்கையை இடைக்காலத்தில் சித்தர்கள் மீண்டும் தூக்கிப்பிடித்தனர். அணுக்களால் ஆனதே பிரபஞ்சம், உலகம்; அணுக்கள் சேறும்போது உயிர்கள் தோன்றுகின்றன. அவை பிரியும் போது மறைகின்றன, என்பதே ஆதிதிராவிடர்களின் அணுக்கோட்பாடாகும்.

“நிலம், நீர், தீ, வளி, விசும்பொடு ஐந்தும்
கலந்த மயக்கம் உலகம்” ***(1589)***

என்று பழந்தமிழ் இலக்கணமான தொல்காப்பியம் கூறுகிறது. இவ்வணுக்கள் தாமாகவே இயங்குகின்றன. அவை தோற்றுவிக்கப்படுவதுமில்லை; அழிக்கப்படுவதுமில்லை. இச்செயல் தொடர்ந்து நடந்து கொண்டே உள்ளது. எவர் ஒருவராலும் இயக்கப்படுவதில்லை. இக்கருத்தை மகாவீரரும் புத்தரும் விளக்கி பிரச்சாரம் செய்தனர்.

அணுக்களின் சேர்க்கையால் உயிர்கள் தோன்றுகின்றன என்ற ஆசிவக கோட்பாட்டை, மறுக்கிறது ஆரிய வேதக் கோட்பாடு. அணுக்களுக்கு “உணர்வு” என்பது இல்லையாதலால் இவற்றை சேர்ப்பதற்கு ஒருவர் தேவைபடுகிறார். அவரே கடவுள் என்கிறது சைவ நூலான சிவஞான சித்தியார்.

“உயிரானவை உடல் தீண்டல் ஓடு ஓடுக்கலப்பெய்தும்
பயில்வால் உணர்வெய்து மெனும்
மொழியானது பழுதாம்.”

(–சிவஞான சித்தியார்–177)

சிவஞானசித்தியார் நூல் பாடல்கள் 179, 180 ஆகியவை இக்கருத்தை மேலும் உறுதி செய்கின்றன. ஆனால், இந் நூலுக்கு முந்திய கால பொருள் முதல் வாதக் கருத்துக்கள் எதுவும், அணுவிற்கும், வினைக்கும், ஊழுக்குமான கடவுள் என்ற ஒருவனை ஏற்றதில்லை. இதுவே பண்டைய ஆதிதிராவிடர்களின் (நாகர்) அறிவின் கருப்பொருளாகும்.

சித்தர்களின் யோகமும், மருத்துவமும்

சித்து என்றால் அறிவு என்று பொருள். சித்தத்தை உடையவர்கள்சித்தர்கள்; எந்த ஒரு குருவிடமிருந்தும்பெறாமல் சுய அறிவு பெற்றவர்கள். வேதமறுப்பும் ஆரிய எதிர்ப்பும் கொண்ட சித்தர்களைத்தவிர, யோக சித்தர்களும், மருத்துவ சித்தர்களும், தமிழகத்தில் வாழ்ந்தனர். பதஞ்சலி யோகம் எனப் பிற்காலத்தில் அறியப்பட்ட (யோகம்) யோக முறைகள் பதஞ்சலி முனிவருடைய தல்ல. அவை, அவருக்கு முந்திய காலங்களில் ஆதி பழங்குடியினரால் மேற்கொள்ளப்பட்டுவந்த உடல், உள்ள இயக்கமுறைகளாகும். அவைகளைத் தேடி தொகுத்தவர் பதஞ்சலியாவார். அநாதிகாலம் என நம்பப்படுகின்ற காலத்தைச் சேர்ந்த ஆதியோகி (ஆதி சிவன்) யோக முறைகளைக் கையாண்டிருக்கலாம். யோக பயிற்சிகளை வேதமோ, வேதரிஷகளோ முதலில் ஏற்க வில்லை. வேதமறுப்பு தத்துவங்களான சமணம், பௌத்தம், ஆசீவகம் போன்றவைகளே யோகமுறைகளைப் பின்பற்றி வந்தன. மகாவீரர் பன்னிரண்டு ஆண்டுகளும், புத்தர் ஆறு ஆண்டுகளும் தொடர்ந்து யோகப் பயிற்சிகளை மேற்கொண்டனர் எனக் கூறப்படுகிறது. யோகம் என்பது மனதை ஒருமுகப்படுத்துதலைக் குறிக்கும். மேலும் யோகம் என்பதற்கு அறிவு வழி என்னும் பொருளுண்டு. யோகி என்பவர் அறிவு வழி நிற்பவராகிறார். மனம் என்பதற்கும் அறிவுநிலை என்று பொருளுண்டு.

மனித உயிர்களுக்கும் இந்த உலகிற்கும் உள்ள உறவைப் புரிந்து கொள்ளவும், மனித உயிர்கள் துன்பம் தவிர்த்து நல்வாழ்வு வாழவும் அறிவுவழி தேவைப்படுகிறது. அதனை அடைய உடலடக்கம், புலனடக்கம் மன அடக்கம் தேவைப்படுகிறது. இந்த மூன்று பண்புகளின் முழு உருவமே யோகம் என்பதாகும். இது பௌத்தம் கூறிய யோக முறையாகும். இங்கு கடவுள் என்ற ஒரு பொருளுக்கு வேலையில்லை. உலக தோற்றத்திற்கும், இயக்கத்திற்கும் காரணம் பிரகிருதியே என்றும், அந்த காரணத்தின் காரணமாக விளங்குவது “இறைவனே” என முதலில் வாதிட்டவர் கி.பி.9ஆம் நூற்றாண்டைச் சேர்ந்த வாகஸ்பதியாவார்.

இவருக்குமுன் யோகத்தை விளக்கிய பதஞ்சலி, வியாசர் போன்றவர்கள் காரணத்துக்குக் காரணமாகக் கடவுள் இருப்பதாக குறிப்பிட வில்லை.[85] சமணமும் பௌத்தமும் உண்மையை அறியும் முயற்சியில் யோகத்தைப் பின்பற்றின. இதில் இறை கோட்பாடு இல்லை. யோகத்தில் இறை கோட்பாட்டை முதன் முதலில் வலியுறுத்தி புகுத்தியவர் வாகஸ்பதியே என்பது தெளிவாகிறது.

சித்தர்கள் தாங்கள் யோக முறையில் தாந்திரீகத்தை அடிப்படையாகக் கொண்டனர். பண்டையத்தமிழர்களும் தாந்திரீக யோக முறையைக் கையாண்டனர். இது தமிழர் மரபில் தாய்மை வழிபாடாகவும், கன்னி வழிபாடாகவும் அமைந்திருந்தது. தாந்திரீகம் என்பது ஆண் பெண் உறவினால் மனிதகுலம் தழைக்கிறது என பொருள்படும். மனித உடலை அழியாமல் காப்பது; சாகாமல் வாழ்வது போன்றவை தாந்திரீகத்தின் இலக்காக இருந்தன.

இயற்கையினை நன்கு புரிந்து கொண்டு அதன் தன்மைக்கும் இயக்கத்திற்கும் ஏற்றாற்போல் மனித உடலையும், உயிரையும் தகவமைத்துக் கொள்ள முடியும் எனச் சித்தர்கள் திடமாக நம்பினர். சித்தர்களில் பலர் சாகாமல் பல நூற்றாண்டுகள் வாழ்ந்தனர் எனக் கூறப்படுவதுண்டு. ஆகிமா, மகிமா, லகிமா, கரிமா, பிராந்தி, பிரகாமியம், ஈசத்துவம், வகுத்துவம் ஆகிய அட்டமாசித்தி மூலம் பொருள்களின் இயல்பைக் கட்டுப்படுத்தவும், மாற்றவும் மனிதனால் முடியும் ; மரணமிலா பெருவாழ்வும் சாத்தியமே என்றனர் சித்தர்கள். இதில் தாந்திரீகம் என்ற முறையை நாகத்தமிழர்கள் பயன்படுத்தியதாகத் தெரிகிறது. இதில் தந்திர முறைகளும் மந்திர முறைகளும் அடங்கும். மந்திரம் என்பது நிறைமொழி மாந்தரின் தனி திறமையாகும். (மன்+திறம்) மனதின் திறமையே மந்திரமானது.

நிறைமொழி மாந்தர் ஆணையிற்கிளந்த
மறைமொழி தானே மந்திரமென்ப.[86]

சான்றோர்களின் அறிவு முதிர்ச்சியின் காரணமாக வெளிப்படும் ஆணைகள் சக்திபெற்ற சொற்களாக (மந்திரம்)

மாறும் எனத் தொல்காப்பியம் கூறுகிறது. தொல்காப்பியத்தைப் பின்பற்றி திருமூலரும் உடலை ஆதாரமாகக் கொண்ட உயிரி யக்கத்தையே உரைக்கின்றார்.

ஊன்பற்றி நின்ற உணர்வுறு மந்திரம்
தான் பற்றப்பற்றத் தலைப்படும் தானே

(திருமந்திரம் 85)

திருமூலரின் கூற்றில் கடவுள், ஆன்மா, கடவுளிடம் சரணடைதல் போன்றவை இல்லை. மேலும் திருமூலரின் திருமந்திரம் ஒன்பது பகுதிகளைக் கொண்டது. ஒவ்வொரு பகுதியும் ஒரு தந்திரம் எனப்படுகிறது. திருமந்திரம் ஒன்றாம் தந்திரத்தில் துவங்கி ஒன்பதாம் தந்திரத்தில் முடிகிறது. தனது திறமை என்பதுவே தந்திரமாக (தன்+திரம்) மாறியிருக்க வாய்ப்புண்டு. தந்திரம் என்ற சொல் சிலப்பதிகாரத்தில் உத்தி என்ற பொருளிலும், சீவக சிந்தாமணியில் தொழில் என்ற பொருளிலும் பயன்படுத்தப்பட்டுள்ளதைக் காணலாம். திருமூலர் சித்தர்களின் முன்னோடியாகக் கருதப்படுகிறார். இவரின் திருமந்திரம் ஒன்பது தந்திரங்களாக சொல்லப் பட்டிருப்பதைக் கவனிக்க வேண்டும். இவ்வாறு மந்திரங் களும், தந்திரங்களும் கொண்டதுதான் சித்தர்களின் தத்துவம். சித்தர்களின் தாந்திரீக பொருள் முதல்வாதம் புத்தர்,மகாவீரர் திருமூலரிடமிருந்து பெறப்பட்டவை எனலாம்.

சித்தர்களின் யோகமுறைகள் பொருள் முதல்வாத அடிப்படையிலமைந்து, ஆரியர்களின் நம்பிக்கை முறைகளை எதிர்த்தன. யோகிகள் கூறிய அட்டமா சித்தி மூலம் மனித அறிவால் ஆகாத காரியமேதுமில்லை என்பது சித்தர்களின் தத்துவமாகும். கடவுள் என்ற ஒருவரோ, அவரின் அருள் என்ற ஒன்றோ இல்லாமல், மனிதமனம் அனைத்தையும் சாதிக்க இயலும் என்பதை சித்தர்கள் நம்பினர். முக்தி, மோட்சம் என்பதெல்லாம் வெளியில் எங்குமில்லை. அது உடலுக்குள்ளேயே உண்டு என்பதை,

"வீட்டிலே கூட்டினுள்ளே முத்தியுண்டு
மெய்யிலே சோதியுண்டு"

எனக் கூறியுள்ளனர். முத்தி, சொர்க்கம் போன்ற ஆன்மீக வாதிகளின் நிலைபாட்டை சித்தர்கள் மறுக்கின்றனர்.

"சொல்லுவார் சாத்திரத்தில் செத்தபின்னே
சோம்பேறி முக்தியென்று சத்தியற்கூடா
வின்ளுவார் தெய்வபதம் முக்தியென்று
மென் மேலும் செத்த பின்பே சொர்க்கமென்பார்
தள்ளுவார் கூலத்தை நாற்றமென்றே
தன்னுயிரின் சத்துருவே ரோகியோர்கள்
கொள்ளுவன் உடலுக்குள்ளே முக்தி தானே
குமரி விளையாடுவது குருவினாலே"

காகபுசுண்டா எனும் சித்தரின் பெருநூல் காவியத்தில் இப்பாடல் இடம் பெற்றுள்ளது. நம்பிக்கை வழி–யிலான ஆன்மீக வகைப்பட்ட "முக்தி"யை இப்பாடல் நிராகரிப்பதுடன் "செத்தபின்னரே சொர்க்கம்" என்ற வாதத்தையும் நிராகரிக்கிறது.

சித்தர்களின் யோகமுறைகள் அறிவு (சித்து) வழிபட்டவை. இது ஆதிப்பழங்குடி மக்களிடமிருந்து தொடர்கிறது. ஆனால் பதஞ்சலி காலத்திற்குப்பிறகு, குறிப்பாக கி.பி.6,7ம் நூற்றாண்டுகளுக்கு பின்னர், இந்த யோக முறைகள் சைவ சமயச் சிமிழுக்குள் அடைக்கப்பட்டன. ஆதிசிவன் (ஆதியோகி) என்கிற நாகர்தலைவனை ஆரியமயமாக்கியபோது (சாம் பான் என்ற பறையன் மகாதேவனாக்கப்பட்டபோது) சிவனைச் சைவனாக்கினார். நாகனாக இருந்து அவன் மேற்கொண்ட யோகத்தைச் சைவ மதத்தில் இணைத்தனர்.[87] இவ்வாறு, நாகர்பழங்குடியினரும், சமணரும், பௌத்தரும் பின்பற்றிவந்த யோகமுறைகளை ஆன்மீகத்துடன் இணைக் கும் பணி தமிழகத்தில் மட்டுமல்லாது இந்தியா முழு மைக்கும் நடந்தேறியது. ஆரியத்துக்கு எதிரான எந்த கருத்து தோன்றினாலும், வலுவடைந்தாலும், அதை தன் வயப்படுத்திக் கொள்வதையும், நீர்த்துப் போகச் செய் வதையும் ஆரியர்கள் தொடர்ந்து செய்து வந்துள்ளனர். கடவுள் கருத்தை மறுத்து கொள்கை பரப்பிய மகாவீரரையும், புத்தரையும் பகவானாக்கி (கடவுள்) பக்தி வழிபடுத்தினர். ஆதிதிராவிடர்களின் அறிவு பொக்கிஷங்களைத் தமதாக்கி கொண்டதை இந்நூலில் முன்பே பார்த்துள்ளோம். இப்போது, சித்தர்களின் யோகமுறைகளையும் தங்கள் வழிப்பட்ட

சைவத்தில் இணைத்தனர். ஏனெனில், சித்தர்களின் யோக முறைகள் கடவுள் என்ற ஒருவரோ, அக்கடவுளின் அருள் என்ற ஒன்றோ இல்லாமல், யோக முறைகள் மூலம், மனிதன் சாகாமலிருக்கலாம் என்றும், மரணமிலாப் பெரு வாழ்வை எய்தலாம் என்றும் கூறியது. இது ஆரிய கடவுள் தத்துவத்தைத் தகர்ப்பதாகவும், பயனற்றுப் போக வைப்பதாகவும் இருந்தது.

மருத்துவ சித்தர்கள்

யோக சித்தர்கள், யோக (அறிவு) முறையைப் பயன் படுத்தி, ஆரிய நம்பிக்கை கருத்தியல்களை எதிர்த்து, ஏற்க மறுத்தது போலவே, மருத்துவசித்தர்களும் இயற்கை மருத்துவ முறைகளைக் கையாண்டு, ஆரிய நம்பிக்கை கருத்துக் களைப் பொய்யாக்கினர்.

உடலின் (பிண்டம்) ஆக்கமும், உலகின் (அண்டம்) ஆக்கமும் பஞ்ச பூதங்களின் சேர்க்கையால் நடைபெறுகிறது. இதைத்தான் அண்டத்திலுள்ளது பிண்டத்தில், பிண்டத்தில் உள்ளது அண்டத்தில் எனக் கூறுகின்றனர். பிருத்வி(நிலம்), அப்பு(நீர்), தேயு(நெருப்பு), வாயு(காற்று), வெளி(ஆகாயம்) ஆகிய ஐந்து மூலங்கள் பிரபஞ்சம் எனப்படும் அண்டத்தில் உள்ளன. இவ்வைந்தும் மனித, விலங்கு, பறவை, ஊர்வன, பிற உயிரின உடல்களிலும், இதர பொருள்களிலும் உள்ளன. ஐந்து மூலங்களின் ஒரு குறிப்பிட்ட அளவு சேர்க்கையே பொருட்களைத் தீர்மானிக்கிறது. ஐந்து மூலங்கள் சேறு்ம்போது உயிர்கள் அல்லது பொருட்கள் தோன்றுகின்றன் பிரியும் போது அவை மறைகின்றன. இந்த சேர்க்கை விகிதத்தின் இயல்பில் குறைபாடு ஏற்படின் வியாதிகள் தோன்றுகின்றன. அதனை போக்க அண்டத்தில் உள்ள பஞ்ச பூதங்களில் தேவையானதைத் தேவையான அளவு எடுத்து உடலுக்கு ஏற்ற மருந்தாகக் கொடுத்து, சேர்க்கை விகிதத்தை சரி செய்வதின் மூலம் நோயை குணப்படுத்தலாம். ஐந்து மூலங்களால் ஆன உடலில், ஒவ்வொன்றிலும் ஏதாவது ஒரு மூலத்தின் தன்மை அல்லது அளவு சற்று கூடுதலாகவே இருக்கும். மூலங்களின் சேர்க்கை விகிதம் அந்த உடல் அல்லது பொருளின் இயல்பைத் தீர்மானிக்கிறது.

ஐந்து மூலங்களின் கூட்டுறவில் மனித உடலும் அதன் இயக்கமும் அமைந்துள்ளது என்பதுவே சித்த மருத்துவத்தின் அடிப்படையாகும். ஊயிரினங்களின் நோய்களை வாதம், பித்தம், கபம் ஆகிய மூன்று நிலைகளில் பிரித்து வகைப் படுத்துகிறது சித்தர்களின் மருத்துவம், நோய்களுக்கான காரணங்களை ஆய்வு செய்ய, நம்பிக்கை முறைகளைச் சித்த மருத்துவம் ஏற்பதில்லை. ஆரியர்கள் கூறும் ஆன்மீகம், முற்பிறவியில் செய்த தவறுகள், பாவங்களே நோய்கள் தோன்ற காரணம் என்ற வாதத்தைச் சித்த மருத்துவம் மறுக்கிறது. ஆரிய ஆன்மீகம் கூறும், “பாவங்களுக்காக கடவுள்தறும் தண்டனையே நோய்” என்பதையும் சித்தர்கள் நிராகரிக்கின்றனர்.

ஐந்து மூலங்களின் சேர்க்கையில் ஏற்படும் விகித வேறுபாடே அல்லது குறைபாடே நோய்க்கான காரணம் எனச் சித்தர்கள் கருதினர். நல்வினை, தீவினை என்ற புத்தரின் கோட்பாட்டை ஆரியர்கள் பாவம், புண்ணியம் என மாற்றினர். நல்லதை செய்தால் நல்லதே கிடைக்கும், தீமை செய்தால் தீமையே (துன்பமே) கிடைக்கும். இந்த தண்டனை இயற்கையானது; இதிலிருந்து யாரும் தப்பமுடியாது என்றனர், ஆதித்திராவிட அறிவுதளத்தைச் சேர்ந்த சித்தர்கள். இல்லை, வினைப்பயனிலிருந்து தப்பித்து கொள்ளலாம்– இறைவனிடம் சரணடைந்தால், இறவைனை வணங்கினால் என்கிறது ஆன்மீகம். சைவ, வைணவ சமயங்களும் மத வாதிகளும் இக்கருத்தை முன் வைக்கின்றனர்.

ஐந்து மூலங்களின் (பஞ்சபூதம் எனப்படும் நிலம், நீர், வாயு, தீ, ஆகாயம்) சேர்க்கையே உடலும் உயிரும் எனும் போது, இவற்றுடன் தொடர்பில்லாத கடவுள் என்ற பொருளால் இதில் எந்த விளைவையும் ஏற்படுத்த இயலாது. மூலங்கள் ஐந்தும் சுதந்திரமானவை; எப்போதும் இயங்குபவை; தோற்றமோ மறைவோ இல்லாதவை. சக்தியை ஆக்கவோ,அழிக்கவோ, இயலாது; ஒன்று பிரிதொன்றாக மாறலாம். சக்தி (energy) எப்போதும் இயங்கி கொண்டுள்ளது என்ற அறிவியல் கருத்தோடு இதை ஒப்பிடலாம். இவைகளைத் தோற்றுவித்தவர் என்றோ, அல்லது அழிப்பவர் என்றோ

எவருமில்லை என்ற மகாவீரர், புத்தரின் கருத்தை அடியொற்றி சித்தர்கள் அண்டத்தையும், பிண்டத்தையும் அணுகினர். சித்தர்களின் முன்னோடியான திருமூலரும்,

சலங்காட்டியிருந்த கடமானவைம்பூதம்
நிலங்காட்டி, நீர்காட்டி நின்றிடும் தீ காட்டி
வலங்காட்டி வாயுவால் வளர்ந்தே இருந்தது
குலங்காட்டி வானில் குடியாய் இருந்ததே

எனத் தன் பாடலில், ஐந்து மூலங்களால் உருவாகியுள்ள உயிரினங்களைக் குறிப்பிடுகிறார். கடவுள் என்ற ஒருவரின் படைப்புத் தத்துவத்தை இவ்வாறு சித்தர்களும் அவர்களின் மருத்துவமும் நிராகரித்தன.

ஆதிசங்கரரும் அவர் வழி நின்றோரும் உலகையும் உயிர்களையும் அவைகளின் இயக்கங்களையும் மாயை (பொய்) என்றனர். மனித வாழ்வே பொய் என்றனர். இது ஒரு காட்சி பிழை என்றனர். இவ்வாழ்வே பொய்யானதால், மரணத்துக்குப்பிறகான உலகை (மேலுலகம் என்கிற சொர்க்கம்) பற்றி கவலை கொள்ளவும் சிந்திக்கவும் மனிதனைத் தூண்டுகிறது ஆன்மீகம். சூட்சுமம் என்ற இறை சக்தி எங்கோ இருந்து கொண்டு இவ்வுலகை இயக்குகிறது. இங்கு தோற்றமளிக்கும் காட்சிகள் பொய்யானவை (மாயை) இச்சூட்சும சக்தியை நம்மால் அறிய இயலாது; உணரமுடியாது என நம்பிக்கை தத்துவம் (ஆன்மீகம்) கூறுகிறது. இதை மறுத்து,

தெரியாது என்றலைந்தால் தெரியுமோதான்
தேடியல்லலோ ஆராய்ந்து பார்க்க வேணும்
ஆறியாத மூடருக்கு அறியப் போமோ
அன்னத்தை திரட்டி மெல்ல வாய்க்கீந்தாலும்
குறியாக முழுங்குதற்கு மாட்டார் மூடர்
குறிப்பாக இதுவல்லாலென்ன செய்வேன்
மறைவான அறிவொன்றுமில்லை; இல்லை
மட்டாத மூடருக்கு அறிவுதானே

என்ற பாடல்மூலம், மறைவான சக்தி (கடவுள்) என்றேதுமில்லை என விளக்குகின்றனர். கடின உழைப்பை

வலியுறுத்தும் சித்தர்கள், அறிவு தேடலாலும் முயற்சியாலும், ஆராய்ச்சியாலும் அறியவொண்ணாதது ஏதுமில்லை என விளக்கமளித்தனர் சித்தர்கள். வேதங்களும் உபநிடதங்களும் போற்றப்பட்ட காலத்தில் மறைவான அறிவு என்று ஏதுமில்லை'' எனப் பிரகடனப் படுத்துகிறது இப்பாடல்.

சண்டாளரிடம் சரணடைந்த (ஆதி) சங்கரர்

ஆதிதிராவிடர்களின் அறிவு, சில சமயங்களில், சில காரணங்களால் தொய்வடைந்திருந்தாலும், என்றும் தோல்வி கண்டதில்லை. ஆதிசங்கரர் உலகமே மாயை என்றும், மாயா உலகிலிருந்து தப்பிக்க நீ பிரம்மத்தையே நினைத்து தேட வேண்டும் எனவும் கூறிவந்தார். ஒரு கட்டத்தில் நீயே பிரம்மமாகி விடுவாய்; அதுதான் முக்தி என்றார். உலகமே பிரம்மமாக உள்ளது. அண்டம், பிண்டம், அனைத்துயிர்கள் அதில் அடங்கும் போன்ற கருத்துக்கள் அவரின் பிரம்ம சூத்திரத்தில் இடம் பெற்றன. அனைத்தும் பிரம்மம், அவ ரையும் சேர்த்து, என்றிருந்த அந்த பிரம்மம், ஈனசாதி, இழி பிறப்பு என முத்திரை குத்தப்பட்டிருந்த ஒரு சண்டாளரிடம் மாட்டிக் கொண்டு விழித்து இறுதியில் சரணடைந்ததைப் பார்ப்போம்.

ஆதி சங்கரர் சென்ற பாதையில், கையில் நான்கு நாய்களுடன் எதிர்பட்டான் ஒரு பறையன். ''சண்டாளா, தூரப்போ'' என்று கத்தினார் சங்கரர். தீண்டாமை என்ற கருத்தியல் பரவத்துவங்கியகாலம் அது. பறையன் அருகில் நெருங்கினால் தீட்டாகி விடுவாராம் சங்கரர்; எனவே அந்த கத்தல். சண்டாளர் என்றால் யார்? ''வீரமிக்கவன், அஞ்சாகுணம் கொண்டவன்'' எனப் பொருள் கூறுகிறார், இந்தியாவுக்கு வந்த சீன பௌத்தப்பயணி பாகியான். காதாம்பரி என்ற காவியம் படைத்த பாணப்பட்டன், ''வீழ்த்தப் பட்டவன்'' எனப் பொருள் கூறுகிறார். மேலும், சண்டாளர்கள் இந்திரனைப் போரில் வீழ்த்திய ''திரிகாம்கு'' இனத்தவர் என்றும் கூறுகிறார். சண்டாளர்களை வஞ்சகமாக ஆரியர்கள் வீழ்த்தியிருக்கின்றனர் என்பதை நாம் புரிந்து கொள்ளலாம். வடஇந்தியாவில் சில பகுதிகளில் சண்டாளர்களின் பேரரசுகள் இருந்ததைப் பழைய

இலக்கியங்கள் கூறுகின்றன. இத்தகைய பாரம்பரியத்தில் வந்த பறையனைப் பார்த்துதான் சங்கரர் "சண்டாளா, தூரப்போ" எனக் கத்தினார்.

சண்டாளன் பதில் கூறுகிறான்.

"ஓய் ..... சாமியாரே, எதிலிருந்து எதை எட்டிப்போகச் சொல்கிறீர்?. உடல் எனும் இக்கூட்டினை (சண்டாளனை) இன்னொரு கூட்டிலிருந்து (சங்கரன்) எட்டிப் போகச் சொல்கிறீரா? உடலுக்குள்ளிருக்கும் ஒரு பிரம்மத்தை இன்னொரு உடலிலிருக்கும் பிரம்மத்திலிருந்து எட்டிப் போகச் சொல்கிறீரா? பிரம்மம் என்பது மாயையானால் அதை பிரிக்க முடியாதே, பிரிக்க இயலாத பிரம்மத்தை ஒன்றிலிருந்து இன்னொன்றை பிரித்து போக வைப்பது எப்படி சாத்தியம்?

என அதிரடியாக ஒரு போடு போட்டான். தத்துவச் சிகரம் எனப் பட்ட சங்கரரைத் தவிக்க வைத்து தத்தளிக்க வைத்தான். பிரம்ம சூத்திரம் எழுதிய சங்கரர் பிரம்மை பிடித்துத் தடுமாறி சண்டாளன் காலில் விழுந்து சரணடைந்தாராம்; அதிர்ச்சியில் பேச்சு மூச்சற்று எழுந்து நின்றாராம். ஆரிய தத்துவம் ஆதித்திராவிடன் காலில் விழுந்ததை மறைக்க புதிய கதை புனையப்பட்டது–ருக், யசூர், சாம, அதர்வண எனப்பட்ட நான்கு வேதங்களை உருவகப்படுத்த நான்கு நாய்களுடன் சர்வேஸ்வரனே சண்டாளனாகக் காட்சிகொடுத்தான் என்று.

தமிழ்சித்தர்கள் பின்பற்றிய மருத்துவம் சமணர்களுடன் தொடர்புடையது. யோகமும் சமணர்கள் பௌத்தர்கள் மூலமே தமிழகம் வந்திருக்க வாய்ப்புண்டு. சித்தர்களின் முதல் சித்தராக அறியப்படும் திருமூலரின் ஆசிரியர் நந்தி என்பவராவார். தனது நூலான திருந்திரத்தில்,

நந்தி அருளாளே நானாம் பேர் பெற்றோம்
நந்தி அருளாளே மூலனை நாடினோம்
நந்தி அருவாதென் செயும் நாட்டினில்
நந்தி வழிகாட்டி நானிருந்தேனே

எனத் தம் குருவை வணங்குகிறார்.[88]

நந்தி சமணப்பெயராகும். நந்திகணம் என்பது சமணத் துறவிகளின் குழுவைக் குறிக்கும். அனக நந்தி, குனக நந்தி, புட்ப நந்தி, திவண நந்தி, பவண நந்தி, கனக நந்தி ஆகிய சமணப்புலவர்களை வாதத்தில் சம்மந்தர் வென்றதாக கூறப்படுகிறது. கி.பி.470ல் தமிழ்சங்கத்தைத் தோற்றுவித்த வஜ்ர நந்தி ஒரு சமணர். கி.பி.458–ல் தென் ஆற்காடு (கடலூர்) மாவட்டம் பாடலிபுத்திரத்தில் (திருப்பாதிருப்புலியூர்) சர்வ நந்தியின் கீழ் ஒரு சமணமடம் இயங்கியது. மேற்கண்ட எடுத்துக்காட்டுகளால் நந்தி என்பது சமணருடன் தொடர்பு கொண்டது எனப்புரிந்து கொள்ளலாம். கி.பி.6, 7ஆம் நூற்றாண்டுகளில் சைவம், வைணவம் புதிய வேகத்துடன் வளர்ந்தபோது சமண பௌத்த விழுமியங்கள் பலவற்றைத் தமதாக்கி கொண்டன. அதில் ஒன்று, நந்தியைச் சைவம், வழிபாட்டுக்குரியதாக ஆக்கியது. பிற்கால சித்தர்கள் “நந்தி பாதம் போற்றி” எனத் தங்கள் பாடல்களில் பாடியுள்ளனர். சித்தர்களில் ஒரு சிறு பிரிவினர் ஆரிய வழியில் சமரசம் செய்து கொண்டு சிவனைக் கடவுளாக ஏற்று வழிபட்டுள்ளனர். சமணமும் பௌத்தமும் அழிபடும் சூழ்நிலையில் தம்மை நிலைநிறுத்திக் கொள்ள இத்தகைய சமரச முயற்சி தேவைபட்டிருக்கலாம். இவர்கள் ஞானம் பாடிய சித்தர்கள் எனப்படுகின்றனர்.

சித்தர்கள் பண்டைகால தமிழகத்து அறிவர்கள் (அறிஞர்கள்) எனப் பேராசிரியர் கா.சுப்பிரமணியப்பிள்ளை குறிப்பிடுகிறார்.

> **“சித்தர்கள் என்பவர் சாகாநிலைபெற்றவர். அழியா**
> **உடலைப் பெற்றவர்கள். உடல் அழிந்து போகாமல் காப்**
> **பாற்றும் வழியை அறிந்தவர்கள். சித் என்றால்**
> **அறிவு – சித்தை உடையவர்கள் சித்தர்கள்.**
> **இவர்கள் நம் நாட்டின் பழம்பெரும் பேரறிவு**
> **படைத்த விஞ்ஞானிகள்”**

எனச் சாமி சிதம்பரனார் புகழ்ந்துரைக்கிறார்.

“வரலாற்றின் இடைக்காலத்தில், குறிப்பாக சோழர் பேரரசின் வீழ்ச்சிக்குப்பின், தமிழகத்தில் நிலவிய வைதீக எதிர்ப்பு உணர்விற்கு வழிகாட்டியாகவும், அவ்வுணர்வுகளைச்

சிறந்தமுறையில் வெளிப்படுத்தியவர்களாகவும், சமூகத்திலிருந்த முரண்பாட்டினை எதிர்த்த கிளர்ச்சிக்காரர்களாகவும் (Social rebels) சித்தர்கள் விளங்கினார்கள்.''[89] எனப் பேராசிரியர் க.கைலாசபதி குறிப்பிடுகிறார்.

''சித்தர் சிவத்தை நினைத்து சிவம் ஆனவர். ஆதலால், நரை, திரை, மூப்பு, சாக்காடு முதலியவற்றைப் பெறுவதில்லை. அவர் என்றும் ஒரு பெற்றியராய், சிவந்த மேனியராய் என்றும் இளைஞராய் அழகாய் வாழ்பவர்'' எனப்புகழ்கிறார் திரு.வி.க.

அப்புறப்படுத்தப்பட்ட ஆதிதிராவிடரின் அறிவியல்

அறிவை முன்வைத்து உலக உயிர் வாழ்க்கையைப் பற்றி சிந்திப்பது ஆதிதிராவிடர்களின் அறிவுக் கோட்பாடாகும். இது ஆசீவக, சமண, பௌத்த நெறிகளின் அடிப்படையிலமைந்திருந்து என்பதை முன்பே பார்த்தோம். அறிவைக் கொண்டு ஆராயாதே. நம்பிக்கை தத்துவத்தை நம்பு என்பது வேத ஆரியக் கோட்பாடு. மக்களில் ஒரு பகுதியினரை அடக்கி ஆளவும், தங்கள்கீழ் அடிமைபடுத்தி வைத்திருக்கவும், அதை நியாயப்படுத்தவும், அதன் மூலம் தங்கள் வாழ்வாதாரத்தைப் பெருக்கிக் கொள்ளவும் இந்த நம்பிக்கை (கடவுள்) தத்துவம் ஆரியர்களுக்குத் தேவைபட்டது. ஆனால், இக்கருத்து முதல் வாதத்தை ஆதிதிராவிடர்களின் பொருள் முதல்வாதம் தொடர்ந்து எதிர்த்து ஏற்க மறுத்து வருவதையும் வரலாறு தெரிவிக்கிறது.

''படைப்பவன் என்ற ஒருவன் இல்லாமலேயே இவ்வுலகும் உயிர்களும் இயங்கி கொண்டுள்ளன'' என்ற கருத்தை முன் வைத்த மகாவீரருடன் இணைந்து பணியாற்றியவர் மாற்கலிகோசலார். கருத்து வேறுபாட்டால் மகாவீரரைப் பிரிந்த மாற்கலிசோசலார் தனது அணுவியல் கோட்பாட்டை பரப்பிவந்தார். அது ஆசீவகம் (அஜ்வீகம்) எனப்பட்டது. பஞ்சபூதங்கள் எனப்படும் நிலம், நீர், காற்று, தீ, விசும்பு ஆகியவற்றின் அணுக்கள் சேர்க்கையால் உயிர்களும் பொருள்களும் தோன்றுகின்றன் அணுக்களின் பிரிவால் உயிர்களும் பொருள்களும் மறைகின்றன என்பதுவே ஆசீவகம் கூறும் தத்துவமாகும். இதைத்தாண்டி, இறை சக்தி

என்ற ஏதுமில்லை என்பதாகும். இப்பேரண்டத்தில் தோற்றம், பெருவெடிப்பு ;கருந்துளைகள், சூரியகுடும்பம் பற்றி கடந்த 50,60 ஆண்டுகளாகத்தான் அதிகம் பேசப்படுகிறது. ஆல்பர்ட் ஐன்ஸ்டீன் காலத்திற்குப் பிறகுதான் பௌதீகவியல் வேகமெடுத்து முன்னேறுகிறது. ஆனால்,

> **"பாழ்பட்டுபோன வெட்ட வெளியில் அணு கருநிலை யிலிருந்தபோது, ஏற்பட்ட பெரிய வெடிப்பின் காரணமாக வெப்பம் தோன்றியது. வெப்பத்தின்மீது காற்று மோதத்தியாகியது. தீ எரிந்து எரிந்து அணையத்தொடங் கியபோது ஆவிபடலம் மேகமாகப்படிந்து, அது குளிர்ந்து மழையாகப் பெய்தது."**

என்று இரண்டாயிரம் ஆண்டுகளுக்கு முன்னர் எழுதப்பட்ட சங்க இலக்கியம் பரிபாடல் கூறுகிறது.[90] கி.பி.மூன்றாம் நூற்றாண்டு வாக்கில் இவ்வாசீவகம் தமிழ்நாட்டில் அழிக் கப்பட்டாலும் வட இந்தியாவில் கி.பி.14–ம் நூற்றாண்டு வரையில் நிலைத்திருந்தது. "இந்தியாவில் அழிக்கப்பட்ட சமயம் ஆசீவகம்" என்ற தலைப்பில் முனைவர் பட்டம் பெற்றுள்ள டாக்டர். பாஷம் (1950), கடவுள் இல்லை யென்ற ஆசீவகக் கோட்பாட்டை அழிக்கவே, மாற்கலிகோசலாரை, ஐயனாராகவும், தர்மசாஸ்த்தவாகவும் உருமாற்றி வணங்கி வழிபட (கடவுளாக) வைத்துள்ளனர் எனக் கருத்து தெரிவிக் கிறார்.

அணுசேர்க்கை, பிரிப்பு, பேரண்ட பெருவெடிப்பு, உலக தோற்றம் பற்றியும் அறிவியல் அணுகுமுறையில் பழந்தமிழன் பெற்றிருந்த பெரிய விஞ்ஞான அறிவை மேற்கண்ட பரிபாடல் கருத்து தெரிவிக்கிறது. அணுவைத் துளைக்க முடியும்–ஏழ்கடலை அதனுள் புகட்டமுடியும் என்ற ஔவையாரின் அறிவியல் அறிவு ஏன் எப்படி மறைந்து போனது? தொடர்ந்து வளரவிடாமல் தடுத்தது யார்? அல்லது எது?

அணுசேர்க்கையின் விகிதாச்சாரத்தைக் கூட்டுவதனாலும் குறைப்பதனாலும் மனிதர்களின் நோயைப் போக்கலாம் என்றும், மனித உடலை அழியாமலிருக்க செய்யலாம் என்றும்

மரணமிலாப் பெருவாழ்வு சாத்தியமே என்றும் கூறியுள்ள பறையர்களான சித்தர்களின் யோக அறிவும் மருத்துவ அறிவும் எத்தகையது என்பதை எண்ண, எண்ண வியப்பே மேலிடுகிறது. கடவுள் என்ற மகாசக்தியைப்புறக்கணித்து, போகர் போன்ற சித்தர்கள் செய்துள்ள சாதனைகள் கற்பனை போல் தோன்றினாலும் அதன் "கரு"வில் மேம்பட்ட அறி வியல் உண்மைகள் ஒளிந்திருப்பதாகவே தோன்றுகிறது. இக்கருத்தை அடியொற்றி,

> **உலககாயுதக் கோட்பாட்டைக் கொண்டுள்ள சித்தர் கோட்பாடுகள் சிலவற்றில் சைவசித்தாந்த கருத் துக்கள் கலந்திருந்தாலும், தத்துவ சூழ்நிலை, கருத்து வளர்ச்சி, வரலாற்றின் போக்கு என்கிற ரீதியில் ஆராய்ந்தால் தமிழ்நாட்டுத் தத்துவ அறிவிற்கு பெரும் பயன் விளையும்.**[91]

எனப் பேராசிரியர். நா.வானமாமலை கூறுகிறார். இத்தகைய ஆய்வு ஒன்று மேற்கொள்ளப்படுமானால் தென்னிந்தியா மட்டுமின்றி முழு இந்திய தத்துவதுறைக்கும், அறிவியல் துறைக்கும் மருத்துவ அறிவியல்துறைக்கும் எதிர்பாராத பெரும்பயன் விளையக்கூடும்.

நமது நாட்டில் அவ்வப்போது வளர்ந்த அறிவிய லறிவைப் புறந்தள்ளியே நம்பிக்கை கருத்தியல் வளர்ந்துள்ளது. இந்தியாவில் பாஸ்கராவும், ஆரியபட்டரும் துணைக்கருவிகள் (tools) ஏதுமின்றி வெற்றுக் கண்களால் விண்கோள்களையும் கிரகங்களையும் அதன் இயக்கங்களையும் ஆய்ந்து கூறினர் (கி.பி.4–ம் நூற்றாண்டு) ஆனால், ஆயிரத்து நானூறு ஆண்டுகள் கழித்து மேலைநாட்டு கெப்ளரும், காப்பர்நிக்கசும், கலிலியோவும் நவீன துணைக்கருவிகளின் துணையுடன் விண்கோள்களைக் கண்டறிந்துள்ளனர். ஆயிரமாண்டுகளுக்கு மேற்பட்ட நமது வானியலறிவு (இடைபட்ட காலத்தில்) என்ன ஆனது? ஏன் தடுக்கப்பட்டது? யாரால்? நம்பிக்கை (கடவுள்) கொள்கைக்கு எதிரானதாக இருந்ததாலா? அல்லது அக்கொள்கை தகர்க்கப்பட்டு செல்லாததாக ஆக்கப் பட்டுவிடும் என்ற பயத்தாலா? என்கிற ஐயம் நியாயமானதுதானே.

இவ்வாறு, வெரும் வாழ்வியல் உண்மைகள் மட்டு மின்றி, யோகம், மருத்துவம், வானியல் ஆகிய துறை களில் ஆதிதிராவிடர்களின் அனுபவ அறிவியலறிவு புறக்கணிக்கப்பட்டது மட்டுமல்லாமல் புதைகுழியில் புதைக் கப்பட்டுள்ளது என உணரலாம். இருளை நீக்கி ஒளியைப்பெற வேண்டுமானால், ஒளியைக் கொடுக்கும் விளக்கை ஏற்ற வேண்டும், ஆனால், மீண்டும் இருளையே அளிக்கும் நம்பிக்கை தத்துவத்தையே (ஆரிய கடவுள் தத்துவம்) தமிழ்ச் சமுதாயம் ஏற்றுக் கொண்டதால், ஒளி கிடைக்காதது மட்டுமில்லாமல் கண்களும் குருடாகிப்போயின.

குருட்டினை நீக்கும் குருவினைக் கொள்ளார்
குருட்டினை நீக்காக் குருவினைக் கொள்வர்
குருடும் குருடும் குருட்டாட்டம் ஆடிக்
குருடும் குருடும் குழிவிழுமாரே. [92]

சித்தர்கள் அறிவை பயன்படுத்தி கொள்ளலாமல், கண் குருடர்களாகத் தமிழர்கள் போனதை திருமந்திரத்தின் இப்பாடல் குறிக்கிறது. இந்நிலை திருமூலர் காலத்தோடு நின்று போகாமல் இன்றும் நீடிப்பது வேதனை. அறிவை புறந்தள்ளுவதால், வேதனைத் தொடர்கிறது.

6. அப்பர் முதல் ஆங்கிலேயர் வரை

அப்பர் எனப்பட்ட திருநாவுக்கரசர் காலம் (கி.பி.ஏழாம் நூற்றாண்டு) முதல் ஆங்கிலேயர்கள் காலம் (கி.பி.17–ம் நூற்றாண்டு) வரையிலான, ஏறக்குறைய ஆயிரமாண்டுகளை ஆதிதிராவிடர்களின் (சமண, பௌத்தர்) அழிவு காலமாகக் கருதவேண்டும். இக்காலத்தில் ஆதிதிராவிடர்களின் அனைத்து வாழ்வாதாரங்களும் முடக்கப்பட்டன. சமண பௌத்த சமயங்களை ஒழிக்கிறோம் என்ற பெயரில் சமண, பௌத்தர்களாக விளங்கிய ஆதிதிராவிடர்களை அழிவுப் பாதையில் தள்ளினர், நாடாண்ட தமிழ் மன்னர்கள். ஆதிதிராவிடர்களின் சொத்துரிமை, நிலஉரிமை, கல்வி உரிமை, ஆயுதம் தாங்கும் உரிமைகள் பறிக்கப்பட்டபோது, ஆரிய வழிபட்டுவிட்ட தமிழ் மன்னர்கள் அதை எதிர்க்க வில்லை. அரசாட்சியும் அரசபோகமும் கிடைத்தால் போதும் என்ற சுய நல போக்கில் ஆரியப் பூசாரிகளின் செயல்களுக்கு துணைநின்றனர். சமண, பௌத்த அழிவில்தான் சைவ, வைணவ சமயங்களின் வளர்ச்சி அமைந்திருந்தது. இதில், பல்லவ, சோழ அரசுகளின் பங்கு மகத்தானது. பின்னர், மதுரை பாண்டிய அரசும் துணைநின்றது.

சைவ, வைணவ வளர்ச்சி என்பது ஆரிய ஆதிக்க வளர்ச்சியே என்பதை தமிழ் மன்னர்கள் உணரவில்லை. இப்பிறவியில் அரசபோகம் ; அடுத்து, சொர்க்க போகம் (சொர்க்க லோகம்) என்ற கனவிலேயே அவர்கள் காலம் கழித்தனர். மண்ணின் மைந்தர்களான ஆதிதிராவிடர்களிடமிருந்து பறிக்கப்பட்ட பல லட்சம் வேலி (பழைய கால நில அளவு; தற்கால

ஏக்கர், ஹெக்டேர் போன்றவை) விவசாய விளை நிலங்கள் பிராமணர்களுக்கும், சைவ, வைணவ கோயில்களுக்கும், வேளாண் நில உடமைதாரர்களுக்கும் அளிக்கப்பட்டன. பிராமணர்களுக்கு அளிக்கப்பட்ட நிலங்களை "பிரம்மதேயம்" எனவும், கோயில்களுக்கு அளிக்கப்பட்ட நிலங்களை "தேவதானம்" எனவும், வைணவ கோயில்களுக்கு அளிக்கப் பட்ட நிலங்களை "திருவிடையாட்டம்" (திருமாலுக்கு அளிக்கப்பட்டது) எனவும் கல்வெட்டுகளும் செப்பேடுகளும் பதிவு செய்துள்ளன. இவைதவிர, சாதாரண பிராமணர்களுக்கு குடியிருப்புகளாக நிலங்களும், கிராமங்களும் "அக்கிரகாரம்" என்ற பெயரில் வழங்கப்பட்டன. நான்கு வேதங்கள் அறிந்த பிராமணர் குடியிருப்புகளாக "சதுர்வேதி (நான்கு வேதம்) மங்கலங்கள்" என்ற கிராமங்கள் வழங்கப்பட்டன. நான்கு வேதங்கள் அறிந்த சதுர்வேதி பிராமணர்கள் ஆயிரக்கணக்கில் அவர்தம் குடும்பங்களோடு, வட இந்தியாவிலிருந்து, தமிழ கத்திற்கு இறக்குமதி செய்யப்பட்டனர். சோழர்கால கல் வெட்டுகள் பல இதற்கு சான்றுகள் தருகின்றன.[93]

ஆரியத்தை எதிர்த்தும், கடவுள் நம்பிக்கை தத்துவத்தை எதிர்த்தும் வந்த ஆதிதிராவிடர்கள் மண்ணுரிமையை இழந்த துமல்லாமல், புதியஆரிய நிலவுடமைதாரர்களின்கீழ் விவசாயக் கூலிகளாகவும், காலப்போக்கில் விவசாய அடிமைகளாகவும் வைக்கப்பட்டனர். தமிழகத்தில் அடிமைமுறை என்ற தமது நூலில் டாக்டர். S. மாணிக்கம், இத்தகைய விவசாய அடிமைகள் (Agrarian slaves) பற்றி குறிப்பிடுகிறார். இக்காலத்தில் பிராமணர்களும், வேளாளர் (திராவிடர்)களும் நிலஉடமைதாரர்களாக விளங்கி பெரிய நிலபரப்புகளைப் (பல கிராமங்களை உள்ளடக்கியது) பெற்றிருந்தனர். இது தமிழகத்தில் ஒரு வகையான நிலமானியமுறையை (Feudalism) உருவாக்கியது. இது பிற்காலத்தில் பெரும் விவசாயப் பண்ணைகளை உருவாக்கியது. இவைகளில் கூலிகளாக வேலை பார்த்தவர்கள் பண்ணையாட்கள் எனப் பட்டனர். பண்ணையாள் அடிமை முறையும் உருவானது. உரிமைகளை முழுதுமாக இழந்துவிட்ட இவர்கள், உரிமைகளை முழுதுமாக அனுபவிப்பவர்களின் உடமைகளாக ஆக்கப்பட்டனர். நிலவுடமைதாரர்கள் தங்கள் நிலங்களைப்

பிறருக்கு விலைபேசி விற்கும்போதும், வாங்கும்போதும், அந்த நிலங்களுடன் இணைக்கப்பட்டிருந்த விவசாய கூலிகளையும் அவர் குடும்பத்தினரையும் சேர்த்தே விற்றனர், வாங்கினர்.[94] அந்த அளவுக்கு இவர்கள் வாழ்க்கை நிலை இருந்தது. கடவுள் தத்துவத்தை ஏற்க மறுத்து, எதிர்த்ததால், கடவுளால் அளிக்கப்பட்ட தண்டனை இது என அவர்களுக்கு சொல்லப்பட்டது. இதுதான் அவர்களின் தலைவிதி என்றும் கற்பிக்கப்பட்டது. காலப்போக்கில் இக்கற்பிதம் சமூகத்தில் வேரூன்றி நிலைத்துப் போனது.

இந்நிலை ஆரிய- வேளாளர் (திராவிடர்) கூட்டணியில் தொடர்ந்து நிலை நிறுத்தப்பட்டது. சைவத்தை வளர்ப்பதிலும், நிலைநிறுத்துவதிலும், அப்பர், சம்பந்தர், சுந்தரர், மாணிக்க வாசகர் என்ற நால்வருக்கும் பங்குண்டு என்றாலும், வேளாளரான அப்பரும், ஆரிய திருஞான சம்பந்தரும் மிகுந்த முனைப்புடன் செயல்பட்டனர். திராவிடர்கள் தமிழகத்தில் குடியேறியபோதே, பூர்வகுடியினரான நாகர்கள், தங்களைவிட கீழானவர்கள் என்ற எண்ணம் திராவிடர்கள் மனதில் தோன்றி யிருந்தது. இதைப் போன்ற ஒரு கருத்து அடுத்து வந்த ஆரியர்களிடமும் இருந்தது. தங்களின் மேலாதிக்கத்தையும் சாதி வழி சமூக அமைப்பையும் எதிர்த்ததாலும்,ஏற்க மறுத்தாலும், பூர்வகுடி நாகர்களை ஆரியர்கள் வெறுத்தனர். அவர்கள் மீது தீராத கோபத்திலும் இருந்தனர். எனவே, திராவிடர்களும், ஆரியர்களும் இந்திய பூர்வகுடி நாகர்களை வலிமையற்றவர்களாகவும் உரிமையற்றவர்களாகவும் மாற்ற விரும்பினர். மேலும் அவர்களை தங்களுக்கு ரேவகம் செய்யும் நிலையிலேயே வைத்திருக்க திட்டமிட்டனர். இதற்காகவே, முன்பே உரிமைகளை இழந்து உருக்குலைந்து, வறுமையில் வாடிக்கொண்டிருந்த ஆதிதிராவிட சமண, பௌத்தர்கள் மீது தீண்டாமை என்ற ஆயுதத்தைப் பயன்படுத்தினர். சோழர் காலத்தில் நடந்தேறிய இந்த சோகம் ஆதிதிராவிடர்கள் வாழ்வில் சொல்லொணாத் துயரங்களைச் சேர்த்தது. இந்த துயரம் ஆங்கிலேயர்கள் இந்த நாட்டை விட்டு நீங்கும் காலம் வரை நீடித்தது. இதுமட்டுமல்ல, ஆரிய மேலாதிக்கமும், நால்வருணச் சாதி சமூக அமைப்பும், சாதிகளுக்கிடை யிலான உரிமை வேறுபாடுகளும் கூட, ஆங்கிலேயர் காலம்

வரை தொடர்ந்தன. சோழர் பேரரசு ஆட்சியோ, மராத்தியர் ஆட்சியோ, மதுரை சுல்தானிய ஆட்சியோ, தொடர்ந்த நவாபுகளின் ஆட்சியோ, சமூக, சாதி அமைப்பிலோ, உரிமை வேறுபாடு முறையிலோ எவ்வித மாற்றத்தையும் ஏற்படுத்தவில்லை.

அப்பர் காலம் முதல் ஆங்கிலேயர் காலம் வரை ஆதிதிராவிடர்களின் வாழ்க்கையில் மேலும் பல மோசமான நிகழ்வுகள் நடந்து கொண்டிருந்தன. களப்பறையர் ஆட்சி காலத்திற்குபிறகு, அதாவது, தமிழகம் ஆரியமய மாக்கப் பட்ட பிறகு தமிழர்கள் இருபெரும் பிரிவினராயினர். 1. ஆதித்தமிழர், அதாவது, திராவிடர்களுக்கு முன் இம்மண் ணில் வாழ்ந்தவர்கள் – ஆதிதிராவிடர்கள். 2. ஆரியத்தமிழர்கள், அதாவது, ஆரியர்களிடம் சரணடைந்து, அவர்களின் மேலா திக்கத்தையும், சாதிவழி சமூக அமைப்பையும் ஏற்று சமூகத் தில் கீழ்நிலைச் சாதியினராக வாழ்ந்தவர்கள். முதலாவது வகையினர் உரிமைகளையும் உடமைகளையும் இழந்த நிலையிலும், வறுமையிலும் ஏழ்மையிலும் உழன்றாலும், தங்களின் சமண,பௌத்த பண்பாடுகளைக் கைவிடாமலும், ஆரிய ஆதிக்கத்தைத் தொடர்ந்து எதிர்த்தும் வாழ்ந்து வந்தனர். அதனால், பல்வேறு தண்டனைகளையும், தொல்லைகளை யும், அனுபவித்து வந்தவர்கள். இரண்டாவது பிரிவினரில், மன்னர்களும் அவர்களைச் சார்ந்தோறும் என்றொரு பிரிவையும், சமூக நிலையில் கீழ் நிலைச்சாதியினராக, ஆரிய–வேளாளருக்குத் தொண்டு செய்பவர்களாக வாழ்ந்து வந்தவர்கள் என்றொரு பிரிவையும் நாம் பார்க்கிறோம்.

ஆரிய ஆதிக்கத்தையும், ஆரியப் பண்பாட்டையும் எதிர்த்ததால் களப்பறையர் முதலான ஆதித்திராவிட அரசவம்சங்கள் ஆட்சியை இழந்தன. ஆரியத்தை ஏற்று, அடிபணிந்ததால் பல்லவர், சோழர், பாண்டியர், முத்தரையர், போன்ற அரசவம்சங்கள் தொடர்ந்து அரசாளும் நிலையைப் பெற்றன. இவர்களின் வழியே, வைதும்பர்கள், நொளம்பர்கள், கங்கர்கள், சாளுக்கியர்கள், சதகர்ணிகள், பாணர்கள் ராஷ்டிர கூடர்கள், சூட்டுநாகர்கள், ஹோய்சாளர்கள் போன்ற அரச வம்சத்தினரும் நாடாளும் வாய்ப்பைப் பெற்றனர். இவ்வரச

வம்சத்தினர் அனைவரும் நாகர் இனத்தினர் என்பதையும், நாக–எயினப்பறையர் பிரிவினர் என்பதையும் நாம் நினைவில் கொள்ள வேண்டும். தென்னிந்திய அரசகுலங்கள் அனைத்தும் நாகர் இனத்திலிருந்து தோன்றி வளர்ந்தவை என்ற P.T. சீனிவாச அய்யங்காரின் கருத்தை இங்கு குறிப்பிடுவது மிகப் பொருத்தமாயிருக்கும்.[95] (விரிவாக அறிய, பேரா. கலிய பெருமாள் எழுதியுள்ள தமிழர் உண்மை வரலாறு என்ற நூலை படிக்கலாம்.)

இந்த மன்னர்கள் ஆதரவோடும், துணையோடும் இரண்டு நிகழ்வுகள் நடந்தேறின. 1. ஆரிய ஆதிக்கமும் நால்வருண சாதிக்கோட்பாடும் நிலைநிறுத்தப்பட்டன. 2. ஆரியத்தை எதிர்த்த சமண, பௌத்த சமயங்கள் வீழ்த்தப்பட்டன. சமண பௌத்தர்களான ஆதிதிராவிடர்கள் அடக்கி ஒடுக்கப் பட்டு விவசாயக் கூலிகளாகவும், பண்ணை மற்றும் நில அடிமைகளாகவும் ஆக்கப்பட்டனர். மேலும், வாழ்நாள் தண்டனையாக (ஜென்மதண்டனை) தீண்டாமை படுகுழியில் தள்ளப்பட்டனர். சைவ தர்மமோ, வைணவ தர்மமோ அல்லது அவைகளைச் சார்ந்திருந்த கடவுள்களோ, இம்மக்களை இத்தண்டனையிலிருந்து காப்பாற்ற இயலவில்லை. மாறாக, இம்மக்கள் இன்றுவரை படும் துயரங்களையும் அவமானங் களையும் அமைதியாகப் பார்த்துக் கொண்டுள்ளதை நாமும் பார்த்துக்கொண்டுள்ளோம்.

அறுந்து போகாத அறிவுச்சங்கிலி

ஆதிதிராவிடர்களின் அறிவுத்தளம் அழிந்து போய்விட வில்லை. அது, நீறு பூத்த நெருப்பாக நீண்டபயணம் செய்து, சித்தர்கள் காலத்தை கடந்து, ஐரோப்பியர் வருகையின்போது கனன்று எழுந்து கொழுந்துவிட்டு எரியத்துவங்கியது. அது இம்மண்ணின் பூர்வகுடி மக்களை மீண்டெழச் செய்தது. இவ்விடைகாலத்தில் ஏற்பட்டுவிட்ட சமூக, அரசியல், பொருளாதாரப் பண்பாட்டுக் குழப்பத்தால் ஆதித்திராவிட அறிவு ஜீவிகள் பலர் ஆரியப் பண்பாட்டை ஆதரித்ததும் நடந்தேறியது. ஆரியர்கள் நடத்திய கோமாளிக்கூத்தில், கடவுள் என்ற ஒருவரே இல்லை என்று உரக்கக்கூறிய புத்தரையும்

மகாவீரரையும் பகவான் (கடவுள்) களாக்கி அவர்களுக்கான பரிவாரத் தேவதைகளையும் உருவாக்கி (ஆரியவழியில்) சடங்கு மற்றும் பூஜை முறைகளையும் உண்டாக்கிவிட்டனர். வைணவக் கடவுளான திருமாலின் ஒரு அவதாரமே புத்தர் என்ற கதையைக்கட்டி, பரப்பி, மக்களை நம்பவைத்தனர்.

நாகர்குலப் பாணரான திருநீலகண்டயாழ்ப்பாணரின் யாழிசை, தெய்வங்களை மெய்மறக்கச் செய்தது. நாகர் –பாணர்களின் பரம எதிரியான ஆரிய ஞானசம்பந்தரையே சரணடைய வைத்தது. யாழிசையில் மயங்கிய ஞானசம்பந்தர் யாழ்ப்பாணரை தம் நண்பராக்கிக் கொண்டதைப் பெரிய புராணம் கூறுகிறது. பத்தாம் நூற்றாண்டில் வாழ்ந்த ஆதித் திராவிடரான இன்னிசைப் புலவர் திருப்பல்லாண்டு பாடல்களைப் பாடப் பாட சிற்றம்பலத்தில் (சிதம்பரம்) ஆடிக் கொண்டிருந்த நடராஜரைச் சிலிர்த்தெழச் செய்தது. சேந்தனார் என்ற அவ்வின்னிசைப் புலவரின் பாடலிசை உயிரற்ற மரத்தேரையும் யாரும் இழுக்காமல், தாமாவே சிதம்பரத்தின் நான்கு வீதிகளிலும் உருண்டோடச் செய்ததை இலக்கியங்கள் பதிவு செய்துள்ளன.[96] சோழர்காலத்தில் கவிச்சக்கரவர்த்தி கம்பனுக்கு நிகராகவும், போட்டியாகவும் விளங்கிய இன்னொரு கவிச்சக்கரவர்த்தி ஓட்டக்கூத்தராவார். கைகோளப்பெரும்பறையர் சாதியினரான இவர், கம்பர் இயற்றிய இராமாயண காவியத்தின் கடைசி காண்டத்தை இயற்றி இராமாயணத்தை முழுமையாக்கியவர்.[97]

பறையன் சிவனும் பள்ளன் திருமாலும்

நாகர்களும் அவர் வழிவந்தோறும் (எயினப் பறையர், பள்ளர்) இழந்தது அறிவு செல்வங்கள் மட்டுமல்ல கலைப்பண்பாட்டுக் கூறுகளையும் இழந்துள்ளனர். சங்க காலத்திற்கு முன்பே நாகர்களும் பின்வந்தோறும் சிவனையும் திருமாலையும் குலதெய்வமாகவும் சிறுதெய்வமாகவும் வழி பட்டு வந்ததை தொல்காப்பியம் முதலான இலக்கியங்கள் கூறுகின்றன. சிவன் ஒரு ஆதிவாசி; ஆதியோகி, சுடுகாட்டு சாம்பலை உடல்முழுதும் பூசிக் கொண்டு சுடுகாட்டில் வசிப்பவன்; மாடசாமி எனப் பெயர்பெற்ற சுடலைமாடன்;

ஆரியத்துக்கு எதிரானவன் ; சாதி பாகுபாட்டை எதிர்த்தவன்; சமத்துவத்தை ஆதரித்தவன், அறிவே வடிவாகக் கொண்டவன். கி.பி. ஆறாம் நூற்றாண்டுவரை சிவன் இவ்வாறு தான் அறியப்பட்டான். பறையனான சிவனைச் (சாம்பான்) சாதி மாற்றி மகாதேவனாக்கி, ஆரியர்கள், தங்களுடையவனாக்கிக் கொண்டனர். துவக்க கால சைவ நூல்களும், தேவாரப் பாடல்களும் இப்படித்தான் கூறுகின்றன.

திருமால் ஒரு பள்ளன். மன்னார் மோகனப்பள்ளு என்ற இலக்கியமும், திருவாரூர் பள்ளு என்ற இலக்கியமும் இவ்வாறுதான் கூறுகின்றன. திருவாரூர் மாவட்டத்திலுள்ள மன்னார்குடி இராஜகோபாலசுவாமி கோயில் மூலவர் ஒரு பள்ளர். காஞ்சிபுரம் வரதராஜப்பெருமாள் கோயில் மூலவர் ஒரு பள்ளர். வைணவ ஆழ்வார்களால் பாடப்படாத கோயில்கள் இவை. இதனை மங்களா சாசனம் பெறாதவை என வைணவ வரலாறு கூறும். இக்கோயில்களின் மூலவர் இருவருமே பள்ளரானதால், அவன் சாதிக் கீழ்மையைக் கருதி உயர்சாதியார் எனத் தங்களை அழைத்துக் கொண்ட ஆழ்வார்கள் இப்பள்ளர்சுவாமிகளைப்பாடி சிறப்பு செய்யவில்லை.[98] திருவாரூர் தியாகராசப் பெருமாள் பெரிய கோயிலில் நாகர் தலைவனான சிவனுக்கும், பள்ளர்கள் தலைவனான வன்மீக நாதனுக்கும் (பள்ளன்) சன்னதிகள் உண்டு. புற்றிடங்கொண்டார் (சிவன்) வன்மீக நாதர் ஆகிய இருவருக்கும் இன்றுவரை வழிபாடுகள் நடக்கின்றன.

"தாரங்கமானகுடில் காரங்கமான வண்டு
தந்தன தனனா வென்று தமிழ்பாட
வாரங்கமான கொங்கை சீரங்க பள்ளியுடன்
வன்மீகநாத (திருவாரூர்) பள்ளன் தோன்றினானே"

என்ற திருவாரூர் பள்ளு இலக்கியம் குறிப்பிடுகிறது.

திருமால், பள்ளர் பிரிவின் பிற்கால, பிரிவான இடையர், ஆயர் எனப்பட்ட குடியில் பிறந்தவன்.

"கன்றினம் மேய்க்கிலும் மேய்க்கப்பெற்றான்
காடுவாழ் சாதியுமாகப் பெற்றான்"
"பெற்றம் மேய்த்துண்ணும் குலத்தில் பிறந்து நீ"

என்று ஆண்டாளின் திருப்பாவை குறிப்பிடுகிறது.

“அச்சுதா அமரர் ஏறே ஆயர்தம் கொழுந்தே”

என நம்மாழ்வார் திருமாலை இடையர்களின் குழந்தையாக அடையாளப் படுத்துகிறார்.

கோபாலன், பசுபதி, ஆகிய பெயர்களும் இதை உறுதி செய்கின்றன. ஆயர்களின் குல கொழுந்தை, ஆரியர்கள், விஷ்ணு (மகாவிஷ்ணு) வாக்கி உயர்சாதியாக்கினர். இது போலவே சாம்பான் சிவனை சம்போ–மகாதேவனாக்கினர். (விரிவாக தெரிந்து கொள்ள, பேராசிரியர் கலியபெருமாள் எழுதியுள்ள “தமிழர் பண்பாடு படும்பாடு” என்ற நூலை படிக்கலாம்)

இக்கோயில்களில் பறையர்களும், வள்ளுவர்களும் பூசாரி களாக பணியாற்றியதையும் பல கோயில்களுக்கு சொந்தக் காரர்களாக விளங்கியதையும் இலக்கியங்கள் குறிப்பிடு கின்றன. ஆங்கிலேய வரலாற்றாய்வாளர்களும் இந்த உறுதிப் படுத்தியுள்ளனர்.[99] ஆதிதிராவிடர்களின் இக்கோயில்களைப், பௌத்த சமண மத அழிப்பின்போது, ஆரியர்கள் கைப்பற்றி சைவ, வைணவ கோயில்களாக மாற்றிக் கொண்டதை மயிலை. சீனி. வேங்கடசாமி தமது நூல்களில் குறிப்பிடுகிறார்.[100] இத்தகைய கோயில் பறிப்புகள் விஜய நகர நாயக்கர் காலம் வரை தொடர்ந்தது. நாயக்கர் கால நூலாகக் கருதப்படும் ஞான வெட்டியான் என்ற நூல் இக்குறிப்புகளைத் தறுகின்றன. சோழர்கால இறுதியிலும் நாயக்கர் காலத்திலும் பல கோயில்களை, ஆதிதிராவிடர்களிடமிருந்து, தந்திரமாகவும், வலிந்தும், ஆதிக்கசாதியினரால் பறிக்கப்பட்டுள்ளதைத் திரு வள்ளுவ நாயனாரும் குறிப்பிடுகிறார்.

“திருப்பிக் கொண்டேன் தில்லையெல்லையும் விட்டுச்
சிவகாமி பாதச் சிலம்பொலிவிட்டு”
“சிவகேணி மேடைவிட்டேன் தேவர்கள் வாழுந்
தில்லையனந்தப் புரத்தெல்லை விட்டேன்”

போன்ற ஞான வெட்டியான் பாடல் வரிகள், சிதம்பரம் நடராசர் கோயிலை விட்டு பறையர்கள் விரட்டப்பட்டதைக் கூறுகின்றன.

“இந்த உலகம், மூலமறைகள், மக்கள், நீர், நிலம், விலங்குகள், ஆகாயம், தீ, என்ற அனைத்துமே” பறையன் சாம்பான் என்ற சாம்பசிவனால் உருவாக்கப்பட்டது என ஞானவெட்டியான் நூல் கூறுகிறது. பறையர்களிடமிருந்து பறிக்கப்பட்ட கோயில்களைப் பட்டியலிட்டு அவை எவ்வா றெல்லாம் பிராமணப்பூசாரிகளால் பறித்துக் கொள்ளப் பட்டன என்பதை சான்றுகளுடன் ஆராய்ச்சியாளர். குணா விவரிக்கிறார்.[101]

“சாம்பசிவ மூர்த்தியர்க்கே பட்டமது தாபித்த
சாம்புவானான் காணும் *(150–30; 5–6)*”

என்ற ஞான வெட்டியான் பாடல்வரி, சாம்பான் என்ற சிவனை உருவாக்கியதே நாங்கள் தான் எனப் பறையர்கள் மார்தட்டிக் கொள்வதைக் கூறுகிறது.

திருப்பெருந்துறை, கொடுமுடி ஆகிய கோவில்களிலிருந்து பறையர்கள் விரட்டப்பட்டு, கோயில்கள் பறிக்கப்பட்டுள்ளன என்பதை,

“திருப்பெருந்துறையை விட்டேன்– புஷ்கரணி
தீர்த்தம் விட்டேன் தெய்வ நதியும் விட்டேன்
இருகரை நாடும் விட்டேன் – மண்டபத்தடி
யீசனிருக்கும் கொடுமுடியும் விட்டேன்” *(400–1–4)*

“ .... திருவூரும் விட்டேன்
அடியெனும் மரத்தை விட்டேன் – நானிருந்த
ஆலயம் விட்டேன் ; பாடசாலையும் விட்டேன்” *(412–1–4)*
போன்ற வரிகளில் ஞான வெட்டியான் விளக்குகிறது.

“ .... மலைக்கடலி
னலையை விட்டேன் திருமலையும் விட்டேன்
வடதிசை நாடும் விட்டேன் கனகரத்ன
மாலும்விட்டேன் ....”

“பூரக நாடும் விட்டேன் திருமால்தன்
பூஞ்சோலையும் விட்டேன் எக்கிய சாலையும் விட்டேன்
சாரை பிர மலத்தை விட்டேன் ....”

போன்ற ஞானவெட்டியான் பாடல்கள், பறையர்களின்

சொந்தக் கோயில்களானத் திருப்பதி (திருமலை) அழகர் கோயில் (திருமாலிருஞ்சோலை) ஆகிய கோவில்களைப் பிராமணப்பூசாரிகள் பறித்துக்கொண்டு, பறையர்களை விரட்டியடித்துள்ளதைக் கூறுகின்றன.

"தந்திரமாய் வீற்றிருந்த வீடும் விட்டேன்
சச்சிதானந்தசபை தானும் விட்டேன்
அந்த மாயானந்தமென்ற ஆசை விட்டேன்
அம்மை சிங்காதனம் விட்டவை விட்டேனே" ***(402)***

அனைத்தையும் இழந்து இறுதியில் ஆட்சியையும், அமர்ந்திருந்த சிம்மாசனத்தையும் இழந்தேன் எனத் தமது ஞானப்புலம்பலை மேலும் கூறுகிறது ஞான வெட்டியான்.

பூர்வகுடியினரான நாகர்-மறையர்கள் பல்லாண்டுக் கால மாக தாங்கள் கண்டறிந்த அரிய வாழ்வியல், வானியல், இயற்பியல், கணிப்பியல் (காலம், பருவம், இயற்கை இயக்கம் பற்றி கணித்தல் எனவே கணியனார்) போன்ற அறிவையும், காலச் சீர்மையையும் கதைகளாக்கி, நினைவில் நிறுத்தி, அவற்றையே கேள்வி ஞானமாகவும், மறை பொருளாகவும், தமிழர்கள், ஆக்கி வைத்தனர். இவை மூலமறை என்றும் நான்மறை என்றும் அழைக்கப்பட்டது. இம்மறைகளை ஓதி உணர்ந்து செயல்பட்டவர்களை "மறையர்" என அழைத்தனர். இவர்களின் பண்பாட்டு எதிரிகளான ஆரியப்பூசாரிகள் "மறையர்" என்பதனை "பறையர்" என்றாக்கியுள்ளதாக ஆய்வாளர் குணா கூறுகிறார்.[102]

"ஆதியிலும் பறையனல்ல
சாதியிலும் பறையனல்ல
நீதியிலும் பறையனல்ல
பாதியிலே பறையனானேன்"

என்ற பாடல், தமிழ் மறையர்கள் பிற்காலத்தில் பறையராக்கப்பட்டதைத் தெரிவிக்கிறது.

சைவம் ஆதிதிராவிடர்களுக்கு செய்தது என்ன?

சைவ சமயத்தின் தலைவன் சிவன் ஆதிதிராவிடர்களுக்குச் சொந்தமானவன். சாம்பான் என்ற பறையனைச் சிவனாக்கி,

அவனின் ரத்த சொந்தங்களை அன்னியர்களாக்கினர் ஆரியர்கள். அவன்தன் சொந்தங்களை அவனிடம் நெருக்க விடாமல் தடுத்தனர். துவக்க கால சைவம் ஆதித்தமிழர் பண்பாட்டு அடிச்சுவட்டில் அனைத்து சாதியாரையும் தன்னுள் கொண்டிருந்தது. கண்ணப்பர் என்ற வேடரையும், சாக்கிய நாயனார் என்ற பௌத்தரையும், சம்பந்தர் என்ற பிராமணரையும், அப்பர் என்ற வேளாளரையும், திருநீலகண்டயாழ்ப்பாணர், நந்தனார் போன்ற பாணர் –பறையரையும், கலியநாயனார் என்ற குயவரையும், மேலும் பல சாதியார்களையும் தன்னுள் கொண்டிருந்தாலும், வெகு விரைவில் அது ஆரியர்களின் தனிச் சொத்தாக்கப்பட்டது. பல சாதி சிவ பக்தர்களை அறுபத்து மூவர் (நாயன்மார்) வரிசையில் சிலைகளாகச் சேர்த்துள்ளனர். ஆனால் அவர் களின் உரிமைகள் பறிக்கப்பட்டுள்ளன. தமிழ்ச் சாதி யினரைப் பல்வேறு நிலைகளில் வைத்து வேறுபட்ட தூரங்களில் நிற்க செய்தது. சைவம், ஆரியர்களின் தனி சொத்தாக்கப்பட்ட பிறகே, ஆதிதிராவிடர்கள் தீண்டாமை படுகுழியில் நிரந்தரமாகத்தள்ளப்பட்டனர். இதுதான், சைவம் ஆதிதிராவிடர்களுக்கு அளித்துள்ள பரிசு. தீண்டாமைப் படுகுழியிலிருந்து இம்மக்கள் கரை ஏறுவதற்கு, சைவம் ஒருபோதும் கை கொடுக்கவில்லை. மாறாக, இதுதான் உங்களுக்கு கடவுள் கொடுத்துள்ள விதி வசப்பட்ட வாழ்க்கை; வாழ்ந்துதான் தீரவேண்டும்; ஒருகால் நீங்கள் தீவிரமாக பக்தி செலுத்தினால் ஏதேனும் மாற்றம் கிடைக்கலாம் என்றே இச்சமயம் கூறிவந்தது.

வைணவம் ஆதிதிராவிடர்களுக்கு செய்தது என்ன?

மால் என்கிற திருமால் (பெருமாள்) ஒரு பள்ளன். வைணவ சமய இலக்கியங்கள் இவனை இடையர் குலத்தலைவன் என்கின்றன. தமிழகப்பூர்வக்குடியின தலைவன் திருமால் என்கிற பெருமாள் என ஆய்வாளர் குஸ்தாவஸ் ஓப்பர்ட் கருதுகிறார். “ஆயர்தம் கொழுந்தே” என்ற நம்மாழ்வார் பாடல்வரி திருமால், ஆயர்பாடி அல்லது இடை(யர்) பாடியில் பிறந்து வளர்ந்தவன் எனக் கூறுகிறது. நாகப்பறையர் பிரிவில் ஒன்றான பள்ளர் வழிவந்ததே கால்நடைகளைப் பராமரித்து வந்த இடையர்குலம். இவர்கள் முல்லைநில மக்களாவர்.

துவக்க கால வைணவம் தோன்றி வளர்ந்த காலச் சூழலினாலும் திருமால், பூர்வக்குடியினராதலாலும் சாதி வேறுபாடுகள் காணப்படவில்லை. வேதாந்த தேசிகனால் வைணத்தில் வடகலைப்பிரிவு துவங்கிய காலகட்டத்தில் வைணவம் ஆரிய மயமாக்கப்பட்டது. முல்லை நிலத் தலைவன் திருமால், விஷ்ணு வாக்கப்பட்டு, உலகம் முழுதும் வியாபித்துள்ளவன் என்ற உயர்நிலை அந்தஸ்தளிக் கப்பட்டது. திருப்பாவையையும் திருப்பள்ளியெழுச்சியையும் தேன் சொட்ட தமிழிலேயே கேட்டு வந்த திருமாலுக்கு திடீரென ஒரு நாள் தமிழ் மறந்து போனது; புதிய வடமொழி திடிரென புரிந்தது. வடமொழி என்கிற சமஸ்கிருதத்தை வலிந்து வழிபாட்டு மொழியாக்கினர் வடகலை, ஆரிய, வைணவர். சாதி வேறுபாடுகளும், தடைகளும் இறுகின. இதை எதிர்த்து, அனைத்து மக்களும் (சாதி வேறுபாடின்றி) திருமாலை வணங்கலாம்; திருமாலுக்கு தமிழே பிடிக்கும்; தமிழில் பாடப்பட்ட நாலாயிர திவ்ய பிரபந்தமே மிகவும் பிடிக்கும் என்ற கோட்பாட்டுடன் மணவாள முனிகள் தென்கலை வைணவத்தைத் துவக்கினார். பதினோராம் நூற்றாண்டில் தமிழகத்தில் நிலவிய சாதி வேறுபாடுகளும் அதனை நியாயப்படுத்திய சமய சாஸ்திரக் கருத்துக்களையும் கண்டு மனம் வருந்திய இராமானுஜர்,

> **"அனைத்து மக்களையும் ஆதரிக்கும், அரவணைக்கும் ஒன்றே உயர்ந்த, சிறந்த தத்துவமாகும். மக்களில் பேதம் பார்க்கும் எதுவும் சிறந்த தத்துவ மாகாது"**

எனக் கூறி தனது விசிஸ்டாத்துவத்தைத் துவக்கினார். தனது குரு திருக்கோட்டியூர் நம்பியின் ஆணையை மீறி, தாழ்த்தப்பட்ட மக்களுக்கு "ஓம் நமோ நாராயணா" என்ற மந்திரத்தைப் போதித்தார். "இதனால், தனக்கு கிடைக்கும் தண்டனை நரகம் என்றால், இம்மந்திரத்தைக் கேட்கும் மக்கள் அனைவருக்கும் சொர்க்கம் கிடைக்குமல்லவா?" என்ற புதிய சிந்தனையை ஆதிக்க சாதியினரிடையில் விதைத்தார். இரண்டாம் குலோத்துங்க சோழ மன்னரின் ஆணையை மீறி வைணவத்தைப் பரப்பியதால் தண்டிக்கப்பட்டு, நாடு கடத்தப்பட்டார். இந்நிலையிலும் தாழ்த்தப்பட்ட மக்களுக்கு பூணூல் அணிவித்து "திருக்குலத்தார்" என அழைத்து

மகிழ்ந்தார். மந்தையில் ஒரு மனிதராக உயர்ந்து நின்றார். என்றாலும், அது சிறு நீர் குமிழி போல விரைவில் மறைந்து போனது அவர் காலத்துக்கு பிறகு தென்கலை வைணவத்தில் சாதி பாகுபாடும் தீண்டாமையும் தலை தூக்கியன் வடகலை (ஆரிய) வழியிலேயே இதுவும் சென்றது.

பண்பாட்டு மாற்றம் என்ன பயன் அளித்தது?

ஆதிதிராவிட அறிவுத்தள அடிப்படையான "பிறப் பொக்கும் எல்லா உயிர்க்கும், சாதி இரண்டொழிய வேறில்லை; பகுத்துண்டு பல்லுயிர் ஓம்புதல்; யாதும் ஊரே யாவரும் கேளிர்" – என்ற நான்கு தூண்களில் கட்டப்பட்டு எழும்பி நின்ற ஆதிதிராவிடர் சமூக அமைப்பில், சுதந்திரம், சமத்துவம், சகோதரத்துவ பண்புகள் நிறைந்து மகிழ்வான, நிறைவான வாழ்வு மலர்ந்திருந்தது. இதனை, சங்ககால இலக்கியங்களிலிருந்து உணர முடிகிறது. களப்பறையர் காலத்துக்குபிறகு, கி.6.7–ம் நூற்றாண்டுகளில் துவக்கப்பட்ட சைவமும் பின் துவங்கிய வைணவமும் ஆரியர்களால் வசப்படுத்தப்பட்டு, நான்கு சாதிக் கோட்பாட்டு (பிராம்ம, சத்திரிய, வைசிய, சூத்திரர்) அடிப்படையில் பரப்பப்பட்டதால் சாதி வேறுபாடும், உரிமை வேறுபாடும் சமூகத்தில் நிலவியது. இது மக்களிடையில் உயர்வு தாழ்வு கருத்துக்களையும், போட்டிகளையும், பொறாமையையும் வெகுவாக வளர்த்தது, மனித பண்பு குறைந்து மக்களிடையில் பகமையும் எதிர்ப்புணர்வும் தோன்றின. நிலவுடமை சமூக அமைப்பில் சாதிகளின் பிடிப்பும் மனிதர்களிடையில் வெறுப்புணர்வும் மிக வேகமாக வளர்ந்தன.

"தாழ்த்தப்பட்ட மக்களை தீண்டாமை பிடியிலிருந்து விடுவிக்க இராமானுஜர் எடுத்த முயற்சிகள் அவ ரோடு நின்று போயின. அது தொடர்ந்திருப்பின் தென்னக வரலாற்றில் ஒரு சமூக மாற்று சக்தி யாக தொடர்ந்திருக்கும். ஆனால் அது தடுக்கப் பட்டது [103]

எனக் கலாநிதி சுப்பிரமணியன் கூறியுள்ளதை கவனிக்க வேண்டும்.

"தென்கலை வைணவம் கீழ்ச்சாதியாருக்கு சில சலுகை

களை வழங்கியிருக்கலாம் – அதற்காக அது வர்ணாஸ்ரமதர்மத்தை கைவிட்டு விட்டது என அர்த்தமாகாது. சைவமும் வைணவமும் உண்மையில் அவ்வாறு நடந்திருந்தால் பிற்காலத்தில் சாதிகளற்ற சமூகம் உருவாகியிருக்கும். உண்மை என்ன வென்றால் சைவமும், வைணவமும் வளர்ச்சிபெற்ற பிறகுதான் இங்கு சாதீயம் வளர்ந்து இறுகி நின்றது."[104]

எனப் பேராசிரியர் அருணன் கூறுவதையும் கவனிக்க வேண்டும்.

தமிழ் சைவமும் வைணவமும் கூட ஆரியர் வழியில் அடிப்பிறழாமல் நின்று சமயம் வளர்த்தன. நால்வருணச் சாதி முறையில் (வர்ணாஸ்ரம தர்மம்) எந்தந்த சாதியாருக்கு எங்கெங்கு, எந்த அளவில், இடம் அனுமதிக்கப்பட்டதோ, அந்தந்த சாதியார், அவரவருக்கு அனுமதியளிக்கப்பட்ட இடங்களில், அனுமதிக்கப்பட்ட அளவில், அவரவர் சாமிகளை வணங்கிக் கொள்ளலாம் என்ற நிலை இருந்தது. சாதிவேறுபாடும், உரிமை மாறுபாடும் சற்றும் மாற்றப்படவில்லை என்பதை,

"அவரவர் தமதமது அறிவறி வகை வகை
அவரவர் இறையவர் என அடி அடைவர்கள்
அவரவர் இறையவர் குறைவிலர் இறையவர்
அவரவர் விதி வழி அடைய நின்றனரே."

என்ற நம்மாழ்வாரின் பாடல் வரி தெளிவுபடுத்துகிறது. வர்ணதர்மம் இம்மியும் அசைக்கப்படவில்லை என்பதை (சாதி வழிக்கடவுள் வழிபாடு) பெரியாழ்வார், திருமழிசையாழ்வார், திருப்பாணாழ்வார் வரலாறுகள் கூறுகின்றன.

ஆரியப்பண்பாடு வளர்ச்சி பெற்று வலுப்பெற்றதற்கு காரணம் இரண்டாகும். 1. அறிவு வழியைக் கைவிட்டு விட்டு நம்பிக்கை (பிராமணர்வழி) வழியில் ஆதித்திராவிட, வேளாள மன்னர்கள் சென்றது. 2. நீண்டநாள் வாழ்ந்து அரச போகத்தை அனுபவிக்கவும், இறக்கும்போது மோட்ச லோகம் செல்லவும் பிராமணப் பூசாரிகள் உதவுவார்கள் என நம்பியது. இம்மன்னர்களின் பலவீனத்தைப் பயப்படுத்திக் கொண்ட

ஆரியப்பூசாரிகள், தமிழ் மன்னர்களை மட்டுமின்றி தமிழ் மக்களையும் தங்கள்கீழ் அடிமையாக்கினர். சனாதனம் (ஆரிய உயர்வு) வர்ணாஸ்ரமதர்மம் (நான்கு சாதி–உயர்வுதாழ்வுடன்–சமூக அமைப்பு) என்ற இரண்டு ஆயுதங்களை வெற்றிகரமாக பயன்படுத்தினர். சைவம், வைணவம் ஆகிய இரு சமயங் களிலும், இந்த ஆயுதங்கள், பயன்படுத்தப்பட்டு வெற்றி கண்டன. தீண்டாமை என்ற படுகுழியே ஆதிதிராவிடர் களுக்கு சைவமும், வைணவமும் தந்த நன்கொடையாக அமைந்தது. சமண பௌத்த பண்பாட்டைக் கைவிட்டு, சைவ வைணவ பண்பாட்டில் நடந்த மக்கள் எந்த பயனையும் அடையவில்லை. ஆயிரமாண்டுகளுக்குப்பின்னர், அண்ணல் அம்பேத்கரின் அரிய தொண்டினாலும், முயற்சியாலும், அப்படுகுழியிலிருந்து அம்மக்கள், கரைஏற முடிந்தவரலாற்றை உலகறியும். (இந்திய சுதந்திரத்திற்கு பிறகு இயற்றப்பட்ட தீண்டாமை ஒழிப்பு சட்டம் இதற்கு வழிவகுத்தது – 1947ல்)

சித்தர்கள் சொல்லை செவி மடுத்த சீலர்கள்

ஆரியப் பண்பாட்டில் வர்ணாஸ்ரமதர்மம் எனப்படும் நான்கு சாதி வருணக் கோட்பாடு மனிதர்களை வகை படுத்தியும், வரிசைப்படுத்தியும் சமூகத்தில் உயர்வு தாழ்வை உருவாக்கிய அமைப்பாகும். இது, மனிதர்களுக்கிடையில் உரிமை வேறுபாடுகளை நிலைநிறுத்தி, மனிதர்களை ஒருவருடன் ஒருவரை மோதிக் கொள்ளச் செய்து சமூகத்தைச் சீரழித்து வந்தது. எனவே இது, மனித குல சமாதான வாழ்விற்கும், முன்னேற்றத்திற்கும் நிரந்தர தடையாக அமைந்திருந்தது. "இவையனைத்தும் கடவுள் ஏற்பாடாகும். இம்முரண்பாடுகளை அமைதியுடன் ஏற்று வாழ்வைத் தொடர வேண்டும்" என ஆரியப்பண்பாட்டு நம்பிக்கை (கடவுள்) தத்துவம் கூறுகிறது. இதைப் புறந்தள்ளி பகுத்தறிவைப் பயன்படுத்தி, அறிவு வழியில் சிந்தித்து சமத்துவ, சகோதரத் துவ வாழ்வை மேற்கொள்ள வேண்டும் என்பதை ஆதி திராவிடர்கள் ஆதிகாலம் முதலே வலியுறுத்தி வருகின்றனர். பறையர்கள் வழிவந்த சித்தர்களும் இதை மீண்டும் தங்கள் பாடல்கள், தத்துவங்கள் மூலம் வலியுறுத்தினர். பகுத்தறிவை இழந்து ஆரியவழியில் சென்று விட்டவர்களில் சிலர், திருந்தி

மீண்டும் சித்தர்கள் சொல்லை செவிமடுக்கவே செய்தனர். அவர்கள் என்ன சொன்னார்கள்; எதைச் செய்தார்கள் என்பதை இப்போது பார்க்கலாம்.

ஆரிய மேலாதிக்கத்தையும் (சனாதனம்) நால் வருண சாதி அமைப்பை (வர்ணாஸ்ரமம்)யும் தொடர்ந்து எதிர்த்து வந்த ஆதிதிராவிடர்கள் ஆரியர்களின் நிரந்தர எதிரிகளாக்கப் பட்டனர். ஆதிதிராவிடர்கள் எவ்வாறு தீண்டத் தகாதவர் களாக்கப்பட்டார்களோ, அதுபோலவே அவர்களின் அறிவு பொக்கிஷங்களையும் ஆரியர்கள் ஒதுக்கிவைத்தனர்; தீண்டக் கூடாதவை எனக் கூறிவந்தனர். என்றாலும், நல்லறிவு கைவரப்பெற்ற சிலர் சித்தர்கள் சொல்லை ஏற்று தங்களை திருத்திக்கொண்டனர். தவறான வழிக்குச் சென்றுவிட்டதை உணர்ந்து,வருந்தி, சித்தர்கள் வழியைப் பின்பற்றினர்; அவர்தம் கொள்கைகளைச் செயல்படுத்தினர். இவர்களில், தாயுமான சுவாமிகள், வைகுண்ட சாமிகள், இராமலிங்க சாமிகள் ஆகிய மூன்று சாமிகள் முதன்மையானவர்களாவர். இவர்கள், ஆரியப் பண்பாடே சிறந்தது, உயர்ந்தது என நம்பி அவ்வழிச்சென்ற வேளாள மற்றும் இடைநிலைச் சாதிகளைச் சேர்ந்தோராவர். இவர்கள், அவர்கள் சென்ற வழியைக் கைவிட்டு, ஆதிதிராவிடர், சித்தர்கள் வழிக்கு திருப்பியது ஏன்? எப்படி?

இந்திய சமூக வரலாற்றின் அதிசயம் என்ன தெரியுமா? மூன்று விழுக்காடு ஆரியர்கள், 15 விழுக்காடு வேளாளர்களையும், 82 விழுக்காடு ஆதிதிராவிடர்களையும் அடிமைபடுத்தி, அடக்கி, தங்கள் கட்டுப்பாட்டுக்குள் வைத் திருப்பதுதான். துவக்க காலத்தில், சமணத்தையும், பௌத்தத் தையும் அழித்து, சைவத்தையும் வைணவத்தையும் வளர்க் கின்றோம் என்ற பெயரில், சமண, பௌத்தர்களான ஆதிதிராவிடர்களை, மன்னர்களின் துணையோடு அழித்து, அடக்கி, ஒடுக்கினர். இந்த அழிப்பு பணியில் ஆரியர்களுக்குத் துணை போன வேளாள திராவிடர்களையும் தங்களுக்கு கீழ்படுத்தியும், சம உரிமையற்ற நிலையிலும் ஆரியர்கள் வைத்திருந்தனர். ஆரியர்கள் பண்பாட்டை உயர்த்தி பிடித்து காப்பாற்றிய பணியை வோளாளர்களே செய்து

வந்தனர். ஆரியப் பூசாரிகளைப் பெருமளவில் குடும்பம் குடும்பமாக தமிழகத்தில் குடியேறவைத்தும், அவர்கள் வேண்டியவாறெல்லாம் வானளாவிய கோயில்களையும், தங்குவதற்கு அக்கிரகாரங்களையும், சதுர்வேதி மங்கலங் களையும் அமைத்து கொடுத்தது இவ்வேளாளர்களே. ஆனால், ஆரியப்பூசாரிகளைத் தலைமேல் வைத்து கொண்டாடிய வேளாளருக்கு ஆரியர்கள் கொடுத்த பரிசு என்ன தெரியுமா? வேளாளர்கள் கட்டுவித்த பெருங்கோயில்களில் அவர்களே நுழைய தடைவிதித்ததும், சன்னியாசம் கொள்ள தடைசெய்ததும் தான். இவ்விரண்டிலும் ஆரியருக்கு மட்டுமே உரிமை உண்டென்றும், தங்களைவிட கீழ்ச்சாதியினரான வேளாளருக்கு அவ்வுரிமைகள் இல்லையென்றும் தெளி வாகக் கூறினர்.

ஆரியரிடம் மாட்டிக்கொண்டு விழித்த வேளாளர்கள், தஞ்சை நாயக்க மன்னரிடம் முறையிட்டனர். கிரியாதீபிகை, சைவ சன்னியாச பத்ததி ஆகிய வடமொழி நூல்களில் கூறியுள்ளபடியும், சிவாக்கிரகயோகி என்பவரின் ஆலோசனை படியும் வேளாளருக்கு நிபந்தனையுடன் சன்னியாசம் பெற உரிமையளிக்கப்பட்டது.[105]

இத்தகைய பரிதாப நிலை ஏற்பட்ட பிறகுதான் வேளாளரில் சிலர் ஞானம் பெற்றனர். தங்கள் தலையில் தாங்களே மண்ணைவாரி போட்டுக் கொள்ளுவதைத் தவிர்க்கவும், தங்கள் மீது சுமத்தப்பட்டுள்ள சாதி இழிவை போக்கிக் கொள்ளவும் மேலே குறிப்பிட்ட மூன்று சாமிகளும் ஆரிய வழியைக் கைவிட்டு, ஆதிதிராவிடர் வழிக்கு மாறினர் என்பதை அவர்கள் வாழ்க்கை வரலாறு கூறுகிறது.

தாயுமான சுவாமிகள்

காலவரிசையில் முதலாவதாக நிற்பவர் பதினேழாம் நூற்றாண்டில் வாழ்ந்த தாயுமான சுவாமிகளாவார். திருச்சியை ஆட்சி செய்த விஜயரங்க சொக்கநாத நாயக்க மன்னரிடம் அரண்மனை கணக்கராகப் பணியாற்றிய இவர், சைவர்கள் தீண்ட மறுத்த திருமூலரையும், சிவவாக்கியாரையும் விரும்பி, தீண்டி, சித்த–தீட்சை பெற்றார். சமரச சன்மார்க்க நெறியில்

நம்பிக்கை வைத்தார். மக்களுக்குள் பாகுபாடின்றி இன்ப வாழ்வு வேண்டினார். சைவமும், வைணவமும் சாதித்தது என்ன? ஏன்ற கேள்வியை எழுப்பினார். அவை, சாதிப்பித்தைக் கைவிடாமலிருப்பது தான் சாதனையோ என்றார். சைவ, வைணவ புராணங்கள் பயன்தரவில்லை என்றார்.

"எல்லோரும் இன்புற்றிருக்க நினைப்பதுவேயல்லாமல்
வேறொன்றும் அறியேன் பராபரமே"

என்ற இவரின் வேட்கையில், சாதி, மதம், குலம், பிறப்பில்லாத வேண்டுகோள் தென்பட்டது.

"சாதிகுலம் பிறப்பு இறப்பு பந்தமுத்தி
அருஉருவத்தன்மை நாமம்
ஏதுமின்றி எப்பொருட்கும் எவ்விடத்தும்
பிரிவற நின்று இயக்கம் செய்யும் சோதியை"

இவர் தேடினார். சாதி, மத, குல வேறுபாடின்றி எல்லோருக்கும் அருள்புரியும் ஒரு நேர்மையானக் கடவுளை இவர் தேடினார். சைவத்துக்கும், வைணவத்துக்குமான சண்டையை மட்டுமல்லாமல், சைவத்துக்குள்ளேயே நடக்கும் உட்சமயச் சண்டைகளையும் இவர் கண்டித்தார். இதனால், சாதி வெறிக்கு ஆளானவர்களின் பகைவராக இவர் கருதப் பட்டார். இவர் தியானத்திலிருந்த போது இவரை (கி.பி. 1662–ல்) பிராமண ஏவலர்கள் தீயிட்டுக் கொன்றனர்.

வைகுண்டசாமிகள்

கன்னியாகுமரிக்கருகில் உள்ள பூவண்டன் தோப்பில் 1809ல் பிறந்தவர் வைகுண்டர். கடல் அலையில் மூன்று நாட்களாக சிக்கி தவித்தபோது, வைணவக்கடவுள்களான நாராயணனும், லட்சுமியும் அவரைக் காப்பாற்றியதாகச் சொல்லிக் கொண்டார். இவர் பிறந்த நாடார் குலம், அப்போது, தாழ்ந்த சாதியாகக் கருதப்பட்டு, சைவ, வைணவக் கோயில்களில் அனுமதி மறுக்கப்பட்டிருந்தது. கல்வியும் மறுக்கப்பட்டிருந்தது. சமத்துவ சங்கம் எனப்பட்ட "நிழல்தங்கல்" அமைப்பை இவர் ஏற்படுத்தினார். சாதி வேறுபாடுகளைத் தகர்த்து அனைத்து மக்களையும் தங்கள் அமைப்பில் இணையவைத்தார். உருவ வழிபாட்டை எதிர்த்த

இவர் படை பொருள்கள், சடங்குகள் பூசாரிகள் இல்லாமல் வழிபாடு நடத்தினார். தாயுமானவர் போலவே இவரும் திருமூலர், சிவ வாக்கியார் போன்ற சித்தர்கள் வழியில் நின்று சாதி பேதமற்ற சமத்துவம் பேசினார். சிறு தெய்வ வழிபாடு, பெருந்தெய்வ வழிபாடு என்ற இரண்டையும் மறுத்தார். தெய்வங்களுக்குப் படையலிடுவதையும், உயிர்பலிகள் இடுவதையும் மறுத்தார். இவரின் அறிவுவழி தத்துவமும் வழிபாடும் கல்வியறிவில்லாத மக்களிடம் எடுபடவில்லை.

"ஆடுகிடாய் கோழிபன்றி ஆயனுக்கு வேண்டாங்கான்
மேளதாளம் குரவை தொனி வேண்டாங்கான் ஈசனுக்கு"

எனக்கூறி ஆடல் பாடல்களையும், உயிர்பலி வழிபாட்டையும் தவிர்த்தார்.

காணிக்கை என்ற பெயரில் மக்களைச் சுரண்டி பணம் சேர்க்கும் பக்தி மோசடியை எதிர்த்தார். சைவ வைணவ சமயங்கள், தீண்டாதார், கீழ்ச்சாதியினரிடம் தீண்டாமை பாராட்டுகின்றன. ஆனால் அவர்களின் உழைப்பிலும், காணிக்கையிலும் தீண்டாமை பார்ப்பதில்லை எனச்சாடி பாடல்கள் இயற்றினார்.

"காணிக்கை இடாதுங்கோ, காவடிதூக்காதுங்கோ
வீணுக்கு தேடுமுதல் விருதாவில் போடாதுங்கோ"

என்று காணிக்கை மற்றும் காவடி செலுத்தும் வழக்கத்தைப் பரிகாசம் செய்தார். தன் இயக்கத்துடன் தாழ்த்தபட்ட மக்களை இணைக்க முயன்று தோற்றார். ஆடல்பாடல், ஆர்பாட்டத்துடன் வழிபாடு செய்து வந்த மக்களிடம் இவரின் அறிவுவழிபாடு எடுபடாதது மட்டுமல்ல இவரின் சாதிகளற்ற சமத்துவ சமூக அமைப்பும் எடுபடவில்லை. வைகுண்டசாமியின் அறிவுவழி தற்காலத்தில் "அய்யாவழி" என்ற பெயரில் நடந்து வருகிறது. தீண்டத்தகாதாராகக் கருதப்பட்ட இந்நாடார் குல மக்களை கி.பி. 1940 வாக்கில் கோயில்களில் நுழையவும், வழிபடவும் அனுமதிக்க சட்டமொன்று வெளிவந்தது. அய்யாவழிபாடு தொடர்கிறது. ஆனால் அவரின் சாதி மறுப்பும், சாதி ஒழிப்பும் அவரின் தொண்டர்களால் முன்னெடுக்கப்படுவதில்லை. "தாங்கள்

இந்துக்கள் அல்ல" வென்றும், தனி சிறுபான்மை மதமாக ஏற்க கோரியும் இதன் தலைவர் பாலபிரஜாபதி தமிழக அரசிடம் கோரியுள்ள செய்தி 29.07.18 ஜுனியர் விகடனில் வெளிவந்தது.

இராமலிங்க சாமிகள்

தமிழ் மொழி வரலாற்றிலும் தமிழக சமூக வரலாற்றிலும் தனி இடம் பெற்றிருப்பவர் வடலூர் இராமலிங்க சாமிகள். திருமூலர், சிவவாக்கியார் வரிசையில் நின்று தமிழ்ச் சித்தர்களின் தத்துவங்களுக்கு செயல்வடிவம் கொடுக்க அரும்பாடுபட்டவர். சைவ, வைணவ புதைச்சேற்றில் புதையுண்டு போகாமல் தப்பித்து உண்மையான சமரச சன் மார்க்கத்தை உருவாக்கியவர். துவக்க காலத்தில் சைவத்தில் அடங்காபற்றும் தில்லை (சிதம்பரம்) நடராசனிடம் நீங்கா பக்தியும் கொண்டிருந்தார். காலம் செல்ல செல்ல, அவருக்கு வாழ்வியல் ஞானம் பிறந்தது. சாதிப் பிடிப்பிலும், சக மனிதர்களை வெறுப்பதிலும் முனைந்து நின்ற சைவ, வைணவ மதங்கள் மீது மறுபார்வை செலுத்தினார். நடராசன் மீது பக்தி என்பதைவிட நடமாடும் மக்கள் கூட்டத்தின்மீது சாதி, மத, இன வேறுபாடின்றி பக்தி செலுத்ததுவங்கினார். சனாதனத்தையும் நால்வருண சாதிக்கோட்பாட்டையும் போற்றாமல், சாதி, மத வேறுபாடுகளைக் களைய இவர் அருட்பா பாடினார். ஆரிய வழி நின்ற நம்பிக்கைவாதிகள், இவை அருட்பா அல்ல மருட்பா என நீதிமன்றம் வரை சென்று வழக்காடினர்.

> **"எவ்வகை மதங்களிலே பொய்வகை சாத்திரங்கள்**
> **எடுத்துரைத்தே எமதுதெய்வம், எமது தெய்வம் என்று**
> **கைவகையே கதருகின்றீர் தெய்வம் ஒன்றென்றறீயீர்**
> **கரிபிடித்து கலகமிட்ட பெரியரினும் பெரியீர்"**

என்ற அருட்பா பாடலில் வகைவகையான கடவுள்களையும் வகை வகையான வழிபாடுகளையும், பொய்யான சாத்திரங்களையும் மக்களிடம் கூறி ஏமாற்றுவதைக் கண்டிக் கின்றார்.

எண்ணிலடங்கா சிறு தெய்வங்களையும் அவைகளுக்கு

அளிக்கப்படும் உயிரினங்களின் பலியையும் கண்டித்து, பலியாகும் உயிரினங்களுக்காக வருந்தினார்.

நலிதரு சிறிய தெய்வம் என்றையோ
நாட்டினிலே பல பெயர் நாட்டிப்
பலிதர ஆடு பன்றி குக்குடங்கள்
பலிகடா முதலிய உயிரைப்
பொலிவுறக் கொண்டே போகவும் கண்டே
புத்திநொந்துள நடுக்குற்றேன்
கலியுறு சிறிய தெய்வங்கோயில்
கண்ட காலத்திலும் பயந்தேன்

எனத் தம் அருட்பாவில் பாடி வருந்தினார். சிறிய, பெரிய தெய்வ வழிபாடுகளில் மக்களிடையே, அன்பு, சமத்துவம், சகோதரத்துவம், இல்லாதது கண்டு இரண்டையும் வெறுத்தார். உருவமில்லா சோதி வழிபாட்டை வலியுறுத்தினார்; அவர் வழிபாட்டில் உருவச்சிலைகளில்லை; பூசாரிகள் இல்லை, எனவே மோசடிகள் இல்லை. மனித ஒற்றுமைக்கும், முன்னேற்றத்திற்கும் தடைகளாக இருப்பவை சாதிகளும் சமயங்களுமே யாகும் என்பதை மிக தெளிவாக மக்களுக்கு எடுத்துரைத்தார்.

“சாதியும் மதமும் சமயமும் காணா
ஆதி அநாதியாம் அருட் பெருந்சோதி
..
சாதியும் சமயமும் மதமும் பொய்யென
ஆதியில் உணர்த்திய அருட் பெருஞ்சோதி”

என்ற அருட் பெருஞ்சோதி அகவற்பாடலில் சாதி, சமயம், மதங்களைப் பொய்யென விளக்குகின்றார். மக்களிடம் அன்பு செலுத்துவதை விட்டு விட்டு, சாத்திர, கோத்திரச் சண்டைகளிலும், சாதிச் சமயச் சண்டைகளிலும் மதங்களைப் போதிப்பவர்கள் ஈடுபட்டு வருவதைக் கண்டு,

“சாதியிலே, மதங்களிலே, சமயநெறிகளிலே
சாத்திரச் சந்தடிகளிலே கோத்திரச் சண்டைகளிலே
..
வீணே நீர் அழிதல் அழகலவே”

எனக் கடிந்துரைக்கின்றார்.

நால்வகைச் சாதிகள், ஆசிரமம், ஆசாரம், என்பதெல்லாம் சிறுபிள்ளைகளின் விளையாட்டு போன்றதாகும். அவைகளில் உண்மை ஏதுமில்லை எனத் தெளிவுபடுத்தினார்.

"நால்வருணம், ஆசிரமம், ஆசாரம் முதலா
நவின்ற கலைச் சரிதம் எலாம் பிள்ளை விளையாட்டே
மேல் வருணம் தோல்வருணம் கண்டறிவார் இலைநீ
விழித்து இதுபார் என்றெனுக்கு விளம்பிய சற்குருவே"

மனிதர்களின் தோல் நிறத்தை வைத்து மேல் சாதி, கீழ்ச்சாதி பார்க்கும் நால்வருணக் கோட்பாட்டாளர்களைக் கண்டிக்கின்றார். ஆதிகாலம் முதலே ஆதிதிராவிடர்கள் கூறிவந்த அறிவு வழியில் நின்ற இராமலிங்கர் மனிதர்களிடம் பக்தி செலுத்தினார் ; உயிர்கள்மீது அன்பு செலுத்தினார்.

பிறப்பொக்கும் எல்லாவுயிர்க்கும், பகுத்துண்டு பல்லுயிர் ஓம்புதல், யாதும் ஊரே, யாவரும் கேளிர், சாதி இரண் டொழிய வேறில்லை – போன்ற ஆதிதிராவிடர்களின் அறிவு பொக்கிஷங்களைப் பலரும் கண்டு கொள்ளாமல் விட்டுவிட்டபோதிலும் இராமலிங்க சித்தர் கண்டு பெருவியப் படைந்தார். அந்த அறிவு சோதியைத்தான் அருட்பெருஞ் சோதி என்றாரோ? அதனால்தான் "சாதியும் சமயமும்; மதமும் பொய்யென ஆதியில் உணர்த்திய அருட்பெருஞ் சோதி" எனப்பாடி மகிழ்ந்தாரோ? ஆதிதிராவிடர்கள் சங்க காலம் முதலே முழங்கிவந்த அந்த நான்கு கொள்கைகளின் அடிப்படையில்இராமலிங்கசித்தரும்சாதிகளைஏற்கமறுத்தார். உயிர்கள் சமம் எனச் சமரச சன்மார்க்க நெறியை உரைத்தார். பகுத்துண்டுபல்லுயிர் ஓம்பல் கொள்கையினடிப்படையில் பசிப்பிணிபோக்கும் மருத்துவரானார். உலகின் மிகப் பெரிய நோயான "பசிக்கு" பரிகாரம் கண்டார். அவர் காலத்தில் ஏழை எளியவருக்கு தொடங்கி வைத்த அன்னதானக் கூடம் ஒன்றரை நூற்றாண்டுகளாக வடலூர் சத்திய ஞான சபை வளாகத்தில், இன்றும் செயல்பட்டுக்கொண்டுள்ளது.

சாமி பொய், சாத்திரம் பொய், சாதி பொய், சமயம் பொய்

என விளக்கிய இராமலிங்கசித்தர், "எனது இளவயதில் விபரம் தெரியாமல் இவைகளை நம்பிவிட்டேன் ; இப்போது விபரம் தெரிந்தபின் அவை பொய் என்பதை தெரிந்து கொண்டேன். இருட்டிலிருந்து என்னை வெளிகொண்டுவந்த வெளிச்சத்தை (சோதியை) நான் வழிபடுகிறேன் (உருவமில்லா சோதி வழிபாடு)" எனத் தனது மரணவாக்குமூலத்தில் கூறினார். இதைப் பேராசிரியர் அருணன், தனது தமிழர் மரபு என்ற நூலில் பதிவு செய்துள்ளார்.[106]

ஆரியத்தை நேருக்கு நேர் எதிர்த்து தகர்த்த இராமலிங்க சித்தர் 1874ல் சித்தி வளாகத்தில் தன் அறையில் நுழைந்து தாளிட்டு கொண்டதாகவும், பின்னர் என்றுமே அவர் வெளியில் வரவில்லையென்றும் செய்தி பரப்பப்பட்டது. ஆனால் அவர் மறைவு இயற்கையானதல்ல. அவர், எதிரிகளால் கொல்லப்பட்டிருக்கலாம் என்று பலரும் கருதிவருகின்றனர். அவரின் சாதி, சமய, சாத்திர எதிர்ப்பு கொள்கைகள் அவரோடு நின்று போயின. ஆரிய மேலாதிக்கத்திலும் சாதி அடிமைதனத்திலும் மூழ்கிப்போன மக்களிடம் அவை எடுபடவில்லை. மனம் வருந்திய வள்ளலார்,

"கடைவிரித்தேன், கொள்வாரில்லை; கட்டி கொண்டேன்", என்ற தனது வாக்குமூலத்தின் படி மக்களை திருத்த முயன்று, தோற்றத்தை ஒப்புக்கொண்டு, மறைந்தார். இருப்பினும் ஆதிதிராவிடர்களின் வாழ்வியல் அறிவுச்சங்கிலி அறுந்து போகவில்லை; தொடர்ந்து இயங்கியது.

7. அயலவர் வருகையும் ஆதிதிராவிடர் அறிவு எழுச்சியும்

சங்க காலத்திலும் சங்கம் மறுவிய காலத்திலும் (களப்பறையர் ஆட்சிகாலம்) கோலோச்சிய சமணமும், பௌத்தமும், ஆரியர் ஆதிக்கத்தாலும், அவர் வழியில் சென்றுவிட்ட தமிழ் மன்னர்களாலும் வலிமை குன்றத் தொடங்கியது. இம்மன்னர்களின் துணையுடன் ஆதிதிரா விடர்களின் பூர்வீக சமயங்களான சமண பௌத்த சமயங்கள் அழிவுக்கு ஆளானது. இச்சமயங்களைச் சார்ந் திருந்தோரின் நிலங்கள் பறிக்கப்பட்டு, ஆரியர்களுக்கும் அவர்களின் கோயில்களுக்கும் பகிர்ந்தளிக்கப்பட்டன. திராவிட வேளாளர்களுக்கும் விளை நிலங்கள் அளிக்கப் பட்டன. சோழர்கள் காலத்தில் ஒருவகை யான நிலமானிய முறை (Feudalism) உருவாகியது. இந்த புதிய நிலவுடமைச் சமூகத்தில், நிலங்களை இழந்த ஆதிதிராவிடர்கள், விவசாயக் கூலிகளாகவும், நில அடிமைகளாகவும், மாற்றப்பட்டனர். இவர்களுக்கு ஏழ்மையும், வறுமையும் சொத்துக்களாக்கப்பட்டன. கல்வி யுரிமையும் மறுக்கப் பட்டதால், இவர்களின் அறிவும், சிந்திக்கும் ஆற்றலும் கொஞ்சம் குறைந்து போனது. ஆனால் இது ஒரு பகுதியினரின் நிலையே. எஞ்சியவர்கள் வறுமையிலும் வளம் குறையா அறிவார்ந்த நிலையில் வாழ்ந்தனர்.

இவர்கள் திண்ணைப்பள்ளிகள் எனப்பட்ட ஔவை பள்ளிகளை நடத்தி கல்விப்பணி செய்துவந்தனர். இவர்கள் தங்கள் மூதாதையர்களின் அறிவுக் கருவூலங்களை

(வள்ளுவரின் குறளும், ஔவையின் பல நூல்களும்) ஓலைச் சுவடிகளில் எழுதி பாதுகாத்து வந்தனர். ஆரிய சனாதனத்தையும், சாதி பாகுபாடுகளையும் எதிர்த்த காரணத்தால், சைவ வைணவ சமய இலக்கிய வாதிகள், திருக்குறளையும் ஔவையின் நூல்களையும் மக்கள் பார்வையிலிருந்து மறைத்து வந்தனர். இவ்வாறு மறைக்கப் பட்ட நூல்கள் பதினெட்டாம் நூற்றாண்டில் (ஆங்கிலேயர் காலம்) அச்சிடப்பட்டு வெளிவந்தன. அயலவர் வருகையின் முக்கியத்துவம் ஆரியச் சாதிப்பிரிவுகளாலும், மக்களிடையே ஒற்றுமை யின்மையாலும், பாரதநாடு பல அயல் நாட்டவரின் ஆளுகைக்கு உட்பட்டிருந்தது. சகர், பகலவர், பார்த்தியர், கிரேக்கர், இந்தோ–கிரேக்கர், குஷாணர், அராபியர், முஸ்லீம்கள், முகலாயர்கள் போன்ற பல வெளிநாட்டவர்கள் இந்தியாவைக் கைப்பற்றி ஆட்சி செய்தனர். கி.பி.1700 வரைத் தொடர்ந்த இவர்களின் ஆட்சியில், ஆரியப் பண்பாட்டு அடிப்படையில் அமைக்கப்பட்டிருந்த சமூக, சாதி பிரிவுகளில் எந்த தாக்கமும் அல்லது மாற்றமும் ஏற்படவில்லை. ஆனால், பின்வந்த ஐரோப்பியர் எனப்பட்ட போர்ச்சுகீசியர், டச்சுக்காரர், (டென்மார்க்கினர்) பிரஞ்சுக்காரர், ஆங்கிலேயர் போன்றவர்கள் வருகை, இந்திய சமூக அமைப்பிலும், வாழ்க்கை முறைகளிலும் பெரும் தாக்கத்தையும், மாற்றத்தையும் உண்டாக்கியது. ஐரோப்பாவில் ஏற்பட்டிருந்த அரசியல்புரட்சி (இங்கிலாந்தில்) சமூகப்புரட்சி (பிரான்சில்) தொழிற்புரட்சி (இங்கிலாந்திலும் ஜெர்மனியிலும்) கம்யூனிஸப்புரட்சி (ரஷ்யாவில்) போன்ற நிகழ்வுகளால் மனிதனின் அரசி யல், சமய, சமூகப் பொருளாதாரச் சிந்தனைகளில் புதிய சிந்தனை, புதிய பார்வை ஏற்பட்டது. சமயக்கல்வி கைவிடப்பட்டு, அறிவியலடிப்படையில், பொறியியல், மருத் துவம், கட்டிடக்கலை, துறைகளில் பெரிய மாற்றங்கள் ஏற்படுத்தப்பட்டன. மன்னராட்சி முறை கைவிடப்பட்டு, மக்களாட்சிமுறை புகுத்தப்பட்டது. மக்கள் நலம் பேணும் அரசுகள் (Welfare government) செயல்படத்துவங்கின. கடவுள், மதம், சாத்திரம் மற்றும் சாதிகளின் பெயரால் அடக்கி, ஒடுக்கி கீழ்நிலைப்படுத்தப்பட்டிருந்த மக்கள் மீது புதிய பார்வை வீசப்பட்டது. இம்மக்களின் அடிமைத்தனம்,

வறுமை, கல்வியின்மை போக்கப்படவேண்டும் என்ற சிந்தனை வளரத்துவங்கியது. ஆங்கிலேய கல்வி முறையில் பள்ளிகளும், கல்லூரிகளும் துவக்கப்பட்டன. கி.பி. 1835 வாக்கில் சென்னை, பம்பாய் (மும்பை) கல்கத்தா (கொல்கத்தா) பல்கலைக்கழகங்கள் தோற்றுவிக்கப்பட்டன. செய்தி போக்கு வரத்து, சாலைபோக்குவரத்து, தபால் தந்தி, ரயில்வே துறைகள் புதிதாக அறிமுகப்படுத்தப்பட்டன. பல்வேறு தொழிற் சாலைகள் இயங்கத்துவங்கின. வேளாண்மை என்ற ஒற்றை தொழிலேயே முடக்கப்பட்டிருந்த ஒரு பெரியகூட்டம் பல புதிய தொழில்களில் ஈடுபட்டது. தொழிலாளர்களுக்கு தனி அந்தஸ்து கிடைத்தது. புதிய பார்வை, புதிய கண்ணோட்டம், புதிய சிந்தனை மக்கள் வாழ்வில் புதிய நடைமுறைகளைத் துவக்கியது.

இந்திய சிந்தனை மத வழிபட்டது. ஐரோப்பிய சிந்தனை மனித நேய வழிப்பட்டது. இந்திய சிந்தனை மக்களை சாதிக் கூண்டுகளில் அடைத்து, சாதி சட்டங்களை நடைமுறை படுத்திவந்தது. ஒரு சாதியாருக்கு உள்ள உரிமைகள்

அடுத்த சாதியாருக்கு மறுக்கப்பட்டிருந்தது. தனி மனித மரியாதையும் சாதிக்கேற்றவாறு கொடுக்கப்பட்டது. தனி மனித திறமைகளுக்கோ, ஆக்க சக்திக்கோ மதிப்பளிக்கப் படவில்லை. சாதிகளுக்கே மதிப்பும் சிறப்பும் அளிக்கப் பட்டது. இந்த அடிப்படையில், சமண, பௌத்தர்களான ஆதிதிராவிடர்களுக்கு கல்விகற்கும் உரிமை, சொத்து சேர்க்கும் அல்லது வாங்கும் உரிமை, ஆயுதமேந்தும் உரிமைகள் எல்லாமக்களோடும் சமமாக கலந்து உறவாடும் உரிமைகள் மறுக்கப்பட்டிருந்தன. அவர்களைத் தீண்டுவது, அவர்களை நெருங்குவது, பார்ப்பது, அவர்களோடு பேசுவது கூட தீண்டாமை என்கிற தீட்டை உண்டாக்கும் எனக் கருதப்பட்டு, அம்மக்களைச் சமூகத்திலிருந்து விலக்கி வைத்த கொடுமையும் வழக்கத்திலிருந்தது.

ஆனால், ஆங்கிலேயர்களின் சிந்தனை, மனித உரிமைகள், சமத்துவ வாழ்வு, சமஉரிமை அனைவருக்குமான பொது சிவில் சட்டம் போன்ற புதிய அம்சங்களுடன் சேர்ந்திருந்தது. இது, பல வழிகளில் ஆதிதிராவிடர்களின் ஆதிகால

சமூக பொருளாதாரக் கொள்கைகளுடன் ஒத்திருந்தது. இதுபோலவே, இரண்டாயிரமாண்டுகளுக்கு முன்னர் புத்தர் போதித்த கருத்து சுதந்திரம், சாதிகளற்ற சமூகம், சமத்துவ சமூகம், சகோதரத்துவ பண்பு முதலிய நெறிகளையும் ஐரோப்பியர் சிந்தனை ஒத்திருந்தது.

மேலும், மேனாட்டறிஞர்கள் இந்திய சமூகத்தில், அறிவார்ந்த ஆதித்திராவிட மக்கள் அடக்கி, ஒடுக்கப்பட்டு, சமூகத்திலிருந்து ஒதுக்கி வைக்கப்பட்டிருந்த கொடுமையைக் கண்டு வருந்தினர். இம்மக்களின் பூர்வீகத்தையும், பழம் பெருமைகளையும், நாடாண்டிருந்த மாட்சிகளையும் தங்கள் ஆய்வின் மூலம் வெளிப்படுத்தினர். இந்த வரிசையில், ஜி.யு.போப், கால்டுவெல் பாதிரி வாஷ்புருக், வால்ட்டர் எலியட் எட்கார்தர்ஸ்ட்டன், கிளேட்டன் பாதிரி, ட்ரமென்கீர், H.A. ஸ்டுவர்ட், எட்வர்டு ராபின்சன், எலியனார் செலியட்; எல்லிஸ், C.J. பேக்கர், வில்லியம் குண்டே, யூஜின் இர்ஷிக் போன்றவர்களைக் குறிப்பிடலாம். ஐரோப்பிய கிறித்துவ மிஷினரிகளின் பங்கும் இங்கு குறிப்பிடத் தகுந்தது.

> **"வேதங்களை பார்க்காதே. படிக்காதே, படிக்க,**
> **பக்கத்தில் நின்று கேட்காதே. மீறி வேதத்தை**
> **படித்த வாயில் பழுக்க காய்ச்சிய இரும்பு கம்பி**
> **யை செறுகு; பக்கம் நின்றுகேட்ட காதில்**
> **ஈயத்தை காய்ச்சி ஊற்று"**[107]

என்று இந்து ஆதிக்க சாதியினர் ஆதிராவிடர்களுக்குத் தடை போட்டிருந்தனர்; மீறியவர்களைத் தண்டித்தனர். ஆனால், அயல் நாட்டினரான கிறித்துவ பாதிரிமார்கள் அவர்களின் வேதமான பைபிளை ஆதிதிராவிடர்கள் கையில் கொடுத்து "படியுங்கள்" என அன்புடன் அரவணைத்தனர்.

சுடர்விட்டெழுந்த தடைபட்டிருந்த அறிவு

ஆரிய ஆதிக்கத்தாலும், அவர்களுக்கு துணைபோன மன்னர்களின் கெடுபிடி ஆணைகளாலும் ஆதித்திராவிட மக்களுக்கு அறிவுபெறும் உரிமை மறுக்கப்பட்டிருந்தது. சொத்துரிமையையும், மண்ணுரிமையையும் இழந்த இம் மக்கள் பிழைக்க அல்லாடிக் கொண்டிருந்த நிலையில்

இவர்களின் அறிவுதளம் சிறிது தொய்வடைந்திருந்தது உண்மையே. ஆயினும் அது நீறு பூத்த நெருப்பாக கனன்று கொண்டே இருந்தது. சாம்பல் விலகியபிறகு சுடர் விட் டெரியத் துவங்கியது. அயலவர் வருகையும், அது கொண்டு வந்த சுதந்திர, சமத்துவ, சனநாயக நெறிகளும் ஆதிதிரா விடர்களின் அறிவு தளத்துக்கு புதிய தெம்பை அளித்தன.

“ஆதிதிராவிடர்களா, அவர்கள்,அரை குறை மனிதர்கள்; (Droken men) அறிவற்றவர்கள், பிற மனிதர்களுடன் ஒப்பிட முடியாதவர்கள்” என்ற கருத்தையும் பிம்பத்தையும் ஆரிய ஆதிக்கத்தினர் மக்களிடையில் பரப்பி வந்தனர். அது இமாலயப் பொய் என்பதனை இந்நூலில் இதுவரை நாம் பார்த்த செய்திகள் கூறுகின்றன. பதினெட்டாம் நூற்றாண் டிற்குப் பிறகு அம்மக்களின் அறிவுத்தளம் அதிக வேக மெடுத்தது மட்டுமல்ல அதன் அறிவுக் கிளைகளை ஆலமரம் போல் பரவ விட்டது. தமிழகத்தைப் பொருத்த வரையில், அங்கு, பிற்காலத்தில் எழுந்த அரசியல், சமூகப் பொருளாதாரக் கொள்கைகளுக்கு ஆதிதிராவிடர்களின் அறிவுத் தளமே அடித்தளம் அமைத்து கொடுத்தது. கல்வியறிவைப் பரப்பும் வார, மாத இதழ்களை அச்சிட்டு மெட்ராஸ்மெயில்”, “தி ஹிண்டு” போன்ற இதழ்கள் வெளிவந்த காலத்திலேயே ஆதிதிராவிடர்களின் அறிவு பரப்பும் செய்தி இதழ்களும் வெளிவந்தன. சங்க காலத்திலும் அதற்கு முந்தைய காலங்களிலும் வாய் மொழியாகவும் ஓலைகளையும் திரைச் சீலைகளையும் பயன்படுத்தி, இலக்கிய, இலக்கண, காவியநூல்களைப் படைத்த ஆதித்திராவிட அறிஞர்கள் இடைக்காலத்தில் ஓலைச் சுவடிகளைப் பயன்படுத்தி வந்தனர். பௌத்த, சமண சமயங்களைச் சார்ந்திருந்த ஆதித் திராவிட அறிஞர்கள் அச்சமயங்கள் சார்பாக அவ்வப்போது நூல்களை எழுதிவந்துள்ளனர். நிகண்டு வகை நூல்களையும், நேமிநாதம், நன்னூல், சீவக சிந்தாமணி போன்ற நூல்களையும் குறிப்பிடலாம்.

ஐரோப்பியர் வருகையைத் தொடர்ந்து வந்த நவீன காலத்தில் அச்சு இயந்திரம் மூலம் தங்கள் இலக்கியங்களையும், வார, மாத இதழ்களையும் வெளியிட்டுள்ளனர். சங்க காலத்திற்கு முன்பே துவங்கிய இம்மக்களின் அறிவுத்தளம் எங்கும் தேங்கி

விடாமலும், அறுந்து போகாமலும் தொடர்ந்து இயங்கி வந்துள்ளது. கி.பி. ஆறு, ஏழாம் நூற்றாண்டுகளில் துவங்கிய சமண, பௌத்த அழிப்பு நடவடிக்கை சோழர்கால முடிவு வரை நடந்தது. அனல்வாதத்திலும், புனல் வாதத்திலும் அழிக்கப்பட்டது போக எஞ்சிய அறிவு நூல்களைத் திரட்டி சிதம்பரம் நடராசர் கோயில்களுக்குள் மண்ணில் புதைந்தனர். அவை மண்ணுக்கும் கரையானுக்கும் செல்லுக்கும் இரையாகிபோனது. சைவ நூல்களும் அதில் கலந்திருக்கலாம் என்ற நம்பிக்கையிலும் காப்பாற்ற வேண்டும் என்ற நோக்கத்திலும், அவைகளை மீட்க இராஜராஜ சோழன் முயற்சித்தான். மன்னரே நேரில் வந்தும், ஆரியப் பூசாரிகள் பூட்டியிருந்த அந்த அறையைத் திறக்க மறுத்துவிட்டனர்.

> **“அரசே கவலற்க, இக்காலத்திற்கு வேண்டிய**
> **வற்றை மட்டும் வைத்துக்கொண்டு, வேண்டாத**
> **வற்றையெல்லாம் யாமே சிதலரிக்க விட்டோம்”**

என்றதொரு அசரீரி (இறைவன் ஒலி) கேட்டதாகவும் பகுத்தறிவை இழந்து, பக்தி தலைக்கேறியிருந்த மன்னன் அறிவு பெட்டகங்களை அழித்த ஆரியப் பூசாரிகளைத் தண்டிக்காமல் விட்டு விட்டதாக கதை எழுதியுள்ளனர்.108

தேவார, திருவாசக நூல்களே அங்கு மறைக்கப்பட்டிருந்ததாகவும், அவைகளை மீட்கவே, மன்னன் இராசராசன் நேரில் வந்ததாகவும் இக்கதை கூறினாலும், சைவம் தங்குதடையின்றி கோலோச்சியிருந்த சோழர் காலத்தில், தேவாரத்திருவாசக அழிப்பு முயற்சி என்பது நம்ப முடியாத ஒன்று. எனவே, அழிக்கப்பட்டவை சமண, பௌத்த அறிவுக்கருவூலங்களே என்பது வெளிப்படையாகத் தெரிகிறது.

அறிவு உற்பத்தியில் ஆதிதிராவிடர்களின் பங்கு

பத்தொன்பதாம் நூற்றாண்டிலேயே ஆதித்திராவிட அறிஞர்கள் பல வார, மாத இதழ்களைத் துவக்கி நடத்தி வந்துள்ளனர். சென்னை புதுப்பேட்டையைச் சேர்ந்த திருவேங்கடசாமி பண்டிதர், சித்தர்களின் நூல்களையும், ஞானக்கும்மி பாடல்களையும், தேரையர் வைத்தியம்

ஐநூறையும், தன்வந்தியர் நிகண்டையும் அச்சிட்டு வெளியிட்டதாக அயோத்திதாசப் பண்டிதர் தனது தமிழன் இதழில் குறிப்பிட்டுள்ளார்.[109] ஆங்கில அதிகாரி ஹாரிங்டனிடம் பட்லராக (சமையல்காரர்) பணியாற்றிய அயோத்திதாசரின் பாட்டனார் திரு.கந்தப்பன் அவர்கள், தன்னிடமிருந்த திருக்குறள், நாலடிநானூறு போன்ற ஓலைச்சுவடிகளை (அப்போது பதிப்பிற்காக ஓலைச்சுவடிகளை சேகரித்துவந்த) வெள்ளை அதிகாரி எல்லிஸ் பிரபுவிடம் கொடுத்துள்ளார். கி.பி. 1830 களில் திருக்குறள் முதல் முதலாக அச்சிடப்பட்டு நூலாக வெளிவந்தது. மேலும், தங்களின் பரம்பரை சொத்துகளாக, திருக்குறள், ஆத்திச்சூடி, சிலப்பதிகாரம், நீலகேசி, குண்டலகேசி, திவாகரம், சீவகசிந்தாமணி, மணிமேகலை, வீர சோழியம், நன்னூல், பெயர்ச்சுவடி, கொன்றைவேந்தன், வெற்றிவேற்கை, மூதுரை, அரிச்சுவடி, வாய்ப்பாடு, நெல்லிலக்கம், பொன்னிலக்கம், போன்ற பல அரிய தமிழ் நூல்களை (ஓலைச் சுவடி வடிவில்) ஆதிதிராவிடர்கள் தங்கள் வசம் பாதுகாத்து வைத்திருந்தனர் என்று அயோத்திதாசர் குறிப்பிடுகிறார்.[110] அவரின் "சங்கைத் தெளிவு" எனும் நூல் இது குறித்து விளக்குகிறது.

மனுதர்மசாஸ்திரமும் மனுமக்களும், சதுர்வேதங்களும் சமய ஆராய்ச்சியும், பாரதகதையும் பரதகண்டமும், அகஸ்திய மகாமுனிவர், தமிழ்புலவனும் தமிழனும், பேதைகளை ஏய்க்கும் குயுக்தியும் பேர் ஊரில்லா பிரபலரும், போன்ற அறிவார்ந்த கட்டுரைகளைத் தமிழன் பத்திரிகையில் தொடர்ந்து எழுதி வந்தவர் ஏ.பி.பெரியசாமி புலவர் (1881–1939) இவரின் "ஞானப் பிரகாசச்சுடர்" எனும் தொடர் பின்னர் நூலாக வெளிவந்தது.

முதுபெரும் தமிழறிஞரான ஜி.அப்பாத்துரை (1896–1962) தமிழன் இதழில் பல கட்டுரைகளை எழுதிவந்தார். எதார்த்தபிரியன் என்ற புனைபெயரில், இந்துமத வேதமும் இந்திய தேசமும், தமிழன் சஞ்சிகையும் தமிழக சாதியோரும், விவேகவிளக்கம், பஞ்சகாவியத்தின் ஆக்கமும் சர்வவியாபியின் ஏக்கமும், இந்து சந்தேகவினா, இந்துமத தந்திரவித்தைகள், போன்ற கட்டுரைகளை எழுதினார்.

“யாவும் ஒன்றென்பதை காட்டுதல்” என்ற கட்டுரையைத் தமிழன் இதழில் தொடர்ந்து எழுதிய டி.சி. நாராயணசாமிப்பிள்ளை சிறந்த அறிஞராவார். இந்து மதம் காட்டும் பஞ்சபூதங்களை மறுத்து, நீர், காற்று, நெருப்பு, பூமி என்கிற நான்குமூலகங்கள் மட்டுமே உண்டு எனவும், ஆகாயம் ஐந்தாவது பூதமாகாது என்றும் வாதிட்டார். உயிர்கள் தோன்றுவதும் மறைவதும் இவைகளின் சேர்க்கையாலும், பிரிவாலுமே யாகும் என்றும், கடவுள் என்ற ஒருவர் இல்லையென்றும் வாதிட்டார்.

வ.அ. இராமச்சந்திர புலவர், பூஞ்சோலை முத்துவீர நாவலர் போன்ற பலரும் ஆதித்திராவிட அறிவுதளத்திற்கு ஆக்கமும் ஊக்கமும் அளித்தனர். முத்துவீர நாவலர் “பூலோக வியாசன்” எனும் மாத பத்திரிக்கையை 1903 முதல் 1917 வரை நடத்தினார். பா.அ.ராஜேந்திரம்பிள்ளை “மகாவிகடத்தூதன்” எனும் பத்திரிகையை நாற்பது ஆண்டுகள் தொடர்ந்து நடத்தினார்.அவர் சென்னை கிறித்துவ கல்லூரியில் தமிழ்ப் பண்டிதராகப் பணியாற்றினார். ஆதிதிராவிடர்களின் அறிவுத்தளத்தில் பணியாற்றிய அறிஞர்கள் மதுரபாஷிதம், பண்டிதர், புலவர், நாவலர் போன்ற பட்டங்களைப் பெற்றிருந்தனர். இந்நிலை நவீன அங்கில கல்விமுறையால் மட்டுமே வந்ததல்ல இவர்களின் மரபான அறிவு தொடர்ச்சியே இதற்கு காரணம் என்பதை அயோத்திதாசர் தெளிவுபடுத்தியுள்ளார். ஸ்வப்பனேஸ்வரி அம்மாள் “தமிழ்மாது” என்ற இதழை நடத்தியுள்ளார். தலித்தலைவர் திரு.வீரையன், “ஆதித்திராவிட பாதுகாவலன்” என்ற இதழை நடத்தியுள்ளார். [111]

தலித் இதழ்கள்

“சூரியோதயம் முதல் உதய சூரியன் வரை” என்ற தமது இதழியல் ஆய்வு நூலில் திரு.ஜெ.பாலசுப்பிரமணியன் கி.பி. 1869 முதல் 1943 வரையிலான காலத்தில் வெளிவந்துள்ள தலித் வார, மாத இதழ்களைப் பட்டியலிட்டு காட்டுகிறார். ஆரிய சட்ட பாதுகாப்பு நூலான மனு தர்மத்தில், சூத்திரனுக்கும் பஞ்சமனுக்கும் கல்வி அளிக்ககூடாது என ஒரு சட்டபிரிவை எழுதி அவர்களுக்குள் வைத்து கொண்டாலும், பின்

வந்த ஆரிய ஆதிக்க காலங்களில் ஆதிதிராவிடர்களான சமண, பௌத்தர்களுக்கு கல்வி உரிமை மறுக்கப்பட்டிருந்தாலும், இம்மக்களின் எழுத்துப்பணியும் இலக்கியப் பணியும் தொடர்ந்து இயங்கி கொண்டிருந்தது. ஔவைபள்ளிகள், திண்ணை பள்ளிகள் மூலம் தங்களின் அறிவார்ந்த, மரபான கல்வி சேவை தொடர்ந்து வந்துள்ளது என்பதை அயோத்திதாசர் அறுதியிட்டுக் கூறுகிறார்.

இதுவரை கிடைத்துள்ள ஆதாரங்களின்படி, (Native news papers report) *1869*ல் வெளிவந்த "சூரியோதயம்" முதல் தலித் இதழாகத் தென்படுகிறது. இதை சென்னை, புதுப்பேட்டை வேங்கிடசாமிப்பண்டிதர் வெளியிட்டுள்ளார். அடுத்ததாக *1871*ல் "பஞ்சமன்" என்ற தலித் இதழ் வெளிவந்துள்ளது. மூன்றாவதாக சுவாமி அரங்கையாதாஸ் அவர்களால் "சுகிர்தவசனி" வெளியிடப்பட்டுள்ளது. *(1872)* சுவாமி அரங்கையதாஸ் அவர்களால் வெளியிடப்பட்ட "சுகிர்தவசனி" புதிய சமூகப் பார்வையுடன் பணியாற்றியுள்ளது; மூட நம்பிக்கை ஒழிப்பு, கடவுள்மறுப்பு, சமூக சீர்திருத்தம் ஆகிய கருத்தாக்கங்களை இப்பத்திரிக்கை பரப்பிவந்துள்ளது. வடலூர் இராமலிங்க வள்ளலார் தனது இளமை காலத்தில் மிகுந்தபக்தி சிரத்தையில வாழ்ந்தார். "இறந்தவர்களை மீண்டும் உயிர்பிழைக்க செய்வேன்" எனத் தனது பக்தி காரணமாகக் கூறிவந்தார். இது ஒருமூடநம்பிக்கை, அவரால் ஒரு காய்ந்து சருகான இலையைப் பச்சை தளிராக மாற்ற இயலுமா? எனச் சுகிர்த வசனி பத்திரிக்கை சவால்விட்டது. தமிழகத்தில் முதல் நாத்தீக இதழ் "தத்துவ விவேசினி" அல்லது "தத்துவ விசாரிணி" என்ற பெயரில் ஆசிரியர் பி.முனிசாமி அவர்களால் *1878*ல் வெளிவந்தது. இதற்கு ஆறு ஆண்டுகளுக்கு முன்பே தலித் இதழான சுகிர்தவசனி நாத்தீகப் பிரச்சாரத்தைத் துவக்கியிருந்தது குறிப்பிடத்தக்கதாகும்.112 ஆரியர்களின் (கடவுள்) நம்பிக்கை தத்துவத்தை எதிர்ப்பதிலும், மறுப்பதிலும் ஆதிதிராவிடர்கள் தொடர் வினையாற்றி யிருப்பதை வரலாற்று பக்கங்களில் தவறாமல் பார்க்கிறோம். திருநெல்வேலி மாவட்டம் பாளையங்கோட்டையில், கே.ஆறுமுகம்பிள்ளை என்பவரால் *1883*ல்" இந்துமத

சீர்திருத்தி'' என்ற இதழ் தொடங்கப்பட்டது. இந்து சமயத்திலிருந்த மூடநம்பிக்கைகளையும் பழக்க வழக்கங்களையும் ஒழிக்கவும், கைவிடவும் வலியுறுத்தி இவ்விதழ் பணியாற்றி வந்துள்ளது. கி.பி.1930 களில் தமிழகத்தில் தந்தை பெரியாரால் துவக்கப்பட்ட சுயமரியாதை பிரச்சாரத்தில் மேற்கொள்ளப்பட்ட மூடநம்பிக்கை ஒழிப்பு, ஏறக்குறைய அரை நூற்றாண்டிற்கு முன்பே ஆதிதிராவிடர்களால் துவக்கப்பட்டிருந்ததைக் காணமுடிகிறது.

தலித் இதழ்கள் வரிசையில் 1886ல் விகட தூதன் என்ற பெயரிலும் 1893ல் ''மகாவிடகதூதன்'' என்ற பெயர் மாற்றத்துடனும் தொடங்கி 40 ஆண்டுகளுக்கு மேலாக நடத்தப்பட்டுவந்த இந்த இதழின் ஆசிரியர் பா.அ.இராசேந்திரம் பிள்ளையாவார். (பிள்ளை, பறைபிள்ளை, பறைமுதலி போன்ற பெயர் பின்னொட்டுகள் ஆதிதிராவிடர் மத்தியில் இக்காலத்தில் வழக்கிலிருந்தன) சென்னை கிறித்துவக் கல்லூரியில் தமிழ்ப் பண்டிதராகப் பணியாற்றிய இவர் இதழியிலை முழுநேரப்பணியாக ஏற்றிருந்தார். அக்கால இதழியல் வெளியீட்டாளர்கள் வரிசையில், பா.அ.ராசேந்திரப்பிள்ளை, ஜனவிநோதினி பத்திரிக்கை ஆசிரியர் கிருஷ்ணமாச்சாரியார், சுதேசமித்திரன்பத்திரிகை ஆசிரியர் ஜீ.சுப்ரமணிய அய்யர் ஆகியோர்களுக்கு அடுத்து மூன்றாவது இடத்தை வகிப்பதாக, எஸ்.ஜி.இராமானுஜலு நாயுடு தனது'' சென்று போன ''நாட்கள்'' என்ற நூலில் பதிவு செய்துள்ளார்.[113] காலனிய அரசு ஆவணங்கள், பூலோகவியாசன்;, தமிழன், பறையன் போன்ற இதழ்களில் காணப்படும் குறிப்புகள் வழியாக, இந்த மகாவிகடத்தூதன் இதழின் அறிவார்ந்த, ஆக்கப்பணிகளைத் தெரிந்துக் கொள்ளமுடிகிறது.

பறையர்களுக்குத் தொடக்கக்கல்வியை அளித்தல், நகர எல்லைகளுக்குள் கள்ளுக்கடைகளைத் திறக்க எதிர்ப்பு, பொது இடங்கள், பள்ளி, கோயில், தொழிற்சாலைகளுக்கு அருகிலும் கள்ளுக்கடை திறக்க எதிர்ப்பு, டாக்டர்.அன்னிபெசன்ட் தலைமையிலான காங்கிரஸின் கொள்கைகளுக்கு எதிர்ப்பு, சாதி உயர்வு, தாழ்வு கொள்கை எதிர்ப்பு போன்ற தலைப்புகளில்

மகாவிகடதூதன் விமர்சனங்களைத் தொடர்ந்து எழுதிவந்தது. தொடர்ந்து 40 ஆண்டுகள் ஒரு தலித் இதழ் நடந்து வந்திருப்பது (1886–1927) அக்காலத்தில் நிச்சயமாக ஒரு சாதனை என்றே கருதவேண்டும்.

மனுதர்ம சட்டத்தின்படி, வாசிப்பதும், போதிப்பதும், யாசிப்பதுமே பிராமணர்களின் தர்மம் என்றிருந்த காலம் முதல் ஆங்கிலக்கல்விமுறை இந்தியாவில் நிலைப்படுத்தப்பட்ட காலம் வரையில் அறிவுக்குச் சொந்தமானவர்கள் என்றும், கல்வி வாசனையுள்ளவர்கள் என்றும் கருதப்பட்டு, நம்பப் பட்ட பிராமணர்கள் (ஜனவிநோதினி பத்திரிக்கை ஆசிரியர் திரு.கிருஷ்ணமாச்சாரியார், சுதேசமித்திரன் ஆசிரியர், ஜீ.சுப்பிரமணிய அய்யர்) பத்திரிக்கை தொடங்கிய அதே சமயத்தில் அவர்களுக்கு இணையாக, தலித் அறிவு ஜீவிகளும் தங்கள் இதழ்களை வெளியிட்டனர். மேற்கூறிய பிராமணர்கள் பாரம்பரிய, பழமைவாதக் கருத்துக்கள் அடிப்படையில் பத்திரிக்கை நடத்தியபோது, கடவுள் மறுப்பு, சமய எதிர்ப்பு, சாதிதகர்ப்பு, விதவை மண ஆதரிப்பு போன்ற புரட்சிகரமான கருத்துக்களுடன் பத்திரிகை நடத்தியது பெரிய சாதனையாகும். சுகிர்தவசனி, இந்துமத சீர்திருத்தி, மகாவிகட தூதன் போன்ற பத்திரிகைகள் இந்த சாதனைகளைத் துவக்கி வைத்தன. சமூக அந்தஸ்தையும், வசதிவாய்ப்புகளையும் வாழ்வில் தொடர்ந்து அனுபவித்து வந்த பிராமணர்களுக்குச் சமமாக, வறுமையிலும், சமூக இழிவிலும், வசதி இன்மையிலும் உழன்றுவந்த ஆதிதிராவிடர்களும் பத்திரிகைகள் தொடங்கி, நடத்தியது அவர்களின் அறிவுத்தளத்தின் வலிமையையும் தெளிவுத்தன்மையையும் காட்டுகிறது. மண்ணுரிமை, சொத்துரிமை, கல்விஉரிமை, பிற மக்களிடையே சுதந்திரமாக புழங்கும் உரிமை பலநூற்றாண்டுகளாக மறுக்கப்பட்ட நிலையிலும் ஆதிதிராவிடர்களின் அறிவுச்சங்கிலி அறு படாமலும், அதற்கேற்ற வலிமையுடனும் தொடர்ந்து வளர்ந்து வந்துள்ளதை நாம் பார்க்கமுடிகிறது. அவ்வறிவு, ஆதிதிராவிடர்களின் ரத்தத்திலும் மரபணுக்களிலும் தலை முறைகளைத் தொடர்ந்து, ஊறி வந்துள்ளதைப் பார்க்கிறோம்.

அறிவுத்தளத்தின் புதியபரிமாணம்

தமிழகத்தில் ஆரியவழிபட்ட மன்னராட்சிமுறை பல்லவர் காலத்திலேயே தொடங்கிவிட்டது. தொடர்ந்த பாண்டியர், சோழர், நாயக்கர், மராத்தியர் காலங்களிலும் ஆரிய ராஜகுருக்களின் வழிகாட்டுதல் படியே (சனாதன, சதுர்வர்ண தர்மம்) மன்னர்கள் ஆட்சி நடத்தினர். இந்துக்களல்லாத முகம்மதியர், அரேபியர்கள், சுல்தானியர்கள் ஆட்சியிலும், இந்து மத, சாதி பழக்க வழக்கங்களில் தலை யிடமுடியாத நிலை இருந்துள்ளது. ஆங்கிலேயர் ஆட்சி அமையும் வரையில் ஆரிய சாதி, சமய பழக்க வழக்கங்கள் இம்மியும் அசைக்கப்படாமல் பின்பற்றப்பட்டு வந்தது. சாதிவகைப்பட்ட மக்களின் வாழ்க்கைமுறை சமய சட்டங்களின் படியே தீர்மானிக்கப்பட்டு நடந்துள்ளது. இந்த வகையில் சமண பௌத்தர்களான ஆதிதிராவிடர்கள் ஆரியப் பண்பாட்டுக்கு பகைவர்களாகக் கருதப்பட்டு, சமூகத் திலிருந்து விலக்கப்பட்டு, தனிச் சமூகமாக (excluded society) வாழ கட்டாயப்படுத்தப் பட்டுள்ளனர்.

இது கடவுளின் ஏற்பாடு என்றும், அம்மக்கள் அத்தகைய துயர வாழ்வை வாழ்ந்தே தீரவேண்டும் எனவும் போதிக்கப்பட்டு நம்பப்பட்டு வந்தது. இவ்வாறு, மக்கள் சாதிகளாகப் பிரிக்கப்பட்டு சாமி, சாஸ்திரங்களின் கட்டுப்பாட்டில் வைக்கப்பட்டிருந்தனர். ஆனால், ஆங்கில நிர்வாகச் சட்டங்கள், (Rule of law, Uniform Common civil code) மனிதர்களைச் சாதியினராகக் கருதாமல், சமமானவர்களாகக் கருதி நடத்தியது. இதனால் மக்கள் அனைவரும் சட்டங்களின் கீழ் கொண்டுவரப்பட்டனர். சட்டங்களே ஆட்சி நடத்தும் மக்களாட்சிமுறை நடைமுறைக்கு வந்தது. அனைத்து மக்களும் பிரதிநிதித்துவ முறையில் ஆட்சியில் பங்கேற்கும் முறை (Government through representation) வந்தது. இப்புதிய சூழ்நிலைக்கேற்றவாறு, தகவமைத் துக் கொள்ளவேண்டி, ஆதிதிராவிடர் அறிவுத்தளத்தில் புதிய பரிமாணம் தோன்றியது. அயோத்திதாசர், ஜான் ரத்தினம், இரட்டைமலை சீனிவாசன் எம்.சி.இராஜா போன்றவர்களின் அறிவுப்பிரச்சாரம் புதியதொரு அரசியல் பரிமாணத்தை

உண்டாக்கியது. எனவே, இதுவரையில் மொழி, இலக்கிய, இலக்கண, வளர்ச்சியிலும், சாதி, சமய, சாத்திர எதிர்ப்பிலும், ஈடுபட்டுவந்த ஆதிதிராவிடர்களின் அறிவுத்தளம், பதினொட்டாம் நூற்றாண்டின் இறுதியில், அரசியல் அறிவுத்தளமாக விரிந்து செயல்படத் துவங்கியது.

இந்த புதிய அரசியல் அறிவுத்தளத்திற்கு பண்டிதர் அயோத்திதாசர் அடிக்கல் நாட்ட, இரட்டைமலை சீனிவாசனும், M.C. இராஜாவும் மேல்தளங்களைக் கட்டி எழுப்பியுள்ளனர். இவ்வாறு எழுப்பப்பட்ட ஆதிதிராவிடர்களின் அரசியல் அறிவுத்தளத்திற்கு அறிவை பரப்பி வந்த சில வார, மாத இதழ்களே (பத்திரிக்கைகள்) காரணமாயிருந்தன. இதில், "தமிழன்" "பறையன்" எனப் பெயரிடப்பட்டு வெளிவந்த இருபெரும் பத்திரிக்கைகள் பெரும்பங்கு வகித்தன. மக்களாட்சிமுறை, பிரதிநிதித்துவ ஆட்சிமுறை போன்ற அரசியல் கருத்தாக்கங்களின் அவசியத்தையும், அதில் ஆதிதிராவிடர்கள் பங்கேற்க வேண்டியதின் முக்கியத்துவத்தையும் வலியுறுத்தி மேற்கூறிய இதழ்கள் அறிவு பரப்பிவந்தன. ஆதிதிராவிடர்களின் சமூக வாழ்வின் முன்னேற்றத்திற்கும், வளர்ச்சிக்கும் அரசியல் ஈடுபாடு மிகமிக அவசியம் என்பதை அவ்விதழ்கள் வலியுறுத்திவந்தன. இவ்விரு இதழ்களின் தொண்டினை நாம் ஒவ்வொன்றாகப் பார்க்கலாம்.

பறையன் – இதழ் 1893

காலவரிசையில் பறையன் இதழ் முதலிடம் பிடிக்கிறது. சமூக அரசியல் விழிப்புணர்வை ஆதிதிராவிடர் சமூகத்திற்கு வழங்கியதிலும் இவ்விதழ் முதலிடம் வகித்து, ஆதிதிராவிடர் அறிவுதளத்தில் சிறப்பான இடத்தைப் பெறுகிறது. இந்து சமூகச் சாதி அமைப்பின்படி, தீண்டத்தகாதச் சமூகமாகக் கருதப்பட்ட ஆதித்திராவிடச் சாதி எத்தனை தைரியமிருந்தால் பறையன் என்ற பெயரில் ஒரு பத்திரிக்கை நடத்தியிருக்கும், அதுவும் 125 ஆண்டுகளுக்கு முன் (2018–ன்படி). அந்த தைரியம் அவ்விதழ் ஆசிரியர் இரட்டைமலை சீனிவாசனுக்கு இருந்தது. அவர் தனது சுயசரிதையில் கீழ்கண்டவாறு கூறுகிறார்.

"நான், நான் என்ற மகாமந்திரத்தை ஜெபித்து கொண்டிருப்பவன், தன்னையுணர்ந்து சகலமு மறியும் ஞானியாகி தலைவனைக் காண்பது போல், நான், நான் என்று எவனொருவன் தன்னை யும் தன் இனத்தையும் மறுக்காமல், அச்சமும் நாணமும் இல்லாமல் உண்மைபேசித் தன் சுதந்திரத்தை பாராட்டுகிறானோ, அவன் மதிக்கப் பெற்று இவ்வாழ்க்கையில் சம்பத்துள்ள வனாய் நித்ய சமாதானத்துடன் வாழ்வானாகையால் பறையர் இனத்தவனொருவன் "பறையன் என்பவன் நான் தான்" என்று சொல்லி முன் வந்தாலொழிய அவன் சுதந்திரம் பாராட்ட முடியாமல் தாழ்த்தப்பட்டு என்றும் தரித்திர னாய் இருப்பானாகையால், "பறையன்" என் னும் மகுடம் சூட்டி ஒரு பத்திரிக்கை பிர சுரித்தேன்." [114]

எவ்வித ஒளிவு மறைவுமின்றி, தான் ஒரு பறையன் என்பதை பறைசாற்றி "பறையன்" என்ற மகுடம் சூட்டி பத்திரிக்கை துவக்கிய இரட்டை மலை சீனிவாசனின் வீரமும், விவேகமும், ஞானமும் மெச்சத் தகுந்தது.

கி.பி. 1818–ம் ஆண்டு வாக்கில் ஆதித்திராவிட மக்கள் முன்னேற வழிவகைகளைக்கண்டு கூறுமாறு மாவட்ட கலெக்டர்களை ஆங்கில நிர்வாக ரெவின்யுபோர்டு கேட்டிருந்தது. இது குறித்த விபரம் நீண்ட நாட்களாக தெரியாமலிருந்தது. 1893ம் ஆண்டு வாக்கில் இம் மக்களுக்கு கல்வியளிக்க ஆங்கில நிர்வாகம் முயன்றது. ஆனால், அதுவும் நிறைவேறவில்லை. எனவே, இம்மக்களுக்கு ஒரு தூண்டு கோலாக "பறையன்" பத்திரிக்கையைத் துவக்கியதாக சீனிவாசன் குறிப்பிடுகிறார்.[115] சமண, பௌத்தர்களான ஆதிதிராவிடர்களைப் பழிக்கும் நோக்குடன் ஆரியப் பூசாரிகள் "பறையன்" என்று பெயரிட்டழைத்தாலும், அச்சொல், ஆதிகாலச்சமூகத்திற்கு நன்மை–தீமைகளை ஆராய்ந்தறிந்து சொன்னவர்களைக் குறித்ததாகும் என அயோத்திதாசர்

குறிப்பிட்டார். (பறைதல்–சொல்லுதல்) வாழ்விற்கு தேவையான நன்னெறிகளையும் நன்மைதீமைகளையும் எடுத்துக்கூறியவர்களைக், கணியனார், (கணித்துக்கூறுபவர்) பண்டாரம் (அறிஞர்) என்ற பெயரிலும் பண்டைய தமிழ் இலக்கியங்கள் கூறுகின்றன.

பௌத்தர்களும், சீக்கியர்களும், கிறித்துவர்களும், ஆங்கிலோ–இந்தியர்களும், இஸ்லாமியர்களும், வாழ்ந்த நாட்டில், தங்கள் இனத்தை–மதத்தை முன்னிறுத்தும் நோக்கில் மட்டுமே "தி ஹிண்டு" (The Hindu) என்ற பெயரில் ஆங்கில பத்திரிக்கையைப் பிராமணர்கள் துவக்கினார்கள் என்று கருத இடமுண்டு. இது போலவே, தங்கள் இனத்தைப் பெருமைபடுத்தும் நோக்கில் பறையன் பத்திரிக்கையைச் சீனிவாசன் துவக்கினார் எனக் கருதவும் இடமுண்டு. இப்பத்திரிக்கை ஆதித்திராவிட மக்களின் சமூகப் பொருளாதார, கல்வி மற்றும் அரசியல் தொடர்பான செய்திகளை வெளியிட்டு, மக்களுக்கு விழிப்புணர்வை ஏற்படுத்தியது. சிவில் சர்வீஸ் I.C.S. தேர்வை (தற்கால I.A.S; I.P.S தேர்வுகளுக்கச் சமமானவை) இந்தியாவில் நடந்த காங்கிரஸ் கட்சி முயற்சித்தபோது (அப்போது லண்டனில் மட்டுமே அத்தேர்வு நடந்தது) அதை பறையன் இதழ் எதிர்த்தது. அத்தேர்வு இந்தியாவில் நடத்தப்படுமானால், சாதி காழ்ப்புணர்வுடனிருக்கும் பிராமணர்கள் மட்டுமே வெற்றிபெருவார்கள்; பிற சாதியினரை வெற்றிபெறாமல் தடுத்து விடுவார்கள் என்று பறையன் பத்திரிக்கை எழுதியது. மேலும் தேர்வில் வெற்றிபெற்ற பிராமணர்கள் உயர்பதவிகளில் அமர்ந்து கொண்டு பிற சாதியார்களை ஒடுக்கி அடக்கிடுவார்கள் என்றும் அப்பத்திரிக்கை எழுதியது. இவ்வுண்மையை உணர்ந்து கொண்ட முஸ்லீம்களும் இதனை எதிர்த்தனர். மேலும் இக்கருத்தை, கேரள சஞ் சாரி, (மலையாளம்) விருத்தாந்த பத்திரிக்கா, (கன்னடம்) விருத்தாந்த சிந்தாமணி (கன்னடம்) போன்ற தலித் அல்லாத பத்திரிக்கைகளும் ஆதரித்தன என்பதை இந்திய மொழிப்பத்திரிக்கைகளின் அறிக்கை தெரிவிக்கிறது.[116]

பறையன் பத்திரிக்கையின் சமூகத்தொண்டு

ஆதித்திராவிட மாணவர்களைப் பொதுப் பள்ளிகளில் சேர்க்க ஆதிக்க சாதியினர் அப்போது எதிர்ப்பு காட்டிவந்தனர். எனவே இரட்டைமலை சீனிவாசன் இம்மாணவர்களுக்கு தனிப்பள்ளி கோரினார். மேலும் பொதுபள்ளிகளில் சேர்க்கப்பெறும் மாணவர்களுக்கு உணவுக்கான உதவிதொகை சலுகையையும் கோரினார். இச்செய்திகள் தொடர்பான விபரங்களும் விவாதங்களும் பறையன் இதழில் வெளிவந்தன. இதைத் தொடர்ந்து, நல்லறிவும் நல்ல உள்ளமும் கொண்ட கிறித்துவ மிஷனரிகளும், வெஸ்லியன் மெத்தாடிஸ்ட் மிஷனரிகளும், தியாஸபிக்கல் சொஸைட்டி நிறுவனர் ஹென்றி ஸ்டீல் ஆல்காட் போன்றோரும் தீண்டத்தகாதாருக்கான தனி இலவசப் பள்ளிகளைத் தோற்றுவித்தனர். மக்கள் திரளை ஒரே சமூகமாக பாவித்து, நிர்வாக வசதிகளை எல்லோருக்கும் சமமாகச் செய்து கொடுக்க முயற்சித்த ஆங்கில ஆட்சிக்கு பலவழிகளிலும் இந்து ஆதிக்க சாதியினர் முட்டுக்கட்டை போட்டுவந்தனர். இதனை பறையன் பத்திரிக்கை அவ்வப்போது சுட்டிக்காட்டி செய்தி வெளி யிட்டுவந்தது. சூத்திரர்களுக்கும், பூர்வீக பௌத்தர்களுக்கும் (ஆதிதிராவிடர்கள்) கல்வி அளிக்க கூடாது என்ற மனுதர்ம கொள்கையைத் தொடர்ந்து கடைபிடிக்க காங்கிரஸ் கட்சியும், இந்து பழமைவாதிகளும் முயன்று வந்ததை பறையன் பத்திரிக்கை படம் பிடித்துக்காட்டி, கீழ்தட்டு மக்களிடையில் கல்வியின் அவசியம் பற்றிய விழிப்புணர்வை ஏற்படுத்தி வந்தது.

கி.பி.1894, நவம்பர் 10 அன்று வெளியான பறையன் இதழ், "கீழக்கரையில் வசிக்கும் 300 ஆதித்திராவிடக்குடும்பத்தினர் அங்குள்ள முஸ்லீம்களிடத்தில் சொல்லமுடியாத அளவுக்கு சாதிக் கொடுமைகளை அனுபவித்து வருவதால், அக்குல மாணவர்களுக்கு தனி பள்ளி அமைக்க வேண்டும்" என்று செய்தி வெளியிட்டது. 1895, ஆகஸ்டு 17 பறையன் இதழ்,

" மாவட்ட கழகங்களிலும் (போர்டு) நகராட்சி கழகங்களிலும் உள்ள உறுப்பினர்கள் உயர்

சாதியினராக இருப்பதால், பறையர்கள் கல்வி கற்று முன்னேறுவதை ஒருபோதும் விரும்ப மாட்டார்கள். இதற்கென அரசு வழங்கும் நிதி யையும் முறையாக செலவிடமாட்டார்கள். ஆகவே மாவட்ட நிர்வாகம், மாவட்ட கழகங் கள், நகராட்சிகளின் வருவாயில் குறிப்பிட்ட சதவீதத் தொகையை பறையர் பள்ளிக் கென பிரித்து ஒதுக்க வேண்டும். அந்த நிதி சரியாக செலவழிக்கப்படுகிறதா என்பதை அதிகாரிகள் மூலம் கண்காணிக்க வேண்டும்"[117]

என்ற கோரிக்கையை முன் வைத்தது.

பூர்வ பௌத்தர்களான ஆதிதிராவிடர்களின் கல்வி முன்னேற்றத்தில் மிகுந்த அக்கறை காட்டிவந்த சில இதழ்களும் பறையன் இதழின் முன்னெடுப்புகளை ஆதரித்தன. அயோத்திதாசரும், ஜான் இரத்தினம் அவர்களும் இணைந்து நடத்தி வந்த "திராவிடப் பாண்டியன்" இதழும், பா.அ. ராசேந்திரம்பிள்ளை நடத்திய மகாவிகட தூதன் இதழும் பறையன் இதழுக்கு ஆதரவாக பறையர்களின் தனிப்பள்ளி கொள்கையை ஆதரித்து எழுதி வந்தன. இவ்விதழ்கள் துவக்கிவைத்த "பறையர்களுக்கான தனிப் பள்ளி" கோரிக்கை, தமிழகம் மட்டுமல்லாது ஆந்திரம், கர்நாடகம், கேரளம் ஆகிய அண்டை மாநிலங்களிலும் விழிப்புணர்வை ஏற்படுத்தியது. அந்நாட்டு இதழ்களும் இதுகுறித்து ஆதரவாகவும், எதிராகவும் விவாதங்களை நடத்தின. இவ்வாறான விவாதங்களும் கோரிக்கைகளும் ஆங்கில நிர்வாகத்தைப் பறையர்கல்வி முன்னேற்றம் தொடர்பாக சிந்திக்க வைத்து, செயல்பட வைத்தன என்பதை இங்கு குறிப்பிடவேண்டும். "ஆலன் அக்டேவியஸ் ஹியூம், நார்ட்டான் போன்றவர்களால் துவக்கப்பட்ட காங்கிரஸ் கட்சி, ஜமீன்தார்களாலும், சாதிப்பற்று மிகுந்த இந்து பழமைவாதிகளாலும் கைப்பற்றப்பட்டு விட்டது. அக்கட்சி, ஆதிதிராவிடர்கள் முன்னேற்றம் குறித்து எதுவும் செய்யாது" எனப் பறையன் இதழ் கருத்து தெரிவித்துவந்தது.

பறையர் மகாஜன சபை

சமூக மற்றும் கல்வி முன்னேற்றத்தை மய்யமாகக் கொண்டு பறையன் இதழ் விழிப்புணர்வு ஏற்படுத்திய அதே நேரம், ஆதிதிராவிடர்கள், அரசியல் தளத்திலும் ஈடுபட்டு முன்னேற வேண்டும் என்பதிலும் முன்நின்றது. இந்நோக்கத்துடன் இவ்விதழின் ஆசிரியர் திரு.இரட்டைமலை சீனிவாசன் அவர்கள் 1892ல் பறையர் மகாஜன சபையைத் துவக்கினார். பறையர்களுக்காக துவக்க காலத்தில் தொடங்கப்பட்ட முதல் அமைப்பு இது. ஐ.சி.எஸ் (I.C.S) போன்ற அகில இந்திய அரசுப்பணிகளுக்கான தேர்வை இந்தியாவில் நடந்த காங்கிரஸ் எடுத்த முயற்சியை எதிர்த்த சீனிவாசன், தமது பறையர் மகாசபை மூலம் தீர்மானம் நிறைவேற்றி, 3412 உறுப்பினர்களின் கையெழுத்துடன் 112 அடி நீளமுள்ள கோரிக்கை மனு ஒன்றை தயாரித்தார். ஜெனரல் சர் சார்ஜ் ஜென்னி எனும் ஆங்கில பாராளுமன்ற உறுப்பினர்மூலம் அம்மனு பிரிட்டிஷ் பாராளுமன்றத்தில் சமர்பிக்கப்பட்டது. இந்நிகழ்வு, இந்தியாவிலும் இங்கிலாந்திலும் பெரும் விவாதங்களைத் தோற்றுவித்தது. இது தொடர்பாக காங்கிரஸ் மீண்டும் மீண்டும் முயன்றது; கட்சியின் தலைவர் தாதாபாய் நௌரோஜ் இக்கோரிக்கையை மீண்டும் கையில் எடுத்த போது,

> **"மிஸ்டர் தாதாபாய் நௌரோஜ் பாராளு மன்றத்தில் ஐ.சி.எஸ். பரிஷை (தேர்வு) விஷயத்தில் அரசு செயலரின் முடிவு நியாயமற்றது எனும் கருத்தை முன்மொழியவிருக்கிறார். சில பிரா மணர்களால் முன்னெடுக்கப்படும் இக் கோரிக் கையை, நியாயமற்றது எனக்கருதி, எதிர்ப்ப தற்கு சூத்திரர்கள், முஸ்லீம்கள், பறையர் கள் ஒன்றிணையவேண்டும்"**[118]

எனப் பறையன் இதழ் அறைகூவல் விடுத்தது. இந்த பிரச்சனையில் சுதேசமித்திரன் இதழ் காங்கிரசுக்கு ஆதரவான நிலை எடுத்த போது, அதற்கு எதிராக பறையன் இதழ் தொடர்ந்து விவாதம் நடத்தியது.

இங்கு ஒரு செய்தியை விளக்கி கூற வேண்டும். கி.பி.1854, 1856ம் ஆண்டுகளிலேயே ஆங்கில நிர்வாகம், இந்திய தீண்டத்தகாதாரின் கல்வி முன்னேற்றம் குறித்த விஷயங்களில் அக்கரை செலுத்தியதை அந்தந்த ஆண்டறிக்கைகள் குறிப்பிடுகின்றன. கி.பி.1872 வாக்கில் செங்கல்பட்டு மாவட்ட கலெக்டராக பணியாற்றிவந்த டிரமென்ஹீர் (Tremenhere I.C.S.) அவர்கள் பறையர்களுக்கு கல்வியளிக்க வேண்டிய அவசியம் பற்றி A note on the paraiahs of the chingleput district என்ற அறிக்கையைத் தயாரித்து ஆங்கில பாராளுமன்றத்தில் தாக்கல் செய்தார். ஏப்ரல் 13, 1895ல் வெளிவந்த பறையன் இதழ் டிரமென்ஹீரின் அறிக்கையைக் குறிப்பிட்டு பறையர்களுக்கு கல்வி அளிக்க வேண்டியதின் அவசியத்தை மீண்டும் வலியுறுத்தியது. நிலமை இவ்வாறிருக்க, 25 ஆண்டுகள் கழித்து துவக்கப்பட்ட நீதிக்கட்சியின் ஆட்சியினால் தான் பறையர்கள் அரசியலறிவு பெற்றார்கள்; பல சமூகப்பயன்களைப் பெற்றனர் என்றும் ஒரு கருத்து பரப்பப்பட்டுள்ளது. நீதிக்கட்சியின் இப்பிரச்சாரம் தவறு என்பதை கீழ்க்கண்ட செய்தி குறிப்பிடுகிறது.

> " The paraiah question, the panchama Education, the outcastes progress and the like would amply vouch for the abiding interest of those European Scho -lars in the history and culture of the Dalits in the Madras presidency ....
>
> ....
>
> The matter attracted the attention of the British parliament and copies of the question and answer on the subjects in the house of commons were furnished with the secretary of the states despatched dated 7th July 1891. Thus, then, there was a new and widespread awareness on the Paraiah question."[119]

என்ற லண்டன் டைம்ஸ் செய்திக்குறிப்பு, 1891க்கு முன்னதாகவே ஆங்கில ஆட்சி பறையர் கல்விக்கான நடவடிக்கைகளைத் துவங்கி விட்டதைக் கூறுகிறது.

பறையன் இதழின் சமூகத் தொண்டும், பறையர் மகாஜன சபையின் அரசியல் நடவடிக்கைகளும் ஆதித்திராவிட மக்களின் அறிவு வளர்ச்சிக்கும், அரசியல் விழிப்புணர்வுக்கும் மிகப்பெரிய தொண்டினைச் செய் துள்ளது. கி.பி.1923ல் இரட்டைமலை சீனிவாசன் சென்னை மாகாணச் சட்டசபை உறுப்பினராக நியமனம் பெற்றார். பொது இடங்களிலும், பாதைகளிலும், கிணறு, குளம் போன்ற நீர்நிலைகளிலும், அரசு அலுவலகங்களிலும் ஆதிதிராவிடர் நுழைவதற்கும், பயன்படுத்துவதற்கும் இருந்த தடையைத் தகர்த்தார். இதற்கான சட்டம் வெளியிடப்பட்டு நடைமுறைபடுத்தப்பட்டது.[120] சென்னையிலும், பிற மாநக ராட்சிகளிலும், முனிசிபாலிட்டிகளிலும் (நகராட்சிகள்) இச்சட்டம் நடைமுறைக்கு வந்தது. சட்ட மீறலுக்கு தண்டமும் சிறைவாசமும் அளிக்கப்பட்டது.

சீனிவாசனின் இத்தகைய சமூக, அரசியல் நடவடிக்கைகள், 1930–31 களில், டாக்டர் B.R. அம்பேத்காருடன் இணைந்து வட்டமேஜை மாநாட்டில் சமர்பிக்கப்பட்ட உரிமை அறிக்கைகள் தயாரிப்பில் பெரிதும் பயன்பட்டன. சீனிவாசனின் அரசியல், சமுதாயத்தொண்டுகளை அங்கிகரித்து ஆங்கில அரசு அவரைப் பாராட்டியது. மேலும், ஜனவரி 1, 1926ல் ராவ் சாஹிப்பட்டமும், ஜூன் 3, 1930ல் ராவ் பகதூர் பட்டமும், ஜனவரி 1, 1936ல் திவான் பகதூர் பட்டமும் விருதுகளும் வழங்கி அவரை கவுரவித்தது. செப்டம்பர் 1945ல் அவர் மறையும் காலம் வரையில் அவரது சமூகப்பணி தொடர்ந்தது.

தமிழன் – தலித் இதழ் 1907–1933

தென் இந்தியாவைப் பொருத்த வரையில் கி.பி. 1878ல் ஹிந்து (The Hindu) ஆங்கிலப்பத்திரிக்கை துவக்கப்பட்டது. கி.பி. 1881–ல் பால கங்காதர திலகர் “கேசரி” என்னும் மராத்தி பத்திரிக்கையைத் துவக்கினார். 1882–ல் சுதேசமித்திரன்

பத்திரிக்கை துவக்கப்பட்டது. ஆனால், இவைகளுக்கெல்லாம் முன்னதாகவே கி.பி.1869ல் "சூரியோதயம்" என்ற தலித் பத்திரிக்கை துவக்கப்பட்டுள்ள நிகழ்வு ஆதிதிராவிடர்கள் அறிவாளிகளாகவும், அறிவுத் துறையில் முன்னோடிகளாகவும் இருந்துள்ளனர் என்பதை தெரிவிக்கிறது.

இந்த வரிசையில் "ஒருபைசா தமிழன்" என்ற பத்திரிக்கை தமிழ் அறிஞர், அயோத்திதாசரால், ஜுன் 19, 1907ல் சென்னை இராயப்பேட்டையில் துவக்கப்பட்டது. இப்பதிரிக்கை ஒரு வருடம் கழிந்த நிலையில் 1908–ல் "தமிழன்" எனப் பெயர் மாற்றம் பெற்றது. ஆதிக்க சாதியினரின் செய்தித்தாட்கள் கவனத்தில் கொள்ளாத சாதி வேறுபாடுகள், கொடுமைகள், உரிமை வேறுபாடுகள், தீண்டாமை போன்ற செய்திகளில் தலித் இதழ்கள் ஈடுபட்டு செய்திகள் வெளியிட்டன. வெரும் செய்தி வெளியீடு மட்டுமல்லாமல் அச்செய்திகள் கீழ்த்தட்டு மக்களின் சமூகப்பொருளாதார விடுதலைக்கும் முன்னேற்றத்திற்கும் தேவையான விழிப்புணர்வைப் பரப்பும் நோக்கில் செயல்பட்டன. தமிழன் ஆசிரியரான அயோத்திதாசப் பண்டிதர், இந்திரர் தேச சரித்திரம், புத்தரது ஆதிவேதம், அரசியல், பூர்வ தமிழ் ஒளி ஆகிய தொடர்களை எழுதி வந்தார். தமிழனில் சுவப்பனேஸ்வரி அம்மாள், ஜி.அப்பாதுரை, ஏ.பி.பெரியசாமி புலவர், பி.லெஷ்மிநரசு, பி.எம்.இராஜரத்தினம், டி.சி. நாராயணசாமி போன்ற அறிஞர்களும் தொடர்ந்து எழுதி வந்தனர். சாதிகளற்ற பண்டைய தமிழர் சமூகத்தில் ஆரியப் பூசாரிகள் சாதிகளை உயர்வு தாழ்வுடன் எவ்வாறு புகுத்தினர் என்பதை இலக்கிய வரலாற்று சான்றுகளுடன் தமிழன் இதழில் இவர்கள் எழுதிவந்தனர். ஆரிய சாதிப் பண்பாட்டையும் அவர்களின் மேலாதிக்கத்தையும் ஏற்க மறுத்து புரட்சிசெய்த ஆதிதிராவிடர்களையே (சமண–பௌத்தர்கள்) பறையர், பஞ்சமர் எனப் பழித்து சமூகவிலக்கு செய்துள்ளதைச் சான்றுகளுடன் அயோத்திதாசர் விளக்கினார். இவரின் சமூக விழிப்புணர்வுச் செய்திகள் தமிழகம் கடந்து தென் ஆப்பிரிக்கா, இலங்கை, பர்மா, பிஜி, மொரிஷியஸ் தீவுகள், சிங்கப்பூர், மலேசியா, தான்சானியா போன்ற நாடுகளிலும் பரவியது. அந்நாடுகளில் தமிழன் இதழுக்கான வாசகர்களும்,

ஏஜண்டுகளும் (பத்திரிக்கை வியாபாரிகள்) இருந்தனர் என தமது நூலில் ஜெ.பாலசுப்பிரமணியன் தெரிவிக்கிறார்.[121]

தமிழன் கட்டமைத்த வரலாற்று மறு ஆய்வு

தமிழ் இலக்கிய, இலக்கண அறிஞரான அயோத்திதாசர், சமய இலக்கியங்களிலும் வரலாற்றிலும் புலமை மிக்கவர். இந்திய பூர்வகுடி சமண பௌத்தர்களின் வரலாற்றை நன்கறிந்தவர். கி.மு. ஆறாம் நூற்றாண்டில் துவங்கிய பௌத்த தத்துவம், வேத பிராமணர்களின் கடவுள் (நம்பிக்கை) தத்துவத்தையும் அது தொடர்பான நால் வருண சாதிக் கோட்பாட்டையும் எதிர்த்தும் ஏற்க மறுத்தும் பிரச்சாரம் செய்தது. இவை மனித குல முன்னேற்றத்திற்கும் நல வாழ்விற்கும் முட்டுக்கட்டையாகும் என்ற கருத்தை புத்தர் மக்களிடையில் பரப்பினார். கி.மு. 2–ம் நூற்றாண்டு வாக்கில் தமிழகத்தில் பரவிய பௌத்தம் கி.பி.6ம் நூற்றாண்டுவரையில் கோலோச்சியது. ஏழாம் நூற்றாண்டில் சைவமும், 9, 10ம் நூற்றாண்டுகளில் வைணவமும் வலுப்பெற்று எழுவதற்கு முன்பு வரை தமிழகத்தில் சமண, பௌத்த நெறிகளே ஆட்சி செய்தன. பின்னரும், கி.பி.1200 வரையில் தென் இந்தியாவில் ஆட்சி செய்த சிறிய, பெரிய அரசுகள் பௌத்த நெறியைத் தழுவியே இருந்ததை வரலாறு கூறுகிறது. சமண, பௌத்த பள்ளிகள், மடாலயங்கள், விகாரைகள் தமிழகம் முழுதும் பரவியிருந்தன் மக்கள் சமண, பௌத்த பண்பாட்டு வாழ்வை மேற்கொண்டிருந்தனர். இக்கால இலக்கியங்களும் சமண, பௌத்த சமய இலக்கியங்களும் இதற்கு சான்று பகர்கின்றன.

இந்நிலையில், சோழர்களாலும், பின்வந்த அரசுகளாலும் வளர்க்கப்பட்ட, ஆரிய வழிபட்ட சைவ வைணவ நெறிகளின் அடிப்படையில் மட்டுமே வரலாற்றை கட்டமைப்பதும், அதுவே தமிழர்களின் வரலாறு, பண்பாடு எனக் கூறுவதும் ஏற்கத் தக்கதல்ல என அயோத்திதாசர் கூறினார். ஏறக்குறைய 800 ஆண்டு கால (கிமு 200– கி.பி.600) வரலாற்றை மறைப்பதும், மக்களின் சமண, பௌத்த பண்பாட்டு வாழ்க்கையைக் கணக்கில் கொள்ளாமலும் சைவ வைணவ வழி முறைகளை மட்டுமே வரலாறாக கட்டமைத்து எழுதப்பட்டுள்ள

வரலாற்றையும் அயோத்திதாசர் மறுத்துரைத்தார். இந்த நாட்டு பூர்வகுடியினரின் பண்பாடு, பௌத்த பண்பாடு மட்டுமே என்பதை மறைக்கவே, களப்பறையர் ஆட்சி காலத்தை (கி.பி.150 முதல் கி.பி.450) "இருண்டகாலம்" என்ற ஒரு சொல்லாடலைப் பயன்படுத்தி அக்கால மக்கள் வாழ்க்கை பண்பாடு குறித்து எதுவும் தெரியவில்லை என்று ஆரியச் சார்பு வரலாற்றாசிரியர்கள் பதிவு செய்துள்ளனர் என்பதை நாம் நினைவில் கொள்ள வேண்டும் - (ஆசிரியர்) மேலும், சாதிகளற்ற சமூகப்பண்பாடுதான் பௌத்த ஆதிதிராவிடர்களின் வாழ்வியல் கோட்பாடு என்பதை மறைப்பதற்கும், இந்நாட்டுப் பண்பாடு சாதி அடிப்படையில் அமைந்திருப்பது பாரம்பரியமானதும் இயல்பானதுமாகும் என்பதை நிலைநாட்டுவதற்கும் ஆரியச் சார்பான சமய இலக்கியங்களும் மொழி இலக்கியங்களும் தொடர்ந்து முயன்று வந்திருப்பதை அயோத்திதாசர் கண்டறிந்து வெளிப்படுத்தினார். ஆரிய-வேளாளர் கூட்டு முயற்சியால் சமண-பௌத்தம் அழியவும் சைவ வைணவம் வளரவும் வாய்ப்பு உருவானது. இதை விளக்கும் அயோத்திதாசர், சைவ வைணவ சாதி பண்பாட்டுக்கு எதிராக, சமண பௌத்த சாதிகளற்ற வாழ்வியல் பண்பாட்டையும் வரலாற்றையும் கட்டமைக்க பெரிதும் முயன்றார்.

வரலாற்று மறு கட்டமைப்பின் சிறப்பு

இன்றைய காலகட்டத்தில் இந்திய பண்பாட்டிற்கு உலக நாடுகள் அளிக்கும் பெருமையும் சிறப்பும் புத்த-தர்மத்தால் வந்துள்ளதே தவிர, இந்து தர்மத்தால் அல்ல. இந்த பெருமையை மாற்றியும் குழப்பியும் இந்துக்கள் தங்களுடையதாகக் காட்டுகின்றனர். புத்த-தர்ம நெறியை தங்களுடையதாக்கியே ஆதி சங்கரர் முதல் விவேகானந்தர் வரை கொள்கை பரப்பியுள்ளனர் என்பதை இன்றைய இந்து மதக் கொள்கையை ஆழ்ந்தும்-கூர்ந்தும் ஆய்ந்து பார்ப்பவர்களுக்கு நன்கு புரியும். விஸிஸ்டாத்துவைதம் கண்ட இராமானுஜர், ஆதி சங்கரின் அத்துவைதம் பிரசன்ன பௌத்தமே எனத் தெளிவாகக் கூறியுள்ளதைக் கவனிக்க வேண்டும். (பிரசன்ன பௌத்தம்-மாறுவேடத்தில் உள்ள

பௌத்தம் என்று பொருள்படும்) சென்ற நூற்றாண்டின் துவக்கத்தில், அமெரிக்க ஐக்கிய நாட்டில், சிகாகோ நகரில் கூட்டப்பெற்ற உலக சர்வமத மாநாட்டில் சுவாமி விவேகானந்தர் ஆற்றிய உரை பற்றி சிலாகிப்பவர்கள் அதிகம். "எனதன்பிற்குரிய சகோதர, சகோதரிகளே" என்ற வாக்கியத்துடன் (My dear sisters and brothers) அவர் உரை துவங்கியிருந்தது. இவ்வாக்கியத்தால் அங்கு கூடி-யிருந்த பலமதத்தவர்கள் பெரிதும் கவரப்பட்டார்கள். இளைஞரான விவேகானந்தருக்கு மதிப்பும் சிறப்பும் கிடைத்தது. ஆனால், அந்த வாக்கியம் இந்து மதத்திற்கு உரியதல்ல. மாறாக, அது பௌத்தத்தின் பண்பாடாகும். மனித சமுதாயத்தைச் சாதிகளற்ற, சமத்துவ சகோதரத்துவ அடிப்படையில் பார்த்த புத்தர், அதை வலியுறுத்தியே தன் பிரச்சாரத்தை நடத்தினார். மாறாக, நால்வருணச் சாதி சமுதாயத்தைத் தன் அடிப்படை கொள்கையாகக் கொண்டிருந்த வேத–பிராமண–பிற்கால இந்து மதத்தில் சமத்துவமோ, சகோதரத்துவமோ (சாதி வேறுபாட்டினால்) துளியும் இல்லை என்பது தெளிவு. சாதி மக்களாக அறியப்பட்ட இந்து சமூகத்தவரை "சகோதர, சகோதரிகளே" என இந்து மததலைவர் எவரும் அழைத்ததில்லை; இன்று வரையில் இது உண்மையாகிறது. புத்தர் போதித்த "உயிர் கொல்லாமை" என்பது வெறும் உயிர்க் கொலைமட்டுமல்ல. உயிர்களிடம் அன்பு காட்டுதல், சகோதரத்துவம் பேணுதல் அதில் அடக்கம். உயர்வு தாழ்வு பாராட்டுதல், வெறுத்தல், விலக்குதல் இல்லாத நிலைபாடு என்று அதற்கு பொருள். இதுவே புத்தரின் அறவழியாகும்; சுதந்திர இந்தியா தனது வெளியுறவுக் கொள்கையாக புத்தரின் பஞ்ச சீலத்தையும், தேசீய சின்னமாக அசோக தர்ம சக்கரத்தையும் ஏற்றதால் உலக நாடுகளிடையில் உன்னதமான இடத்தை பெற்றுள்ளது. இது பௌத்தத்தின் நன்கொடையாகும். Non-violence (Ahimsa) is the Chief Contribution of Buddhism to Hinduism என டாக்டர் S. இராதாகிருஷ்ணன் (முன்னாள் குடியரசு தலைவர், இந்திய தத்துவ மேதை) இதை தெளிவுபடுத்தியுள்ளதைக் கவனிக்க வேண்டும். ஆனால், இதை முழுமையாக மறைத்துவிட்டு, ஏதோ இந்து மதக் கொள்கையால் மட்டுமே இந்தியாவுக்கு

பெருமை கிடைத்துள்ளதைப்போல ஒரு தவறான கருத்தை பதிவு செய்துவருகின்றனர். இதை எதிர்க்கும் அடிப்படையிலும் அயோத்திதாசரின் அணுகுமுறை இருந்துள்ளது.

வரலாற்று மறு கட்டமைப்பின் முக்கியத்துவம்

அயோத்திதாசரின் வரலாற்று மறுவாசிப்பு மற்றும் கட்டமைப்பு என்பது முக்கியத்துவம் உள்ளதாகவும் வியப்புக்குரியதாகவும் உள்ளது. அவர்காலத்தில் (1914க்கு முன்) இந்திய வரலாறு முழுமையாகத் தொகுத்து வெளியிடப்படவில்லை. சிந்துச் சமவெளிநாகரீகம் நமக்குத் தெரிந்திராத காலம் அது. (1921–22ல்தான் அது புதையுண்ட மண்ணிலிருந்து தோண்டியெடுக்கப்பட்டது). ஆரியர்கள் வெளிநாட்டினர் என்பதுவோ, வெளி பண்பாட்டினர், வேற்று மொழியினர் என்பதுவோ தெரிந்திராத காலம். இத்தகைய சூழலில், ஆரியர்கள் வேற்று நாட்டினர், மொழியினர், பண்பாட்டினர் என்றும் இந்திய பண்பாட்டிற்குப் (சமண– பௌத்தம்) புறம்பானவர்கள் என்றும் அயோத்திதாசர் கூறுவது வியப்புக்குரியதல்லவா?[122] இந்த அடித்தளத்தின் மீதுதான், அவர், தனது "இந்திரர் தேச சரித்திரம்" என்ற வரலாற்று தொடரை தமிழன் பத்திரிக்கை மூலம் தமிழர்களுக்கு எழுதி வந்தார். மக்களின் கலை, இலக்கிய, வாழ்வியல் பழக்க வழக்கங்கள் உள்ளிட்ட சமுதாய வாழ்க்கை பௌத்த நெறி அடிப்படையிலேயே அமைந்திருந்தது என்பதை நிறுவி, மீண்டும் பௌத்த சமய கட்டமைப்பை உருவாக்குவதே அவரின் நோக்கமாக இருந்தது. இந்த முயற்சியில் தமிழன் பத்திரிக்கையின் பங்கு பாராட்டுக்குரியதாகும்.

சாதி காழ்ப்புணர்வு காரணமாக சிலர், தாசரின் கருத்துக்கள் புனையப் பட்டவை என்று கூறிவந்தனர். "அயோத்திதாசர் ஆய்வுகள்" என்ற நூலை வெளியிட்டுள்ள ராஜ்கௌதமன் அவர்கள்,

"வேத, கீத, சடங்கு மந்திரங்களிலிருந்தும் இதிகாசங்கள், புராணங்களிலிருந்தும் சரித்திர எதார்த்தங்களை மீட்டுருவாக்கம் செய்ய முடியுமென்றால், அயோத்திதாசர் புனைவு களிலிருந்தும் இன்னொரு மறைக்கப்பட்ட,

திரிக்கப்பட்ட –சரித்திர எதார்த்தங்களை மீட்டுருவாக்கம் செய்ய முடியுமல்லவா?''[123] என்ற சரியான வாதத்தை பதிலாக முன்வைத்துள்ளார்.

கி.பி. 1898ல் இலங்கை சென்ற அயோத்திதாசர் அங்கு புத்த தீட்சை பெற்று பௌத்தரானார். தமிழகம் திரும்பியபின் "தென்னிந்திய சாக்கிய பௌத்த சங்கம்'' என்ற அமைப்பைத் தொடங்கினார். பெங்களூர், கோலார், மாரிகுப்பம், திருப்பத்தூர், வேலூர் போன்ற ஊர்களில் கிளைகளுடன் இச்சங்கம் பணியாற்றியது.

தமிழன் வெறும் செய்தி பத்திரிக்கையாக மட்டும் செயல்படாமல் அது ஒரு மாபெரும் விழிப்புணர்வை மக்களிடையில் துவக்கிவைத்தது. ஒரு மாபெரும் சமூகத்தின் மறைக்கப்பட்ட வரலாற்றை மீட்டெடுக்கும் முயற்சியில் தன்னை ஈடுபடுத்திக் கொண்டது. ஏறக்குறைய 40 ஆண்டுகள் கழித்து வளர்ந்த தமிழக சமூக, அரசியல் தளங்களுக்கான அடிப்படை சித்தாந்தங்களை (கடவுள் மறுப்பு, பிராமண எதிர்ப்பு, சாதி ஒழிப்பு) அது உருவாக்கி தந்துள்ளது.

ஆதிதிராவிடர்களின் அறிவுதளத்தின் வலிமையை வெளிச்சம் போட்டுக் காட்டும் மேலும் சில தலித் இதழ்களைக் காண்போம். திராவிடப் பாண்டியன், இல்லற ஒழுக்கம், பூலோக வியாசன், திராவிட கோகிலம், மது விலக்கு தூதன், ஆல்காட் கிண்டர்கார்டன்மேகசின், வழிகாட்டுவோன், ஆதித்திராவிடன் (கொழும்பு), மெட்ராஸ் ஆதித்திராவிடன், ஜாதிபேதமற்றோன், இந்திரகுல போதினி, சாம்பவார்நேசன், ஆதித்திராவிட பாதுகாவலன், தருமதொனி, ஆதித்திராவிடமித்திரன், கிறித்துவஊழியன், நந்தனார், ஜோதி, சமத்துவம், புத்துயிர், தமிழர்சேவை, தீண்டாதார்துயரம், ஜெயகேசரி, சமத்துவசங்கு, தென்நாடு மற்றும் உதயசூரியன் ஆகிய தலித் இதழ்களின் பட்டியலைத் தந்து நம்மை மலைக்க வைத்துள்ளார். திரு.ஜெ.பாலசுப்பிரமணியன்.[124] கல்வி உரிமை மறுக்கப்பட்டவர்கள், கல்விவாசனை அற்றவர்கள், கல்விகற்கும் திறமையில்லாதவர்கள் என் றெல்லாம் பல நூற்றாண்டுகளாக விமர்சிக்கப்பட்டு வந்த

ஆதிதிராவிடர்களிடமிருந்து (1869 முதல் 1943 வரை) இத்தனை இதழ்களா? என நம்மை வியப்பிலும், பிரமிப் பிலும் ஆழ்த்துகிறது இந்த செய்தி. ஆதிதிராவிடர்கள் அறிவு வழிபட்டவர்கள், அவ்வழி நடப்பவர்கள் என்பது இயல்பானதாகும். இந்த மரபான அறிவு அவர்களிடம் தொடர்ந்தே வந்துள்ளது. ஆங்கிலேயர் வருகையினாலோ, மேனாட்டு அறிவியல் கல்வி பரவியதாலோ, இந்த எழுச்சி ஏற்பட்டுவிடவில்லை என்பதை நாம் உணரவேண்டும்.

திராவிடர் அரசியலுக்கு முன்னோடிகள்

கடந்த நூற்றாண்டுகாலத்தில் (1916–17 முதல் 2016–17) தமிழகத்தின் அரசியல், சாதி எதிர்ப்பையும், பிராமண எதிர்ப்பையும், கடவுள் மறுப்பையும் அடித்தளமாகக் கொண்டு இயங்கிவந்துள்ளது. பிராமணர்கள், சமூகத்திலும், அரசிய லிலும் செலுத்திவந்த ஆதிக்கத்தை எதிர்ப்பதும், அந்த இடத்தை பிராமணரல்லாதார் பெறுவதும் 1916ல் துவக்கப்பட்ட தென்னிந்திய நல உரிமை சங்கத்தின் குறிக்கோளாக இருந்தது. பின்னர் இது நீதிக்கட்சி (Justice party) என வளர்ந்து 1921–22ல் ஆட்சியைப் பிடித்தது. இக்கட்சியின் துணைத் தலைவராக ஆதிதிராவிடரான திரு.வி.சி.இராஜா இருந்துள்ளார். கி.பி.1930களில் தந்தை பெரியார் ஈ.வே. இராமசாமி திராவிடர் கழகத்தையும் பின்னர் சுயமரியாதை இயக்கத்தையும் துவக்கினார். இதற்கு ஏறக்குறைய அரை நூற்றாண்டிற்கு முன்னதாக திராவிடர்கழகம் ஜான்ரத்தினம் என்ற ஆதித்திராவிடரால் 1885ல் துவக்கப்பட்டது. இக்கழ கத்தின் பத்திரிக்கையாக திராவிடப்பாண்டியன் என்ற இதழையும் ஜான் ரத்தினமும் அயோத்திதாசரும் இணைந்து நடத்தினர். இவர்களால் உருவாக்கப்பட்டு, இதழ்கள் மூலம் மக்களிடையில் பரப்பப்பட்ட கடவுள் எதிர்ப்பு, சாதி எதிர்ப்பு, பிராமண எதிர்ப்பு, கீழ்தட்டுமக்களின் கல்வி, வேலைவாய்ப்பு முன்னேற்றம் போன்ற கருத்தாக்கங்களே பின்னாளில் தமிழக அரசியல், சமூகக் கொள்கைகளாயின. 1949ல் தோன்றிய திராவிட முன்னேற்றகழகம், 1972ல் தோன்றிய அண்ணா திராவிடமுன்னேற்ற கழகம், பின் வந்த பாட்டாளி மக்கள் கட்சி, மறுமலர்ச்சி திராவிட முன்னேற்ற கழகம்,

போன்றவை துவக்க காலத்தில் இத்தகைய கொள்கைகளையே பின்பற்றின. தேர்தலில் வெற்றிபெற்று ஆட்சியை பிடிக்கவும், வாக்குவங்கியை வளரச் செய்யவும், இக்கட்சிகள், கடவுள் மற்றும் பிராமண எதிர்ப்பு கொள்கைகளைக் கைவிட்டு விட்டன.

கி.பி. 1885ல் மறைதிரு.ஜான் ரத்தினம் துவக்கி வைத்த திராவிடர்கழக அரசியல்தான் இன்றைய தமிழக அரசியலுக்கு முன்னோடி என்பதை நாம் புரிந்து கொள்ள வேண்டும். ஜான்ரத்தினம் அவர்கள் சென்னை, ஆயிரம் விளக்கு பகுதியில் இயங்கிவந்த வெஸ்லியன் மிஷன் பள்ளியில் தலைமை ஆசிரியராக பணியாற்றியபோது தமிழ்த்தென்றல் திரு.வி.கல்யாணசுந்தரமும் தமிழாசிரியராகப் பணியாற்றினார். இருவரும் நெருங்கிய நண்பர்கள். ஆனால், அந்தப் பள்ளி "டிப்ரஸ்டுகிளாஸ்" எனப்பட்ட ஆதிதிராவிடர்களுக்கானது. மற்ற சாதி மாணவர்களும் சேர்த்துக் கொள்ளப்பட்டனர். அந்த நாளில் ஆதித் திராவிடர்க்கென்று அமைக்கப்பட்டிருந்த பள்ளிகளிலேயே, இது சிறந்ததாயும் பெரியதாயும் விளங்கியது எனத் திரு.வி.க. தன் சுயசரிதையில் குறிப்பிட்டுள்ளார்.

"ஆயிரம்விளக்கு பள்ளியில் நாடோரும்
ஆதிதிராவிடப்பிள்ளைகளுடன் பழகும்
பேறு எனக்கு கிடைத்ததன்றோ? அதனால்
யான் அடைந்ததென்னை? யானும் ஆதித்
திராவிடனாகிய பேற்றை அடைந்தேன்.
அதாவது, நான் சாதியற்றவனானேன். பிறப்
பில் உயர்வுதாழ்வு கூடாதென்று பேசிவந்தேன்."[125]

எனத் திரு.வி.க. தன் வாழ்க்கைகுறிப்பில் கூறியுள்ளார்.

திராவிடர் அரசியலுக்கு, கடவுள் மறுப்பு, ஆரிய ஆதிக்க எதிர்ப்பு, சாதிமறுப்பு, சமத்துவ சகோதரத்துவ சமூக அமைப்பு போன்ற கருத்தாக்கங்களை உருவாக்கி கொடுத்த பண்டிதர் அயோத்திதாசர், மக்கள் தொகைக் கணக்கெடுப்பின் அடிப்படையில் ஒவ்வொரு பிரிவினருக்கும் அரசு பணிகளிலும்பிற வாய்ப்புகளிலும் விகிதாச்சார முறையில் "இடஒதுக்கீடு" அளிக்கப்பட வேண்டும் என்ற

கருத்தாக்கத்தையும் முன் வைத்தார். (பார்க்க: எழுத்தாளர் கௌதம சன்னா எழுதியுள்ள "பண்டிதரின் நன்கொடை" என்ற நூல்) இந்த கருத்தாக்கம் தான், பின்னாளில் தமிழகத்தில் நீதிக்கட்சி ஆட்சியில் பின்பற்றப்பட்ட வகுப்பு வாரி பிரதிநிதித்துவ கொள்கைக்கு வழிகாட்டியது கி.பி.1917ம் ஆண்டு வாக்கில் டெல்லி பாராளுமன்ற உறுப்பினரான இராஜா, பாராளுமன்றங்களிலும் மாநில சட்டமன்றங்களிலும் ஆதிதிராவிடர்களுக்கு இட ஒதுக்கீடு வேண்டும் என்ற கோரிக்கை வைத்ததற்கும் அயோத்திதாசரே வழிகாட்டியுள்ளார். கி.பி.1930–31–ல் லண்டன் வட்டமேஜை மாநாட்டில், அம்பேத்கார்–சீனிவாசன் உரிமை சாசனம் ஆதிதிராவிடர்களுக்கு தனி தொகுதிகள், இடஒதுக்கீடு கோரியதற்கும் இதுவே வழிகாட்டியுள்ளதை இங்கு சுட்டிக்காட்ட வேண்டும்.

மேலும் ஒரு ஆதித்திராவிட ஆளுமை

அயோத்திதாசர், இரட்டைமலை சீனிவாசனைத் தொடர்ந்து, இந்திய அரசியலில் ஆளுமை செலுத்திய வி.சி. இராஜாவின் பணிகள் முக்கியத்துவம் வாய்ந்தது. கி.பி. 1919 வாக்கில் இந்தியாவிற்கு வருகை தந்த "மான்டேகு –செம்ஸ்போர்டு" குழுவை இராஜா சந்தித்தார். இர்வின்பிரபு, ரீடிங் பிரபு, கவர்னர் ஜெனரல் ஆகியோரை ஆதித்திராவிட மக்கள் பிரதிநிதிகளுடன் சந்தித்து கோரிக்கைகள் பல வைத்தார். கி.பி. 1921, 1925, 1926 ஆம் ஆண்டுகளில் சென்னை சட்டமன்ற உறுப்பினராகப் பணியாற்றினார். ஆதிதிராவிடர்களுக்கு இவர் ஆற்றிய பணியைப் பாராட்டி, 1922–ல் ராவ்பகதூர் பட்டமளித்தது ஆங்கில அரசு. இந்திய அரசின் மையக்குழுவுக்கு (central committee) தாழ்த்தப்பட்டோர் வாழ்க்கைநிலை, வாக்குரிமை, பிரதிநிதித்துவம் தொடர்பான கோரிக்கைகளை அனுப்பினார். சென்னை சட்டமன்றத்தில், வருவாய்துறை உறுப்பினராகவும், உள்துறை மற்றும் வளர்ச்சிதுறை அமைச்சராகவும் இராஜா பணியாற்றினார்.[126] கி.பி.1931ல், மார்ச்சு 7–ம் நாள் லண்டனில் நடைபெற்ற வட்டமேஜை மாநாட்டில் உரையாற்றி, அம்பேத்கரின் கோரிக்கைக்கு வலுவூட்டினார். இந்தியாவுக்கு 1942ல் வருகை

தந்த சர்ஸ்டாபோர்டு–கிரிப்ஸ் தூதுக்குழுவை டாக்டர் அம்பேத்கருடன் இணைந்து சந்தித்து ஆதித்திராவிடருக்கான கோரிக்கைகளை முன் வைத்தார்.

“சுதந்திரம் அடையப்போகும் நிலையிலுள்ள இந்தியாவில், ஆதிக்கச் சாதியாரிடம் அளிக் கப்படும் எந்த அதிகாரமும் ஆதித்திராவிட மக் களுக்கு பயன்படாது”

என அக்குழுவிடம் வலியுறுத்திக்கூறினார்.

இத்தகைய அரசியல் ஆளுமைகள் தான் பிற்காலத்தில் ஆதிதிராவிடர்களுக்கு அரசியல், சமூக வழிகாட்டிகளாகத் திகழ்ந்துள்ளனரே தவிர, பிற தலித்தல்லாதார் அல்ல எனத் தெரிகிறது. ஆதிதிராவிடர்களுக்கு அரசியல் அறிவுமட்டுமல்ல, சமூக விழிப்புணர்வு, விடுதலை உணர்வு என்ற அனைத்தையும் தலித்தல்லாதாரே (நீதிக்கட்சி, திராவிடகட்சிகள் மூலம்) அளித்தனர் என்ற ஒரு கருத்து பரப்பப்பட்டுள்ளது. ஆனால், வரலாறு வேறு விதமான காட்சிகளைப் படம் பிடித்து காட்டுகிறது.

1. ஆங்கிலேயர் ஆட்சியில், தீண்டத்தகாதார் எனக்கருதி சமூகவிலக்கு அளிக்கப்பட்டிருந்த ஆதிதிராவிடர்களுக்கு (இந்து சமய தடை சட்டங்களுக்கு எதிராக) கல்வி, வேலைவாய்ப்பு மற்றும் முன்னேற்றத்தை அளிக்க முனைந்து நடவடிக்கைகள் எடுக்கப்பட்டன. அதனை சமயம், சாஸ்திரம் பெயரால், இந்து பழமைவாதிகள் தடுத்து வந்தனர். இதை அப்போது துவக்கப்பட்டிருந்த காங்கிரஸ் கட்சியும் மறைமுகமாக ஆதரித்தது. ஆதித்திராவிட மக்களை கல்வி, வேலைவாய்ப்புகளில் முன்னேற்ற, தனிச் சட்டங்கள் தேவை என்றும், தனித்துறை (Department) வேண்டும் என்றும் ஆதித்திராவிட தலைவர்கள் தொடர்ந்து வலியுறுத்தி வந்தனர். இதன் விளைவாக கவர்னர் ஜெனரல் தொழிலாளர் துறையை (Labour Department) புதிதாகத்துவங்கினார். டாக்டர் அம்பேத்கர், வி.சி. இராஜா போன்ற பலர் இத்துறை அமைச்சர்களாக பணியாற்றினர். இத்துறையால் உருவாக்கப்பட்டதுதான் ஆதிதிராவிடர்களுக்கான தனிப்

பள்ளிகளாகும். சாதி காழ்ப்புணர்வினாலும் சாஸ்திர தடையாலும் பொது பள்ளிகளில் சேர்ந்து கல்வி கற்க முடியாத ஆதித்திராவிட மாணவர்கள் தனிப்பள்ளிகளில் தடைஏதுமின்றி பயில முடிந்தது. இதுபோலவே இவ்வகுப்பு தொழிலாளர்கள் வேலை வாய்ப்பினைப் பெற முடிந்தது. இவ்வாறு, கல்வி கற்றும், வேலைவாய்ப்பு பெற்றும் முன்னேறும் ஆதிதிராவிடர்களைத் தடுப்பதற்காகவே, நிதிபற்றாக் குறையைக் காரணம் காட்டி, நீதிக்கட்சி ஆட்சி, இத்துறையை இழுத்து மூடியது. சமூக நீதியைக் காப்பாற்ற வந்ததாகக் கூறிக்கொண்ட நீதிக்கட்சி இந்த நீதியற்ற செயலை 1921–22ம் ஆண்டில் செய்து முடித்தது.[127] சுதந்திரத்திற்கு பிறகு இந்த துறை, ஆதிதிராவிடர் நலத்துறையாக புதுப்பிக்கப்பட்டது.

2. கி.பி. 1921 சென்னை, பின்னி ஆலை வேலைநிறுத்த போராட்டம் நடந்தது. இதில் கலந்து கொண்டதற்காக ஆதித்திராவிடத் தொழிலாளர்கள் சாதி இந்துக்களால் கடுமையாகத் தாக்கப்பட்டனர். இது புளியந்தோப்பு கலவரம் எனப்பட்டது. இச்சமயத்தின் நீதிக்கட்சியின் தலைவராக பணியாற்றிய சர் P.T.தியாகராயர், "பறையர்களைச் சென்னை நகர எல்லையைவிட்டே வெளியேற்ற வேண்டும்" என அறிக்கை விட்டார். திராவிடன், ஜஸ்டிஸ் போன்ற நீதிக்கட்சி பத்திரிக்கைகளும் ஆதிதிராவிடர் விரோத போக்கைக்காட்டி செய்திகள்வெளியிட்டன.128 நீதிக்கட்சியின் நீதி இவ்வாறு தான் இருந்தது. ஆங்கிலேயர்களால், ஆதிதிராவிடர்களுக்காக ஒதுக்கப்பட்டிருந்த லட்சக்கணக்கான ஏக்கர் பஞ்சமி நிலங்களைச் சட்டத்திற்கு புறம்பாக, கைப்பற்றி கொண்டவர்கள் பிராமணரல்லாத இந்த இடைநிலைச் சாதியினரே.

3. உயர்வு தாழ்வு என்ற சாதி வேறுபாடுகளுக்கும், உரிமை மாறுபாடுகளுக்கும் காரண கர்த்தாக்கள் ஆரியப்பிராமணர்களே என்றாலும், சாதிச் சட்டங்களைக் கடுமையாக அமுல்படுத்தி ஆதிதிராவிடர்களின் சமண பௌத்த சமயங்களை அழித்தது ஆரிய வழியில் நாடாண்ட தமிழ் மன்னர்களே. ஆதிதிராவிடர்களின் உரிமைகளைப் பறித்ததும், தடை

செய்ததும் இடைநிலைச் சாதியினராகத் தங்களைக் கருதிக் கொண்ட தமிழர்களே.

சுதந்திரத்திற்கும் பிறகும், ஆதிதிராவிடர்கள் தங்களுக்குச் சமமாகவோ, தங்களைவிட உயர்ந்த நிலையிலோ வாழ்க்கை வசதி வாய்ப்புகளைப் பெற்றுவிடக் கூடாது என்பதில் இந்த இடைநிலைச் சாதியினர் முனைப்புடன் உள்ளனர். ஆதிதிராவிடர்களுக்கு எதிராக, கடந்த 70 ஆண்டுகளாக நடைபெற்றுவரும் கலவரங்கள் இதற்கு சாட்சிகளாக உள்ளன. தமிழகத்தைப் பொருத்தவரையில், கீழவெண்மணி, விழுப்புரம், கொடியன்குளம், தாமிரபரணி, திண்ணியம், வாச்சாத்தி, பரமகுடி, தர்மபுரி, கடலூர், மரக்காணம் ஆகிய ஊர்களில் நடத்தப்பட்ட அத்தனை பெரிய கலவரங்களும் இடைநிலைச் சாதியார்களால் அரங்கேற்றப்பட்டுள்ளதை வரலாறு பதிவு செய்துள்ளது. உயிரிழப்புகளும், பொருள் நாசங்களும், வீடு எரிப்புகளும் ஆதிதிராவிடர்களை அடக் கியும், ஒடுக்கியும், வாழ்வை முடக்கியும் வைத்துள்ளன.

வன்கொடுமைகளும், பாலியல் வல்லுறவுகளும், படு கொலைகளும், சாதி ஆணவக் கொலைகளும் (சுதந்திர ஜனநாயக நாட்டில்) சர்வ சாதாரணமாக அரங்கேறிக் கொண்டுள்ளன. சமூகநீதிபற்றி அதிக அளவில் பேசப் படுகிறது. ஆனால், சமூக அநீதிகள் அதைவிட அதிகம் நடைபெறுகிறது. நாற்றமெடுத்த ஒரு போலியான சாதிப் பண்பாட்டில் தமிழர்கள் தடுமாறி வாழ்கின்றனர். இந்நிலை யில், தங்களுக்குத் தேவையான சமூக, அரசியல் அறிவு தளங்களைஆதிதிராவிடர்கள்தாங்களேகட்டி எழுப்பியுள்ளனர் என்பதை கடந்த கால வரலாறு கூறுகிறது. தற்கால வரலாறும் அவ்வாறே தொடர்கிறது. காந்திவந்தார்; காரல்மார்க்ஸ் வந்தார்; பெரியார் வந்தார் என வரிசையாகக் கூறப்பட்டாலும், அவர்களின் தத்துவங்களை விழுங்கி ஜீரணித்துவிட்ட ஆதிக்க சாதியினர் ஆதிதிராவிடர்களை முடக்குவதிலேயே இன்றும் முனைப்புகாட்டுகிறார்கள்.

அரசியலறிவு தளத்தில் புதிய முயற்சிகள்

காந்தீய, மார்க்சீய, பெரியாரிய தத்துவங்கள் அந்தக்

கட்சியினர் சிலருக்கு சட்டமன்ற, பாராளுமன்ற உறுப்பினர் பதவிகளைப் பெற்றுதரவும், சிலருக்கு அமைச்சர் பதவிகளைப் பெற்றுதரவும், ஓரிருவரை முதல் அமைச்சராக்குவதற்கும் பயன்பட்டிருக்கிறதேயல்லாமல், ஆதித்திராவிட மக்களின் வாழ்வில் எந்த மாற்றத்தையும் ஏற்படுத்திவிடவில்லை. சிலர் படித்துள்ளனர், பதவிகளில் இருக்கின்றனர்; மிகச் சிலர் பணமும் சேர்த்துள்ளனர். ஆனால், அவர்களின் சமூக அந்தஸ்தில் எந்த மாற்றமும் இல்லை. இன்றும் அவர்கள் பறையர்களே; பள்ளர்களே; அருந்ததியர்களே— சட்டப்படி. டாக்டர் K.R. நாராயணனும், (தற்போது) திரு.ராம்நாத் கோவிந்தும் குடியரசு தலைவர் மாளிகையில் குடியேறலாம். ஆனால் குக்கிராம பஞ்சாயத்தில் தலைவராக முடியவில்லை. காந்தீய, மார்க்சீய, பெரியாரிய தத்துவங்கள் ஆதிதிராவிடர்களுக்கு ஆதரவு குரல்கள் போல தோன்றுகிறதே தவிர, உண்மையில் எதிராக செயல்படுகிறது என்பதை மிகத் தாமதமாக உணர்ந்து, தலித்துகள் (ஆதிதிராவிடர்கள்) தங்களின் தனி அடையாளங்களையும், தனித்தன்மைகளையும் முன்னெடுக்கத் துவங்கியுள்ளனர். அரசியலில், விடுதலை சிறுத்தைகள் கட்சி, புதியதமிழகம் கட்சி, பல்வேறு சமூக அமைப்புகள் போன்றவைகளைக் குறிப்பிடலாம். தலித் அல்லாதார் அறிவுத்தளம் என்பது சாதிப் பண்பாட்டின் மீது அமைந்துள்ளது. ஆதிதிராவிடர்களின் அறிவுத்தளம் என்பது சாதிகளற்ற சமத்துவ சமூகப் பண்பாட்டைத் தன்னுள் ஏற்றுக் கொண்டுள்ளது.

சங்க காலத்திற்கு முன்பே துவங்கி இன்று வரையில் தொடர்ந்து வளர்ந்து வருகிறது. இடைகாலத்தில், அயலவர் ஆதிக்கத்தால் சில தேக்கங்களும், தொய்வுகளும் ஏற்பட்டுவிட்டாலும், இன்றுவரையில், அந்த அறிவுச்சங்கிலி அறுந்துவிடாமலும், மறைந்துவிடாமலும் தொடர்ந்துக் கொண்டிருப்பது குறிப்பிடத்தக்கதாகும்.

அறிவுலகமேதை அம்பேத்கர்

அறிவினால்ஆகாதது உண்டோ? அறிவை மையமாகவைத்தே இந்த உலகில் அனைத்து முன்னேற்றங்களும் தொடர்கின்றன.

தனி மனிதனின் அகவாழ்வில் மட்டுமில்லாமல் புற வாழ்விலும் அறிவே வழிகாட்டுகிறது. அறிவியல், மருத்துவம், பொருளாதாரம், அரசியல், சமூகம், கலை, தொழில் வளர்ச்சி தொழில்நுட்பம் ஆகிய அனைத்து துறைகளிலும் அறிவின் பயன் அதிகரித்து கொண்டே இருக்கிறது. அறிவு மட்டுமே தன் சமூக இழிவையும் அடிமைத்தனத்தையும் நீக்கும் என்பதை கண்ட அம்பேத்கர், அறிவைத்தேடித்தன் பயணத்தைத் தொடர்ந்தார். அமெரிக்கா, இங்கிலாந்து, ஜெர்மனி போன்ற வெளிநாட்டுப் பல்கலைக்கழகங்களில் உயர்கல்வியையும் ஆராய்ச்சி கல்வியையும் மேற்கொண்டார். அறிவுகொண்டு ஆராய்ந்த அம்பேத்கர், தனது சமூகம் அடிமைபட்டு கிடப்பதற்கு தலைவிதி காரணமல்ல அறியாமையே காரணம் எனக் கண்டுபிடித்தார்.

நம்பிக்கை அடிப்படையிலேயே பல நூற்றாண்டுகளாக வாழ்ந்து, அடிமை வாழ்வை இயல்பானதாக மனம் ஏற்று பல தலைமுறைகளாக வாழ்ந்து வந்த சமூகத்தில், அந்த ஆரிய நம்பிக்கையைக் கைவிட்ட ஆதிதிராவிடர்களில் அம்பேத்கரும் ஒருவர். அயோத்திதாசரைப் போல் இரட்டைமலை சீனிவாசனைப் போல M.C. இராஜாவைப்போல் பேராசிரியர் சிவராஜைப்போல, அறிவைப் பெற்ற நிலையில், தன் சமூக தாழ்வுக்கும், இழிவுக்கும் காரணங்களை ஆய்வுமூலம் கண்டறிந்தார். கி.பி.*1916*–ல் அமெரிக்க கொலம்பியா பல் கலைக்கழகத்தில் மானுடவியல்துறை கருத்தரங்கில் தனது ஆய்வு கட்டுரையைச் சமர்பித்தார்; Castes in India-their genesis, growth and development என்ற ஆய்வுக்கட்டுரை மூலம் தனது சமூக தாழ்வுக்கான காரணங்களைக் கண்டார். நோய்க்கான பரிகாரத்தை மட்டுமே தேடிக் கொண்டிருந்த மக்கள் மத்தியில் நோய்க்கான காரணங்களைக் கண்டறிந்தார் அம்பேத்கர்.

சமூக விஞ்ஞானி அம்பேத்கர்

நோயோ, துன்பமோ ஒருவருக்கு நேரின், அதற்கான துன்ப நோய் நீக்க நடவடிக்கைகளையே இதுவரை மக்கள் மேற்கொண்டிருந்தனர். நோய் அல்லது துன்ப நிவாரணமாக

கடவுள் என்ற ஒருவரை முன் வைத்தனர், நம்பிக்கைவாதிகள். கடவுளின் பராமரிப்பு திட்டத்தின்படியே மனிதர்கள் இன்பமோ, துன்பமோ அனுபவிக்கிறார்கள். கடவுளிடம் முறையிட்டால் துன்ப நிவாரணத்தை அவர் வழங்குவார் என்பது தொடர்நம்பிக்கையாக இருந்து வந்தது. துன்பத்திற்கான காரணத்தைத் தேட மனிதன் அனுமதிக்கப்படவில்லை. மாறாக, தடுக்கப்பட்டான். துன்பத்திற்கான காரணம் கடவுள் மட்டுமே என்பதால், அவரையே. நாடவேண்டும் என்பது நம்பிக்கை (மத) வாதிகளின் வழிகாட்டுதலாக இதுவரை இருந்தது. அறிவு வடிவமான புத்தரை தம் குருவாக ஏற்றுக் கொண்ட அம்பேத்கர், புத்தமத வழியில் நின்று, துன்பம் உள்ளதை ஏற்று கொண்டார். பிறரைப் போல துன்ப நிவாரணத்தை தேடாமல், துன்பத்திற்கான காரணங்களைத் முதலில் தேடினார்;. துன்பம், துன்ப காரணம், துன்ப நிவாரணம் என்பதே புத்தரின் வழிகாட்டுதலாகும். துன்ப காரணம் தெரியவந்தால் மட்டுமே தகுந்த நிவாரணம் செய்ய முடியும். இதைத்தான் உலகப் பேராசான் வள்ளுவப்பெருந்தகை,

“நோய்நாடி, நோய்முதல்நாடி, அது தணிக்கும்
வாய்நாடி வாய்ப்ப செயல்”

எனக் கூறியுள்ளார். நோயை நாடுவதற்கும், நோய் முதலை நாடுவதற்கும் பின் அது தணிக்கும் வாய் நாடுவதற்கும் தேவைப்படுவது அறிவே; நம்பிக்கை அல்ல. அறிவை கொண்டு ஆய்ந்த போது; மனிதர்களின் துன்பத்திற்கு காரணம் கடவுளோ, அவன் கூறும் தலைவிதிக் கொள்கையோ அல்ல என்பது வெளிவந்தது. நோய்க்கான காரணத்தைக் கண்டறிந்து பின் தேவையான மருந்தை அளிக்கும் ஒரு மருத்துவர் போல, சமூகத்துக்கான மருத்துவர் அம்பேத்கர் செயல்பட்டார். அறிவாயுதம் என்ற ஆயுதத்தை வைத்தே சமூக மருத்துவரான அம்பேத்கர், சமூக விடுதலைக்கு சிகிச்சை மேற்கொண்டார்.

இந்த அறிவாயுதமே அம்பேத்கரை, லண்டன் வட்டமேஜை மாநாட்டிலே நிறுத்தியது; வாதாடவைத்தது; வெற்றிபெறச் செய்தது. “தீண்டத்தகாதாரும் இந்துக்களே; அவர்களுக்குத் தனியே சுதந்திர உரிமை தேவையில்லை” எனக் காந்தியார்

கூறியபோது, “இல்லை, அவர்கள் தனிச் சிறுபான்மையோர்” என இந்த அறிவாயுதமே விளக்கி கூறியது. “நீங்களும் (காந்தியும் அவரைச் சார்ந்தோரும்) நாங்களும் (அம்பேத்கரும் அவரைச்சார்ந்தோரும்) இந்துக்களே என்பது உண்மையானால், உங்களுக்கான உரிமைகள் எங்களுக்கில்லையே ஏன்?” என இந்த அறிவாயுதமே கேள்வி கேட்டு காந்தியாரைத் திணர அடித்தது. சாதிக்கொரு நீதி சொல்லும் இந்துக்களின் சட்ட நூலான மனுதர்மத்தை இந்த அறிவாயுதமே தீயிட்டு சாம்பலாக்கியது. இந்திய அரசமைப்புச் சட்டத்தை எழுதி, தீண்டத்தகாதார் என முத்திரை குத்தப்பட்டிருந்த ஆதிதிராவிடர் (பூர்வகுடிமக்கள்)களைச் சமய, சாஸ்திரபிடியிலிருந்து விடுவித்து சுதந்திர மனிதர்களாக்கியது இந்த அறிவாயுதமே. இந்துமத சாக்கடையிலிருந்தும் இழிவிலிருந்தும் தம்மையும் தம் மக்களையும் சுத்தப்படுத்திக் கொள்ள பௌத்த நதியில் மூழ்கி எழச் செய்ததும் இந்த அறிவாயுதமே. கற்பி, புரட்சிசெய், ஒன்றுசேர் என்ற விழிப்புணர்வைக் கொடுத்திருப்பதும் இந்த அறிவாயுதமே. ஆதிதிராவிடர் என்போர் அறிவில் குறைந்தவர்கள்; அடிமையாக இருக்க மட்டுமே தகுதியானவர்கள் என்ற பழைய வரலாற்றை மாற்றி, இவர்களின் புதிய வரலாற்றை எழுதியதும் இந்த அறிவாயுதமே.

இந்த அறிவாயுதத்தை எவரும் அம்பேத்கருக்கு அளிக்கவில்லை; அவரே தயாரித்தார்; ஆதிதிராவிடர்களுக்கு சுயஅறிவு உண்டு என்பதை நிறுபித்தார். சர்வ சக்தி படைத் திருப்பதாக நம்பப்பட்ட கடவுளால் கூட விடுதலையளிக்க முடியாத மக்களுக்கு இந்த அறிவாயுதமே விடுதலையளித்தது.

அம்பேத்கர் காலத்திற்கு முன்பு வரை, இந்நாட்டில் வரிசை வரிசையாக கடவுள்கள் வந்தனர்; கடவுள் அருளாளர்கள், அவதாரங்கள், ரிஷிகள், மகான்கள், (கடந்தகாலம், நிகழ்காலம், எதிர்காலம் என்கிற) மூன்று காலங்களையும் உணர்ந்ததாக நம்பப்பட்ட முனிவர்கள், தத்துவஞானிகள் போன்றோர் வந்தனர். இவர்களால், தீண்டாமைக்கு உள்ளாக்கப்பட்டிருந்த ஆறில் ஒரு பகுதி இந்திய மக்களை விடுவிக்கவோ, காப்பாற்றவோ முடியவில்லை. அம்பேத்கர்

என்ற ஒரு ஆதித்திராவிடரே அதை செய்து சாதனை படைத்தார்.

ஆதிதிராவிடர்களின் அறிவுத்தளம் எத்தனை ஆற்றல் படைத்தது என்பதற்கோர் எடுத்துக்காட்டு இச்சாதனை. இந்த அறிவு சுயம்புவானது. தானே வளர்ந்தது. காலச்சீர்மையும், அனுபவமும், அனுமானமும் இந்த அறிவை அளித்திருந்தது. இந்த அறிவுத்தளம் அனைவருக்குமானது. மனிதர்களுக்கிடையில் வேற்றுமைகள் மறைந்து ஒற்றுமை வளரவும் சமத்துவ சகோதரத்துவ சமூகம் மலரவும் அறிவு வழி பயன்படும்.

நிறைவாக சில ...

கடல் கொண்ட தென்னாடு எனப்பட்ட லெமூரியா கண்டத்தில் வாழ்ந்த நாகர்களின் அனுபவ அறிவும் அனுமான அறிவும் அவர்களின் சந்ததியனரான நாக –எயினப்பறையர்களிடம் மிகுந்திருந்தது. எயினர் எனப்பட்டவர்கள் தொழில் அடிப்படையில் குறிஞ்சி, முல்லை, மருதம், நெய்தல், பாலை போன்ற பகுதிகளில் வாழ்ந்தனர். பல்வேறு தொழில்களைச் செய்த ஒரே குலத்தவரான இப்பறையர்கள், இந்தியாவிற்கு குடியேறிய திராவிடர்களுக்கும் (காலத்தால்) முந்தியவர்கள்; இதற்குபின் வந்த ஆரியர்களுக்கும் முந்தியவர்கள். இந்தியாவின் பூர்வகுடி, மூலக்குடி என்ற வரலாற்றுத் தொன்மையைக் குறிக்கும் நோக்கில் தங்களை "ஆதிதிராவிடர்கள்" என அழைத்துக் கொள்வதில் பெருமையடைகின்றனர். இவர்களின் குண சிறப்பம்சங்களான உயிர்களைச் சமமாக பாவித்தல், அன்பு பாராட்டல், அரவணைத்தல், சகோதரத்துவம்பேணல், பகுத்துண்ணல் போன்றவை இவர்களின் அறிவுதளத்தின் அடிப்படைகளாக அமைந்திருந்தன. இதற்கு, இன்றைக்கு இரண்டாயிரமாண்டுகளுக்கு முந்திய இலக்கியங்கள் சான்று கூறுகின்றன.

இவ்வறிவிற்கு எதிரான கருத்தியல்கள் சங்க காலத்தில் புதிதாகத் தோன்றியபோது, அவைகளைப் புறந்தள்ளியும், எதிர்த்தும் அறிவு நெறிகளை இத்தளம் பரப்பியது. களப்பறையர்காலத்தில் அரசியலிலும் சமூகத்திலும் நடத்தப்பட்ட இவ்வெதிர்ப்புரட்சி வெற்றிபெறவில்லை.

இரண்டாம் அறிவுபுரட்சியைத் தமிழ்ச் சித்தர்கள் நடத்தினர். பெரும்பான்மையான மக்களும் மன்னர்களும் ஆரிய வழியில் அமிழ்ந்து போனதால் பிற்கால தாயுமான சுவாமிகள், வைகுண்ட சாமிகள், இராமலிங்கசுவாமிகள் போன்றோர் இந்த அறிவுதளத்தை மீட்க, நிலைநிறுத்த போராடியுள்ளனர்.

உண்மைக்கு எவ்வாறு அழிவில்லையோ, அது போல அறிவுக்கும் என்றும் அழிவில்லை. மனிதர்களைப் பாகுபடுத்தி, உயர்வுத் தாழ்வைக் கற்பித்து, உரிமை மறுத்து, ஒருவரோடு ஒருவர் மோதிக் கொள்ளச் செய்யும் நம்பிக்கை அடிப்படை யிலான கருத்து சமூகத்தில் நிலைத்திருப்பதைப் போலவே, இவைகளை மறுக்கும் எதிர்க்கும் கருத்தியல்களும் சமூகத்தில் தொடர்ந்து நிலைத்திருக்கிறது. மனித சமுதாயம் அன்புடனும், அமைதியுடனும் தொடர்ந்து வாழ, மேலே குறிப்பிட்ட இரு கருத்தியல்களில் எது தேவை என்பதை அறிவு வழியில் நின்று மக்கள் தேர்ந்தெடுத்துக் கொள்ள வேண்டும். நாம் முன்பே பார்த்த தலித் அறிவு இதழ்கள் மக்களை, குறிப்பாக, கீழ்தட்டு மக்களை, விழிப்படயச் செய்யவே பணியாற்றின. சாதி இந்துக்களால் நடத்தப்பட்ட செய்தி தாட்களும், வார, மாத இதழ்களும் பரப்ப இயலாத, விரும்பாத சமூக எழுச்சிக் கருத்துக்களைத் தலித் இதழ்கள் பரப்பிவந்தன. நீண்ட தூக்கத்திலிருந்த தலித்துகளை அரசியல்வழி படுத்துவதையும், சனநாயக வழிபடுத்துவதையும் இவ்விதழ்கள் செய்து வந்திருப்பதைக் காணலாம். விமர்சனம், மதச்சார்பின்மை, சமத்துவம், சுதந்திரம், தீண்டாமை எதிர்ப்பு, சாதி ஒழிப்பு, சங்கம் அமைத்தல், அநீதிகளை அம்பலப்படுத்துதல், அறிவியல் பூர்வமான நவீன கருத்துக்களைப் பரப்புதல் போன்ற பயனுள்ள கருத்துப்பரப்புதலையே தலித் இதழ்கள் மேற்கொண்டு வந்திருப்பதை காணமுடிகிறது. இந்த அறிவியக்க முன்னெடுப்புகள், பிராமணர்களால் முன்வைக்கப்பட்ட சுதேசி அரசியலுக்கு முட்டுக்கட்டை போடுமளவிற்கு அமைந்திருந்தது குறிப்பிடத்தக்கது. மேலும், அப்போது நாடாண்ட ஆங்கில அரசுக்கு, இந்தியாவில் சாதி, சமயம் பெயரால் நடைபெறும் சமூக அநீதிகளைப் படம் பிடித்துக்காட்டியது; இவ்வநீதிகளை நீக்க வேண்டியதின் அவசியத்தை உணர்த்தியது.

மேற்கூறிய ஆதித்திராவிட (தலித்) அறிவு இயக்கத்தின் காரணமாக (1) 1909 மின்டோ–மார்லி சீர்திருத்தம் (2) 1919 மாண்டேகு–செம்ஸ்போர்டு சீர்திருத்தம் (3) 1928 சைமன் கமிஷன் போன்ற ஆங்கில அரசின் சட்ட நடவடிக்கைகளில் ஆதிதிராவிடர்களின் சமூக, அரசியல், கல்வி, வேலைவாய்ப்பு செய்திகள் கணக்கில் எடுத்துக் கொள்ளப்பட்டு, நடவடிக்கைகள் மேற்கொள்ளப்பட்டன. கி.பி.1935–ம் ஆண்டின் இந்திய அரசு சட்டம், கி.பி.1947ம் ஆண்டின் இந்திய சுதந்திரச் சட்டம் போன்றவை ஆதித்திராவிடமக்களின் உரிமைகளை உறுதிபடுத்தின.

அறிவினால் என்ன ஆகும்?

அறிவினால் எல்லாம் ஆகும்; ஆகாதது எதுவும் இல்லை. உண்மையில் அறிவினால் மட்டுமே மனிதன் நல்வாழ்வு வாழ்கிறான். ஏழை எளியவர்களையும், வறுமையில் வாடுபவர்களையும், சுரண்டலுக்கும் அடிமை வாழ்விற்கும் ஆளானவர்களையும் அறிவே விடுவித்திருக்கிறது; முன்னேற்றியிருக்கிறது. உலக வரலாறு இப்படித்தான் கூறுகிறது. உலக வரலாற்றில் பல நாகரீகங்களையும் வாழ்ந்து மறைந்த பல சமுதாயங்களையும் பார்க்கிறோம். வசதிபடைத்தவர்கள், வாய்ப்பு கிடைத்தவர்கள் ஏழை எளிய மக்களை சுரண்டி, அடிமைப்படுத்தியே வந்துள்ளனர். இதனை நியாயப்படுத்தவும் நிலைபடுத்தவும் எடுத்த முயற்சியில் மதம், கடவுள், சாத்திரம் போன்ற கருத்தியல்களைத் தொடர்ந்து பயன்படுத்தி வருகின்றனர். நவீன காலம் வரையில் மதங்களின் பிடியில் மனிதன் வைக்கப்பட்டிருந்தான். மதச் சட்டங்களே நாடுகளை ஆட்சி செய்தன. கிறித்துவ வரலாற்றிலும், இஸ்லாமிய வரலாற்றிலும், இந்துக்கள் வரலாற்றிலும் மற்றும் மறைந்து போன சிறிய பெரிய சமூகங்களின் வரலாற்றிலும் ஒரு நூற்றாண்டிற்கு முன்புவரை மதங்களே ஆட்சி நடத்தின. நடந்துள்ள அத்தனை சிறிய, பெரிய போர்களுக்கு மதங்களே காரணமாக இருந்துள்ளன.

ஐரோப்பாவில் நடந்த நூற்றாண்டுபோர், முப்பதாண்டுப் போர், ஏழாண்டு போர், முதலாம் உலகப் போர், இரண்டாம்

உலகப்போர் போன்றவைகளுக்கு மதக்காரணங்களே அடிப் படையானது. ஆங்காங்கே, தற்காலத்தில் நடக்கும் தீவிரவாதம், பயங்கரவாதம் போன்ற நடவடிக்கைகளுக்கும் மதங்களே காரணமாக அமைந்துள்ளதை பார்க்கிறோம். கோடிக்கணக்கில் மக்கள் மடிகின்றனர். பொருட்கள் நாசமடைகின்றன. இவைகளிலிருந்து விடுபட மனிதன் அறிவை நாடவேண்டும். அறிவினால் மக்கள் விடுவிக்கப்பட்டதும், அதன் காரணமாக எழுந்த பல புரட்சிகளையும் வரலாறு காட்டுகிறது. வேதம் ஓதி மனிதர்களிடையில் பேதம் கற்பித்த ஆரிய ஆதிக்கத்ததையும், நால்வருண சாதிக் கோட்பாட்டையும் எதிர்த்து 2500 ஆண்டுகட்குமுன் தன் அறிவு புரட்சியைத் துவக்கினார் புத்தர். கிறித்துவ மதக் கொடுங்கோன்மையை எதிர்த்து கி.பி.1515–ல் மார்ட்டின் லூதர் சமய புரட்சியை (Reformation) ஜெர்மனியில் துவக்கினார். கி.பி.1600 களில் இங்கிலாந்தில் அரசியல் புரட்சி நடந்தது. கி.பி.1789–ல் பிரான்ஸில் பெரிய சமூகப் புரட்சி நடந்தது. கி.பி.1850 வாக்கில் ஜெர்மனியிலும் இங்கிலாந்திலும் தொழிற்புரட்சி நடந்தது. கி.பி.1917–ல் ரஷ்யாவில் மிகப்பெரிய பொதுவுடமை புரட்சி நடந்தது. தொழிற்புரட்சியைத் தவிர்த்த மற்ற புரட்சிகள் மூலம், சுரண்டலுக்கும் அடிமைதளத்திற்கும் ஆளாகி துன்பப்பட்டவர்கள் விடுதலை யானார்கள். இத்தனை புரட்சிகளிலும், தங்களை அடிமை படுத்தி வைத்திருந்த பழமைவாத கருத்துக்களையும், நம்பிக்கை வாத கருத்துக்களையும் எதிர்த்தே மக்கள் புரட்சியில் ஈடுபட்டனர். தெளிந்த அறிவே அவர்களுக்கு வழிகாட்டியது. அறியாமையிலிருந்தும், அடிமைத்தனத் திலிருந்தும், சுரண்டலிலிருந்தும், மக்களை அறிவே விடுவித்திருக்கிறது. அவர்களை, அவமானத்திலிருந்தும், வறுமையிலிருந்தும் அறிவே விடுவித்திருக்கிறது. இன்றைய உலகின் அறிவியல், மருத்துவ, தொழிற்நுட்ப புரட்சிக்கு அறிவே அடிப்படை. தொலைதொடர்பு, போக்குவரத்து, வாகனவசதிகள், மருத்துவ கண்டுபிடிப்புகள், விண்வெளி ஆய்வு என்ற அனைத்தும் அறிவினால் ஆகும் செயல்கள்; சாதனைகள். மாறாக, நம்பிக்கை இன்றுவரை நம்பிக்கையாக மட்டுமே தொடர்கிறது.

அறிவுத்தளம், ஆரிய நம்பிக்கை தளத்தை எதிர்ப்பது ஏன்?

இரண்டாயிரம் ஆண்டுகளுக்கு முன்னர் ஆதிதிராவிடர் களால் துவக்கி வைக்கப்பட்ட அறிவுத்தளமே இன்றுவரையில் செயல்பட்டுக் கொண்டுள்ளது; இன்றும் தொடர்ந்து பேசப்படுகிறது. ஏனெனில், இந்திய பூர்வ குடியினர், நம்பிக்கை தளத்தினரின் சுரண்டலுக்கும் ஒடுக்குமுறைக்கும், அவமானத்திற்கும் தொடர்ந்து ஆளாக்கப்பட்டு வருகின்றனர். நம்பிக்கை வாதிகளின் முழு மூளைச் சலவைக்கும் பூர்வ குடியினர் ஆளாகியுள்ளனர். நம்பிக்கை தளம் கூறும் கடவுள் தத்துவம் என்ற அனைத்தும் மாந்தர்குல நல்வாழ்விற்கு எதிராகவே உள்ளன. இந்து மத வேதங்களும் சமய சாஸ்திரங்களும், மனிதர்களைச் சாதிகளாக பிரித்து சம மற்றவர்களாகக்கருதி, உரிமை வேறுபாடுகளைப்போதிக்கிறது; நடத்துகிறது. இதனால், உரிமை வேறுபாடுகளாலும், உயர்வுதாழ்வு சமூக அந்தஸ்தாலும், மக்கள் ஒருவரோடு ஒருவர் சண்டையிட்டும், மோதிக் கொண்டும் சாகிறார்கள். சாதிகள் சதுராட்டம் போடுகின்றன் சாதி ஆணவத்தால் இளம் காதலர்கள் கொன்று குவிக்கப்படுகிறார்கள். சாதி கலப்பு திருமணம் செய்து கொள்ளாத சாமிகளே இந்து மதத்தில் இல்லை என்கிற நிலையிலும், மக்கள் சாதி கலப்பு மணம் செய்து கொள்ள தடை விதிக்கும் விநோதம் இந்து ஆதிக்க சாதியாரிடம் உள்ளது. கடவுளை வணங்கி வழிபடுபவர்கள், கடவுள்கள் வழியிலேயே கலப்பு சாதி மணங்களைச் செய்து கொள்ள மறுக்கின்றனர். (சிவன், முருகன், இராமன், கிருஷ்ணன், – அனைவரும் சாதிகலப்பு மணம் புரிந்தவர்கள்) "மனிதர்கள் இவ்வாறு துன்பப்படுவதும் அவமானப்படுத்தப்படுவதும், உரிமை இழந்திருப்பதும் கடவுளின் ஏற்பாட்டின் படி நடக்கிறது; அவரவர் தலைவி திப்படி நடக்கிறது. இதை ஏற்று, வாழ்ந்து முடிக்க வேண்டும். இதன் அளவையும், தன்மையையும் குறைத்துக் கொள்ள தொடர்ந்து கடவுளை வணங்கி வழிபட வேண்டும்"– எனப் பல நூற்றாண்டுகளாகத் தொடர்ந்து போதிக்கப்பட்டு வருகிறது. இதற்கு மாறான, எதிரான எந்த சிந்தனையும்

மனிதனுக்கு ஏற்பட்டுவிடக் கூடாது என்பதில் மதங்கள் விழிப்புடன் இருக்கின்றன.

மனிதர்களின் நல்வாழ்க்கைக்கு எதிரான, தடையான இத்தகைய கருத்துக்களை எதிர்ப்பதும் ஏற்க மறுப்பதும்தான் ஆதிதிராவிடர் அறிவுதளத்தின் நோக்கம். தவிர, இது ஒரு நாத்தீக செயல்பாடல்ல போட்டியில் வெல்வதற்காக நடத்தப்படும் வாதமல்ல. மனிதகுலத்தை அன்புடனும் அமைதியுடனும் வாழவைக்க எடுக்கப்படும் முயற்சியாகும். இந்த அறிவுதளம் ஆதிகால ஆதிதிராவிடர்களால் கட்டமைக்கப்பட்டு பயணிப்பதால், இவ்வறிவு அவர்களுக்கு மட்டுமே சொந்தமானதல்ல. இது முழு மனிதகுலத்திற்கானது. இவ்வறிவு வழியை விட்டு விலகிச் சென்றவர்கள் மீண்டும் இவ்வழிக்கு வரவேண்டும். பின்னர் அமையும் சமூகத்தில் வருண (சாதி) பாகுபாடுகள் இருக்காது; உரிமை வேறு பாடுகள் இருக்காது; மனிதர்களுக்குள் உயர்வுதாழ்வு கருத்துக்கள் ஒழிந்து சமத்துவமும் சகோதரத்துவமும் மலரும். அங்கு இரு பிறப்பாளன் என்ற உயர்சாதியும் இழி பிறப்பாளன் என்ற தாழ்ந்த சாதியும் இருக்காது. அச்சமூகத்தில் யாரையும் எதிர்த்து இத்தகைய எதிர்ப்பு, மறுப்பு கருத்துக்கள் இருக்காது. இந்த அடிப்படையில்தான், இந்து சமூகத்தில் பாதிக்கப்பட்டவர்களான பூர்வக்குடி ஆதிதிராவிடர்கள் அறிவு வழியில் நின்று நம்பிக்கை (கடவுள்) தளத்தை எதிர்த்து வருகின்றனர். தவிர, ஆரிய வேத கருத்துக்களைக் கண்மூடித்தனமாகவும், பிடிவாதமாகவும் எதிர்க்க வேண்டும் என்ற நோக்கத்தில் அல்ல என்பதை உணரவேண்டும். இந்து மதத்தைப் பொருத்த வரையில் சாதிக் கொடுமைகளும், பாகுபாடும் தொடர்ந்து இருந்து வந்துள்ளதை வரலாறு கூறுகிறது.

> **“இந்திய வரலாற்றில் காணப்படும் வைதீக**
> **சிந்தனை மரபில் உயர்வு–தாழ்வு என்**
> **றென்றும் இருந்து வந்துள்ளது; இந்து**
> **சமயத்தில் அறிவியல் கண்ணோட்டத்தில்**
> **சமத்துவத்தன்மை கிடையாது”**[129]

என இந்து சமயத்தின் உண்மை உருவத்தை பேராசிரியர்

A.L.பாஷம் காட்டுகிறார். இந்து சமயம் பின்பற்றிய வர்ணாஸ்ரம தர்ம கோட்பாடே தமிழர்களின் சீரழிவிற்கும் சிறுமைக்கும் காரணமாயிருந்துள்ளது என்பதை,

> "The Aryan caste system in the Dravidian
> Country, produced severe social
> troubles for many centuries. As
> already pointed out the Aryan Caste
> system had been the cause of
> serious and unceasing disputes,
> particularly among the artisan
> classes which the birahmins had to
> decide with the reference to their
> dharma sastras."[130]

எனப் பேராசிரியர் வி.சீனிவாச அய்யங்கார் குறிப்பிடுகிறார். இந்து சமய பழமைவாத, நம்பிக்கை கருத்துக்களால், சூத்திரர்கள் எனப்படுபவர்களும், தீண்டத்தகாதார் என முத்திரைக்குத்தப்பட்ட ஆதிதிராவிடர்களுமே சொல்லொணா பாதிப்புக்கு ஆளானார்கள் என்பதை,

> "If we take the entire body of Hindus
> Into consideration, it was an unjust
> organisation; the Sudras, no doubt
> were the worst sufferers, and the
> untouchables, who emerged in due
> course as a by-product of the four
> fold caste system, suffered still more" [131]

என வரலாற்றாய்வாளர் டாக்டர் K.K. பிள்ளை தெளிவுபடுத்துகிறார்.

மேற்கூறிய வரலாற்று உண்மைகள், ஆதிதிராவிடர் அறிவுத்தளத்தின் வலிமையையும் உண்மையான நோக்கத்

தையும் நமக்கு உணர்த்துகின்றன. தவிர, வீண்வம்புக்காகவோ, வரட்டு பிடிவாதத்திற்காகவோ ஆரிய கடவுள், சமய, சாதி, சாஸ்த்திர எதிர்ப்பை மேற்கொள்ளவில்லை என்பதை புரிந்து கொள்ளவேண்டும்.

தற்காலச் சமுதாயம் சாதியின் பிடியில் சிக்கித் தவிக்கிறது. "சாதி இரண்டொழிய வேறில்லை" எனக்கூறிய சங்க கால ஔவையின் சொல்லையும், "சாதிகள் இல்லையடி பாப்பா" எனக்கூறிய சமீப கால பாரதியின் சொல்லையும் தூக்கி சாக்கடையில் வீசிவிட்ட தமிழர்கள் என்போர் சாதிக்காக கொடி பிடிக்கின்றனர்; கொலைகள் செய்கின்றனர். இத்தகைய கால கட்டத்தில், ஆதித்திராவிடரின் அறிவு கோட்பாடு மிக மிகத் தேவைப்படுகிறது.

ஆனால், பகுத்தறிவும், சுயமரியாதையும் பேசி வந்த தமிழக திராவிடர் கட்சிகள், அனைவரின் ஆதரவோடு அரசியல் நடத்துவதற்காகவும், வாக்கு வங்கியைத் தக்க வைத்து ஆட்சியைப் பிடிப்பதற்காகவும் ஆரிய எதிர்ப்பு, கடவுள்மறுப்பு, சாதி ஒழிப்பு கருத்துக்களைக் கைவிட்டு விட்டனர். ஆதிதிராவிடர் அரசியலிலும் இப்போக்கை காணமுடிகிறது. என்றாலும்,

"எப்பொருள் யார் யார் வாய்கேட்பினும் அப்பொருள்
மெய்ப்பொருள் காணபதறிவு"

என்ற வள்ளுவன் வாக்கின்படி, மனிதகுல நல்வாழ்விற்கு எதிரான, தடையான சக்திகளைக் கைவிட வேண்டிய தேவையும், அவசியமும் உள்ளதை மறக்க முடியாது; மறுக்கவும் முடியாது.

இவ்வாறு, பழந்தமிழர் பெற்றிருந்த காலச்சீர்மை, அனுமான, அனுபவ அறிவினாலும் இலக்கிய, இலக்கண, மொழி பண்பாட்டு அனுபவத்தாலும் கட்டியமைக்கப் பட்ட தற்காலத்தில் தாராள சிந்தனை, தாராள மனப் பான்மை உடையவர்களாலும் பின்பற்றப்படுகிறது. ஆதி திராவிடர்களைப் பொருத்தமட்டில், இடை காலத்தில் ஏற்படுத்தப்பட்ட சமயப் பண்பாட்டுக் குழப்பங்களால்,

ஒருபகுதியினர் ஆரியப் பண்பாட்டுக்குட்பட்டிருப்பதைப் போன்ற ஒரு தோற்றம் காணப்படுகிறது.

கி.பி. முதல் நூற்றாண்டு வாக்கில் நாகார்ச்சுனரால் (ஒரு பிராமணர்) உருவாக்கப்பட்டு, பரப்பப்பட்ட மகாயான (பெரியவழி) புத்த சமயத்தால் இக்குழப்பம் ஏற்பட்டது. கடவுள் என்ற ஒருவர் இல்லை எனக்கூறிய கௌதமபுத்தர் இப்புதிய மதத்தில் கடவுளாக ஏற்றுக் கொள்ளப்பட்டார். புத்தரின் ஆரிய ஆதிக்க எதிர்ப்பை மறைக்க அல்லது நீர்த்துப்போகுமாறு செய்ய ஆரியர்களால் இம்முயற்சி மேற்கொள்ளப்பட்டது. புத்தர் வைணவக் கடவுளான திருமாலின் (விஷ்ணு) ஓர் அவதாரம் எனப் புதிதாக கதைகள் எழுதப்பட்டன. பௌத்த இலக்கியங்களாக, மகா வஸ்து, லலித விஸ்தாரம், லங்காவதாரம், சமாதி ராஜ்யம், மற்றும் புத்த ஜாதகக் கதைகளும் இவ்வகையைச் சேர்ந்தவை. புத்தர் திருமாலின் அவதாரம் என்பதைத் தொடர்ந்து புத்த ஆண் குருமார்களும் பெண்பிக்குணிகளும் இரண்டாம் நிலை கடவுள்களாக்கப்பட்டு, ஆரிய வழியில் வழிபாடுகளும், பூசைகளும், ஆராதனைகளும் தொடர்ந்தன. பிராமண சமயங்களில் எழுதப்பட்டிருந்த புராண இதிகாசக் கதைகள் போலவே மகாயான சமயத்திலும் எழுதப்பட்டன. விபரமறியா ஏழை, எளிய பூர்வகுடி ஆதிதிராவிடர்கள் குழப்பமடைந்து, புத்தரை கடவுள் நிலையில் வைத்து வணங்கத்துவங்கினர். காலப்போக்கில் பிராமணச் சமய பழக்க வழக்கங்களையும் பின்பற்ற துவங்கினர். இது, பூர்வகுடி பௌத்த ஆதிதிராவிடர்களின் ஆரிய எதிர்ப்பை குறைக்க பெரிதும் உதவியது.

ஆனால், தற்காலத்தில் நவீன கல்வி பரவலால் ஆதிதிராவிடர்கள் பெரும் விழிப்புணர்வு பெற்றுள்ளனர். தாங்கள் ஏமாற்றப்பட்டு, குழப்பப்பட்டதைத் தெளிவாகப் புரிந்து கொண்டுள்ளனர். உடலுழைப்பை மூலதனமாக கொண்டு வாழ்க்கை நடத்தும் ஏழை, எளிய ஆதித்திராவிட மக்கள் மட்டுமே இன்னும் இந்து மத பழக்கவழக்கங்களைப் பின்பற்றி வருகின்றனர். அறிவியல் கல்வி, பகுத்தறிவு, உலக தாராள மயம் ஆகிய விழிப்புணர்வு, ஆதித்திராவிட அறிவு

ஜீவிகளை அவர்களின் அறிவுதளத்தின் மீது நிறுத்தியுள்ளது. தங்களின் சுய விடுதலையை இந்து மதத்தைக் கைவிடுவதிலும் பௌத்தத்தைத் தழுவுதலிலும் காண்கின்றனர். சமய, சாதி, பொருளாதார விடுதலையை நோக்கி நகர்கின்றனர். தலித் வரலாறு, தலித் இலக்கியம், தலித் கலை, தலித் பண்பாடு, தலித் அரசியல் எனத் தங்களின் தனித்துவத்தை, ஆதிதிராவிடர்களின் அறிவுதளத்தின் மீது கட்டி எழுப்பி வருகின்றனர். இந்த அறிவுத்தளம் அவர்களின் விடுதலையை விரைவு படுத்திவருகிறது என்பதோடல்லாமல், மனிதகுலம் அனைவருக்குமான சமத்துவ, சகோதரத்துவ சமுதாயம் அமைவதற்கும் வழிவகுக்கும்.

குறிப்புகளும் விளக்கங்களும்

1. அகர முதலி – Tamil Lexicon, University of Madras, Vol.III, Part V, 1982.
2. புறப்பொருள் வெண்பா–35.
3. ஞா.தேவநேயப்பாவாணர், தமிழர் வரலாறு, பாகம்.1. முகவுரை. பக்.4
4. P.T.Srinivasa Iyengar, History of the Tamils from the earliest times to 600 A-D. P.P. 73-74.
5. பார்க்க: தமிழர் உண்மை வரலாறு, – 2002 பதிப்பு, தமிழர் பண்பாடு படும்பாடு – 2012 பதிப்பு
6. M. சீனிவாச அய்யங்கர். தமிழர் ஆய்வுகள், ஏசியன் எஜுகேஷனல் சர்வீஸ் (AES) புதுதில்லி, இரண்டாம்பதிப்பு 1986.
7. Dr.K.K.Pillai, Studies in the history of India with special reference to Tamil Nadu. P.575.
8. Ibid.P.483.
9. Ibid.P.500.
10. S. கலியபெருமாள், தமிழர் பண்பாடு படும்பாடு, பக்.24.
11. Gustavas oppert, The original inhabitants of Bharat Versha, A.E.S. New Delhi, 1988.
12. V. Rengacharya, History of the pre-musalman period, P.P.69, 89.
13. Gilbert slater, Dravidian Element in Indian culture, P.41. Also see: V.R. Ramachandra Deikshidar, The Origin and spread of Tamils.
14. N.Subramanian, History of Tamil Nadu, vol.1.P.141.
15. S. Kaliaperumal, The untold History of the Tamils, P.49.
16. S. கலியபெருமாள், தமிழர் பண்பாடு படும்பாடு, பக்–56.
17. M. Srinivasa iyengar, Tamil studies, P.76, Also see S.1.1. vol.I P.P.44, 46, 55.
18. M. Srinivasa iyengar, Tamil studies, P.381.

19. Ragul Sankiruthiyayan, Buddhist philosophy, Also see. Dr.Kathir mahadevan,who are the sons of the soil, P.45.
20. Gustavas oppert, The original inhabitants of India, P.23.
21. M.Srinivasa iyengar, Tamil studies, PP.61, 62,
22. S. கலியபெருமாள், தலித்சுதந்திர போராட்டம், பக்.119.
23. M. சீனிவாச அய்யங்கார். தமிழர் ஆய்வுகள், பக்.103.
a.கருவூர் ஈழத்தடிகள், பெரிய புரான ஆராய்ச்சி, பக்.116.
24. P.T. Srinivasa iyengar, Pre-Aryan Tamil culture P.580.
25. Ibid.P.250.
26. N. Subramanian, History of Tamil Nadu, vol.I, P.280.
27. Gustavas oppert, The original inhabitants of Barath Versha, P.42.
28. சாமி சிதம்பரனார், பழந்தமிழர் வாழ்வும் வளர்ச்சியும், பக்.31.
29. S. கலியபெருமாள், தமிழர் பண்பாடு படும்பாடு, பக்.129, 130.
30. தேவ பேரின்பன், தமிழர் வளர்த்த தத்துவங்கள், பக்.46.
31. Gustavas oppert, The original inhabitants of Barath Versa, P.P. 69, 70.
32. குணா, வள்ளுவத்தின் வீழ்ச்சி, பக்.211.
33. K.K. பிள்ளை, தமிழக வரலாறு–மக்களும் பண்பாடும், பக்.161.
34. இராஜ்கௌதமன், அயோத்திதாசர் ஆய்வுகள், பக்.31.
35. S. கலியபெருமாள், தமிழர் உண்மை வரலாறு, பக்.173. (மூன்றாம் பதிப்பு 2010).
36. சிவ. விவேகானந்தன், நாகர் வரலாறு, பக்.123, 129 – 130.
37. மேற்கூறிய நூல், பக்.42.
38. மதுரைக்காஞ்சி (உ.வே. சாமிநாத அய்யர் பதிப்பு) வரி.749.
39. சிவ.விவேகானந்தன், நாகர் வரலாறு, பக்.41.
40. தேவ.பேரின்பன், தமிழர் வளர்த்த தத்துவங்கள். பக்.34.
41. மேற்கூறிய நூல், பக்.78.
42. மேற்கூறிய நூல், பக்.21.
43. S. Kaliaperumal, The untold history of the Tamils, P.39,

Also see: *மு. கோவிந்தசாமி, இலக்கியங்களின் தோற்றம், பக்.17.*

44. C.V. Narayana Iyer, The origin and early history of Saivism, P.147, (Also see. Singara Velu mudaliyar, Abhidana Chintamani, P.836)
45. A.L. Basham, The wonder that was India, P.342.
46. M. Srinivasa Iyengar, Tamil studies, P.191.
"Several works by Jains and Buddhists are believed to have been destroyed when both the sacts were prosecuted during 7th and 8th centuries. A good portion of them, preserved for ages on palm leaves had long ago been consumed by fire and whiteants. The remaind were locked up into the dingy cellars of the temple Madathipathies and in the thatched houses of the penniless pundits. These literatures were left in the Sun and rain to decay. While manymore consigned to the floods of Adi 18th *(ஆடி பதினெட்டாம் பெருக்கு விழா)*"
47. *அருணன், தமிழரின் தத்துவ மரபுகள், பகுதி–1. பக்.252.*
48. டாக்டர் S. சௌந்திரபாண்டியன், இடங்கை–வலங்கையர் வரலாறு, பக்.34.
49. வித்துவான் கு. நடேசக்கவுண்டர், பெரியபுராணச் சொற்பொழிவுகள், பக்.14.
50. கலாநிதி. நா. சுப்பிரமணியன், இந்திய சிந்தனை மரபு.
51. C.V. Narayana Iyer, Origin and early history of Saivism in south India, P.P.68, 76.
52. The cultural heritage of India, Ramakrishna mission publication, P.139.
Also see : G.B.Spencer, Temples, peasants and Kings.P.54.
53. Gustavas oppert, The original inhabitants of India, P.495.
54. Nanu pillai, Tamilian Antiquary, vol.I, No.VII, P.26.
55. The cultural heritage of India, Ramakrishna mission publication, P.139.
56. *கந்த. சச்சிதானந்தனார், சைவ சித்தாந்த ஆராய்ச்சி, (1925)*
57. "Soon the Aryans foundout that there would be

practically no end of their strife with the Nagas. The only other alternative left to them was to approach Nagas, not with arms and weapons, but with prayers and sacrifices and accordingly a place was given to them in their pantheon. The interior earth was believed to be the abode of Adhishesha (big snake) on whose head the earth was placed. Thus in the Aryan Cosmogony Adhishesha, the serpant god of the Nagas, came to have a distinct place"-Tamil Antiquary, vol.I, No.VIII, P.71.

58. S. *கலியபெருமாள், புத்தநெறி, பக்.79.*

59. Nair Balakrishnan, The Dynamic Brahmanism, P.231. 2." Brahmins evolved a complicated mythology for the common people to follow; festivals and detail into their mythology, inorder to neutralize all resistance from Buddhist Dravidians" *(மேலும் பார்க்க: புத்தநெறி, பக்.116).*

60. Dr.S. Manickam, Slavery in Tamil Country, P.37.

61. S. *கலியபெருமாள், தமிழர் பண்பாடு, படும்பாடு, பக்.203.*

62. Dr.K.R. Hanumanthan, Untouchability-A Historical approach upto 1500 A.D, P.P. 183, 185.

63. K.V. Ramasamy iyer, (Ed) South Indian Inscriptions, Part I, P.56. Also see : The untold history of the Tamils, P.13.

64. South Indian Inscriptions, Vol II, Part II, 1891, P.P.44,45

65. *வரலாற்றாய்வாளர் குணா, வள்ளுவப் பார்ப்பாரியம், ப.131.*

66. *மேற்கூறிய நூல், பக்.167.*

67. *மயிலை. சீனி., வேங்கடசாமி, தமிழர் வளர்த்த அழகு கலைகள், பக்.67; பார்க்க: பேரா.விபுலானந்த அடிகள், யாழ் நூல், பாயிரவியல், பக்.16.*

68. *மேற்கூறிய, யாழ் நூல், பக்.69.*

69. *தமிழ் நாட்டு வரலாறு, (தமிழ் வளர்ச்சிக்குழு வெளியீடு) பல்லவர் – பாண்டியர் காலம், பக்.198.*

70. Dr.K.K. Pillai, Social history of the Tamils, vol I, P.543.

71. டாக்டர்.இராசமாணிக்கனார், தமிழர் நாகரீகமும் பண்பாடும், (ஏழாம் பதிப்பு) பக்.34.
72. மேற்கூறிய நூல், மேற்படி பக்கம்.
73. அருணன், தமிழரின் தத்துவ மரபுகள், பகுதி ஐஇ பக்.98.
74. மேற்கூறிய நூல், பக்.116.
75. மேற்கூறிய நூல், பக்.117.
76. ராஜ் கௌதமன், அயோத்திதாசர் ஆய்வுகள், முதல்பதிப்பு, 2004, பக்.29.
77. மயிலை.சீனி.வேங்கடசாமி, சமயங்கள் வளர்த்த தமிழ், பக்.76.
78. M.374, Mackenzie78. M.374, Mackenzie Manuscripts, restored volume, IV year 1835 A.D. Also refer : D.3216, D.3418, D.2739.
79. Dr.Venkataraman, Tamil Siddha cult, P.P. 7, 9, 32.
80. Ibid, P.148, 150.
81. சித்தர் பாடல்கள்–39, டாக்டர்.மெய்யப்பன் பதிப்பு, மணிவாசகர் பதிப்பகம், லிங்கர்தெரு பாரிமுனை, சென்னை, (2003).
82. மேற்கூறிய நூல், பாடல்.98.
83. மேற்கூறிய நூல், பாடல்கள், 18, 34, 35, 494, 508, 424, பார்க்க.
84. தேவ பேரின்பன், தமிழர் வளர்த்த தத்துவங்கள், பக்.114.
85. மேற்கூறிய நூல், பக். 139.
86. தொல்காப்பியம், பொருளதிகாரம், 178.
87. தேவபேரின்பன், தமிழர் வளர்த்த தத்துவங்கள். பக்.145.
88. திருமந்திரம், (பதிப்பு) திருநெல்வேலி சைவசித்தாந்த நூற்பதிப்பு கழகம், (1940) பாடல்.130.
89. மேற்கோளிடப்பட்டது. தேவ பேரின்பன், தமிழர் வளர்த்த தத்துவங்கள், பக்.105.
90. பேரா.கா.நெடுஞ்செழியன், ஆசீவகம் எனும் தமிழர் அணுவியம், தி–இந்து செய்திதாள் நேர்காணலில் கூறியது. (16–12–17)
(அய்யனார், ஐயப்பன், ஆசிவகம் பற்றிய நேர்காணல்)
91. மேற்கோளிடப்பட்டுள்ளது, தேவ.பேரின்பன்–தமிழர் வளர்த்த தத்துவங்கள், பக்.110.

92. திருமந்திரம், (பதி) திருநெல்வேலி சைவ சித்தாந்த நூற்பதிப்பு கழகம் (1940) பாடல்.1680.
93. Naborukarashima, South Indian history and society-studies from inscriptions AD 850 to 1800, P.P. 38, 39.
94. K.A. Neelakanta sastri, The cholas, University of Madras, 1984, P.579.
95. P.T. Srinivasa Iyengar, Tamils 1800 years ago, P.47 Also see: C.V. Narayana iyer, The origin and early history of saivism in south India, P.299.
96. மு. அருணாச்சலம், தமிழ் இலக்கிய வரலாறு, பக்.74.
97. Edgar Thurston, South Indian castes and Tribes, Cosmo publishers, Delhi, P.302.
Also see : S.1.1. volume XXII, P.179.
98. S. கலியபெருமாள், தமிழர் உண்மை வரலாறு, இரண்டாம் பதிப்பு, 2004, பக்.237.
99. Elmore.W.T., The Dravidian gods in modern Hinduism, Asian Educational service, New Delhi, 1984.
100. மயிலை.சீனி.வேங்கடசாமி, 1. தமிழகத்தில் பௌத்த திருப்பதிகள். 2. தமிழகத்தில் சமண திருப்பதிகள், நாம் தமிழர் பதிப்பகம், தோப்பு வெங்கடாசலம் தெரு, திருவல்லிக்கேணி, சென்னை–4.
101. குணா, வள்ளுவ பார்ப்பாரியம், தமிழக ஆய்வரண், பெங்களூரு 2003, பக்.203–215.
102. குணா, மண்ணுரிமை, தமிழக ஆய்வரன், பெங்களுரு பக்.217.
103. கலாநிதி சுப்பிரமணியன், இந்திய சிந்தனை மரபு, பக்.182.
104. அருணன், தமிழர் தத்துவ மரபுகள், பாகம் 1. பக்.146.
105. மு. அருணாச்சலம், தமிழ் இலக்கிய வரலாறு, (நூற்றாண்டு வாரியாக) காந்தி மன்றம், மாயவரம்.
106. அருணன், தமிழர் மரபுகள், பாகம் மிமி, பக்.150.
107. Law of Manu, Buhlar, as quoted by Dr.B.R. Ambedkar, in his work" who were the Sudras". (1-88; 11-116 Manu)
108. ஞா.தேவநேயப் பாவாணர், தமிழர் வரலாறு, பாகம் ஐஐஇ பக்.65.

109. அயோத்திதாசர், தமிழன் இதழ், பிப்.1914.
110. ஜெ.பாலசுப்பிரமணியன், சூரியோதயம் முதல் உதய சூரியன்வரை, பக்.39. (2017) காலச்சுவடு பதிப்பகம், நாகர்கோவில்.
111. மேலது, பக்.50.
112. மேலது, பக்.57.
113. எஸ்.ஐ.ஜீ.இராமானுஜலு நாயுடு, ஆ.ரா. வேங்கிடா சலபதி, சென்று போன நாட்கள், காலச்சுவடு பதிப்பகம், நாகர்கோவில், 2016.
114. மேலது, பக்.21.
115. திவான் பகதூர், இரட்டைமலை சீனிவாசன் அவர்கள் ஜீவிய சரித்திர சுருக்கம், தலித் சாகித்ய அகாடமி, சென்னை, 1999, பக்.19.
116. Native newspapers Report (NNPR)கேரள சஞ்சாரி, 10 ஜனவரி, 1894; விருத்தாந்த சிந்தாமணி 25. நவம்பர், 1893.
117. பறையன், 17 ஆகஸ்டு 1895, NNPR.
118. பறையன், 15 ஜுன் 1895 NNPR
119. London Times 13 July 1891. (daily newspaper) Also see : S.Manickam, facets of history A spectrum of thought, P. 69-70.
120. January 27, 1925. Fort Saint George-Gazzete Part I.Sup pliment; L & M. G.O. April 28, Gazzete publication.
121. ஜெ.பாலசுப்பிரமணியன், சூரியோதயம் முதல் உதய சூரியன்வரை, 2017, பக்.107.
122. கேப்டன் கலியபெருமாள், புத்தநெறி, 2015, பக்.150–51.
123. ராஜ்கௌதமன், அயோத்திதாசர் ஆய்வுகள், 2001, காலச்சுவடு பதிப்பகம், பக்.116. (பேராசிரியர், À. கலியபெருமாள், தமிழர் பண்பாடு படும்பாடு– நூலில் மேற்கோளிடப்பட்டுள்ளது. பக்.470.)
124. ஜெ.பாலசுப்பிரமணியன், சூரியோதயம் முதல் உதய சூரியன் வரை, காலச் சுவடு பதிப்பகம், நாகர்கோவில், 2017.
125. திரு.வி. கல்யாணசுந்தரனார். திரு.வி.க. வாழ்க்கை குறிப்புகள். சாது அச்சகம், சென்னை–1944.
126. ஜெ.பாலசுப்பிரமணியன் எழுதியுள்ள சூரியோதயம்

முதல் உதய சூரியன்வரை என்ற நூலில் எடுத்தாளப்பட்டுள்ளது. *பக்.96.*
Legislative Assembly debates, vol.VI, 13 November, 1922.
127. S. Saraswathi, Minorities in Madras state, P.118. Also see: R. Srinivash, Extracts from Assembly debates, 5.9.1933, 25.1.34 and 1.2.34.
128. Irschick. Eugene.F, Politics and Social Conflicts in South India-The non-brahmin movement and Tamil separation 1916-1929. University of California press, Berkelay. 1969.
129. A.L. Basham, The wonder that was India, P.342.
130. M.Srinivasa iyengar, Tamil studies, P.75
131. Dr.K.K. Pillai, studies in the history of India, W.S.R. to Tamilnad, P.79.

துணை நூற் பட்டியல் (Select Bibliography)

1. Able J.A. DubeHindu manners, Marriage, customs and ceremonies, Oxford university press, London, 1937.
2. Ambedkar .B.R.The untouchables, Jatavin Mahavir, Shravasti, Balrampur, 1969.
3. Basham .A.L. The wonder that was India, Chand & Co, Delhi 1878.
4. Deva perinban Trends in south Indian philosophy, Indian philosophical congress, Endowment lectures, University of Madras, 2010-11.
5. Ela franco Perception knowledge and disbelief, A study of Jayarasi Scepticism. Motilal Banarsidas, 1994.
6. Geetha .V. and Rajadurai .S.V.Dalits and non-brahmin Consciousness in Colonial Tamil Nadu, Economic and political weekly, 25 Sept, 1993.
7. Gustavas coppert The original inhabitants of Barathvarsha, Asian Educational service, Delhi, 1988.
8. Hanumanthan .K.R. Untouchability, Kudal publishers, Madurai, 1979.
9. Kaliaperumal .S The untold history of the Tamils, Ambedkar International mission, Canada, 1907.
10. Olcott Henry steal The poor paraiah, Addison & Co., Madras (Chennai) 1902.
11. Pandian M.S.S.Dalit assertion in Tamil Nadu, An exploratory note. Journal of Indian school of political economy vol XII, No.3 & 4, 2000.
12. Pillai .K.K. Studies in the history of India with special reference to Tamil Nadu. Madras University publication, 1979.

13. Sagar .S.L. Hindu culture and caste system in India, Chand & Co, Delhi, 1945.
14. Sharma .R.S. Sudras in ancient India, Indian council of historical research, 1980.
15. Sastri, K.A.N. Cultural contacts between Aryans and Dravidians, University of Madras, 1979.
16. Srinivasa Iyengar .M. Tamil studies, Asian Education al service, NewDelhi, II print 1986.
17. Srivastava .S.N. Harijans in Indian society, Chand & Co, New Delhi, 1979.
18. Siva shanmugam Pillai .J The History of the Adi-dravidar, Madras, 1942.
19. Siva Vivekanandan The Nagas, Kavya publications, Kodambakkam, Chennai, 2010.
20. Theodore Quizerman Dialectical materialism and the history of philosophy. Progress pubishing, Moscow, 1982.
21. Venkataraman .R Tamil Siddha cult, Enness publishers, Madurai. 1990.

தமிழ் நூல்கள்

1. அருணாசலம் .மு தமிழ் இலக்கிய வரலாறு, (நூற்றாண்டு வாரியாக) காந்திமன்றம், மயிலாடுதுறை, நாகை மாவட்டம், 1940.
2. அருணன் ஆ. தமிழரின் தத்துவமரபுகள், பாகம் 1 ரூ2இ வசந்தம் வெளியீட்டகம், மதுரை 2004.
3. ஆலாய்சியஸ் .ஞான அயோத்திதாசர் சிந்தனைகள், நாட்டார் வழக்காற்றியல் மன்றம், தூய சவேரியார் கல்லூரி, பாளையங்கோட்டை, 1999.
4. கந்தசாமி, சோ.ந. இந்திய தத்துவ களஞ்சியம், தொகுதி 1,2,3, மெய்யப்பன் பதிப்பகம், சென்னை, 2004.
5. கந்தையா, ந.சி. வரலாற்று காலத்திற்கு முற்பட்ட பழந்தமிழர், கழக வெளியீடு, சென்னை–1957.

6. கலியபெருமாள் .செ. தமிழர் பண்பாடு படும்பாடு, கலகம் வெளியீட்டகம், திருவல்லிகேணி, சென்னை–2013.

7. கலாநிதி சுப்ரமணியன் இந்திய சிந்தனை மரபுகள், கழக கௌசல்யா சுப்ரமணியன் வெளியீடு, திருநெல்வேலி, 2002.

8. குனகசபை வி.ஆயிரத்தெண்ணூறு ஆண்டுகட்கு முற்பட்ட தமிழர்கள், ஆசியக் கல்வி கழகம், புதுதில்லி 1985.

9. காந்தி. கதமிழர் பழக்க வழக்கங்களும், நம்பிக்கை களும், உலகத்தமிழராய்சி நிறுவனம், தரமணி, சென்னை, 2003.

10. சண்முகம்பிள்ளை . முசங்ககாலத்தமிழரின் `வழிபாடுகளும், சடங்குகளும், உலகத்தமிழராய்ச்சி நிறுவனம், சென்னை–2004.

11. சாமி .அ.மா. 19ம் நூற்றாண்டு தலித் இதழ்கள், நவமணி பதிப்பகம், சென்னை, 1993.

12. சோமெல தமிழ்நாட்டு மக்களின் மரபும் பண்பாடும், நேஷனல் புக் டிரஸ்ட், புதுதில்லி, 1981.

13. நடராசன் .தி.க.தமிழகத்தில் வைதீகச் சமயம், வரலாறும், பிரச்சினைகளும், நியூ செஞ்சுரி புக் ஹவுஸ், சென்னை–2008.

14. தேவ பேரின்பன் தமிழர் வளர்த்த தத்துவங்கள், பாரதி புத்தகாலயம், சென்னை, இரண்டாம் பதிப்பு, 2015.

15. தேவநேயப் பாவாணர் ஞா. தமிழர் வரலாறு (2–பா கங்கள்) தமிழ் மண் பதிப்பகம், சென்னை, மறுபதிப்பு 2000.

16. தேவி பிரசாத் சட்டோ–பாத்யாயா உலகாயுதம் (Materialism) நியூ செஞ்சுரி புக் ஹவுஸ் சென்னை, 2010.

17. பாலசுப்பிரமணியன், து. சூரியோதயம் முதல் உதயசூரியன் வரை, காலச்சுவடு பதிப்பகம், நாகர்கோவில், 2017.

18. ராமகிருஷ்ணன் .எஸ் இந்திய பண்பாடும் தமிழரும், மீனாட்சி புத்தக நிலையம், மதுரை, 1971.
19. வானமாமலை .நா. தமிழர் பண்பாடும் தத்துவமும், அலைகள் வெளியீட்டகம், சென்னை–2008.
20. விஜயலட்சுமி .ஏ தமிழகத்தில் ஆசீவகர்கள், உலகத் தமிழாராய்ச்சி நிறுவனம், தரமணி, சென்னை, 1988.

www.ingramcontent.com/pod-product-compliance
Lightning Source LLC
LaVergne TN
LVHW090332051026
849518LV00005B/1946